ചെറുകാട്

ഓർമയും കാഴ്ചയും

cherukad
ormayum kazhchayum

•

edited
palakkeezh narayanan

•

first edition
june 2009

•

second edition
august 2013

•

typesetting
nakshathra graphotech, poojappura

•

published
chintha publishers, thiruvananthapuram

•

printed

•

cover
vinod

വിതരണം

ദേശാഭിമാനി ബുക്ക് ഹൗസ്

H O തിരുവനന്തപുരം–695 035
phone: 0471-2303026, 6063026
www.chinthapublishers.com
chinthapublishers@gmail.com

ബ്രാഞ്ചുകൾ

ഹെഡ്ഡാഫീസ് ബ്രാഞ്ച് കുന്നുകുഴി • ഓവർബ്രിഡ്ജ് തിരുവനന്തപുരം • കെ എസ് ആർ ടി സി ബസ് സ്റ്റേഷൻ ആലപ്പുഴ • കെ എസ് ആർ ടി സി ബസ് സ്റ്റേഷൻ എറണാകുളം • മച്ചിങ്ങൽ ലെയ്ൻ തൃശൂർ • ഐ ജി റോഡ് കോഴിക്കോട് • മാവൂർ റോഡ് കോഴിക്കോട് • എൻ ജി ഒ യൂണിയൻ ബിൽഡിങ് കണ്ണൂർ • സെൻട്രൽ ബസ് ടെർമിനൽ കോംപ്ലക്സ് താവക്കര കണ്ണൂർ

CR - 1285 / 3228

ചെറുകാട്

ഓർമയും കാഴ്ചയും

എഡിറ്റർ

പാലക്കീഴ് നാരായണൻ

ചിന്ത പബ്ലിഷേഴ്സ്
തിരുവനന്തപുരം-695 035

ചെറുകാട് (1914–1976)

പേര്: ചെറുകാട് ഗോവിന്ദപ്പിഷാരടി

ജനനം: 1914 ഓഗസ്റ്റ് 26 ന് പെരിന്തൽമണ്ണ താലൂക്ക് – പുലാമന്തോൾ – ചെമ്മലശ്ശേരിയിൽ.

അച്ഛൻ: കിഴീട്ടിൽ പിഷാരത്ത് കരുണാകരപ്പിഷാരടി.

അമ്മ: ചെറുകാട്ട് പിഷാരത്ത് നാരായണി പിഷാരസ്യാർ.

ഗോപാലനെഴുത്തച്ഛന്റെ കുടിപ്പള്ളിക്കൂടത്തിൽനിന്ന് പ്രാഥമിക വിദ്യാഭ്യാസം; തുടർന്ന് വല്ലപ്പുഴയിലും ഏലംകുളത്തും; പെരിന്തൽമണ്ണ ഹൈസ്കൂളിൽനിന്ന് അഞ്ചാം ക്ലാസ്. പാവൂട്ടി എഴുത്തച്ഛന്റെ വിദ്യാഭിവർധിനി സംസ്കൃത സ്കൂളിലും പഠിച്ചു. പുലാമന്തോൾ മൂസ്സിന്റെ ഇല്ലത്തു താമസിച്ച് സംസ്കൃതവും വൈദ്യവും അഭ്യസിച്ചു. ചെറുകര ഹയർ എലിമെന്ററി സ്കൂളിൽനിന്ന് എട്ടാം ക്ലാസ്. പ്രൈവറ്റായി വിദ്വാൻ പരീക്ഷ പാസായി.

ജോലി: ചെറുകര സ്കൂൾ, ചെമ്മലശ്ശേരി (അലി മുസലിയാരുടെ) സ്കൂൾ, വാടാനാംകുറുശ്ശി ഹയർ എലിമെന്ററി സ്കൂൾ, പാവറട്ടി സംസ്കൃത കോളേജ്, പട്ടാമ്പി സംസ്കൃതകോളേജ് എന്നിവിടങ്ങളിൽ അധ്യാപനം. റിട്ടയർ ചെയ്തശേഷം പട്ടാമ്പിയിൽ യു ജി സി പ്രൊഫസർ. 1942 ൽ പാവറട്ടി കോളേജിലെ ജോലി രാജിവെച്ച് കമ്യൂണിസ്റ്റു പാർട്ടിക്കുവേണ്ടി സാംസ്കാരിക പ്രവർത്തനങ്ങളിൽ മുഴുകി. വള്ളുവനാട് ടീച്ചേഴ്സ് യൂണിയൻ, മലബാർ കേന്ദ്രകലാസമിതി, പുരോഗമന സാഹിത്യ സംഘടന, കേരളസാഹിത്യ സമിതി, ദേശാഭിമാനി സ്റ്റഡി സർക്കിൾ എന്നിവയിൽ പ്രവർത്തിച്ചു. *നവലോക*ത്തിലും *ദേശാഭിമാനി*യിലും പത്രപ്രവർത്തനം. ശക്തി പബ്ലിക്കേഷൻസ് സ്ഥാപിച്ചു. 1948 ൽ

മക്കരപ്പറമ്പ് ജാഥക്കേസിൽ അറസ്റ്റ് ചെയ്യപ്പെട്ടു. മൂന്നു വർഷം ജയിൽശിക്ഷ. മരണം: 1976 ഒക്ടോബർ 28.

ഭാര്യ: കിഴീട്ടിൽ ലക്ഷ്മിക്കുട്ടി പിഷാരസ്യാർ (2001 മാർച്ച് 4ന് അന്തരിച്ചു).

മക്കൾ: കെ പി രവീന്ദ്രൻ (കേന്ദ്രീയ വിദ്യാലയത്തിൽ പ്രിൻസിപ്പാളായിരുന്നു. 2005 ഏപ്രിലിൽ നിര്യാതനായി), കെ പി രമണൻ (സി പി ഐ (എം) മലപ്പുറം ജില്ലാകമ്മിറ്റി അംഗം), കെ പി മോഹനൻ (മഹാത്മാഗാന്ധി കോളേജ് മയ്യഴി റിട്ടയർ ചെയ്തു, പത്രാധിപർ *ദേശാഭിമാനി വാരിക*) സി പി മദനൻ (കൃഷിവകുപ്പ് – റിട്ടയർ ചെയ്തു), സി പി ചിത്രഭാനു (പട്ടാമ്പി ഗവ. സംസ്കൃതകോളേജ്), സി പി ചിത്ര (ഡയറക്ടർ, ഹയർ സെക്കന്ററി എഡ്യൂക്കേഷൻ – റിട്ടയർ ചെയ്തു).

പുരസ്കാരങ്ങൾ: *ജീവിതപ്പാത* (ആത്മകഥ)യ്ക്ക് കേരള സാഹിത്യഅക്കാദമി അവാർഡ് (1976), കേന്ദ്രസാഹിത്യഅക്കാദമി അവാർഡ് (1977).

കൃതികൾ:

കവിതകൾ: *തിരമാല* (1945), *ആരാധന* (1945), *അന്തഃപുരം* (1945), *മനുഷ്യനെ മാനിക്കുക (1961), മെത്താപ്പ്* (1945).

ചെറുകഥകൾ: *ചെറുകാടിന്റെ ചെറുകഥകൾ* (1954), *മുദ്രമോതിരം* (1954), *ചെകുത്താന്റെ കൂട്* (1958), *ചൂട്ടൻ മൂരി* (1962).

നോവലുകൾ: *മണ്ണിന്റെ മാറിൽ* (1954). *മുത്തശ്ശി* (1959), *ശനിദശ* (1959), *പ്രമാണി* (1962), *മരുമകൾ* (1963), *ദേവലോകം* (1971), *ഭൂപ്രഭു* (1976), *മരണപത്രം* (1977).

ബാലസാഹിത്യം: *ഒരു ദിവസം* (1960), *തെരുവിന്റെ കുട്ടി* (1956), *കറുപ്പൻകുട്ടി* (1962), *തന്തക്കുറുക്കൻ* (1968).

നാടകം: *നമ്മളൊന്ന്* (1948), *തറവാടിത്തം* (1954), *സ്നേഹബന്ധങ്ങൾ* (1954), *സ്വതന്ത്ര* (1955), *മനുഷ്യഹൃദയങ്ങൾ* (1955), *വിശുദ്ധ നുണ* (1956), *രക്തേശ്വരി* (1956) ഒടുക്കത്തെ ഓണം (1966), *കുട്ടിത്തമ്പുരാൻ* (1958), *മുളങ്കൂട്ടം* (1958), *വാൽനക്ഷത്രം* (1960), *കൊടുങ്കാറ്റ്* (1966), *ഡോ. കചൻ* (1970), *അടിമ, കുട്ടിത്തമ്പുരാട്ടി, അടിമകൾ സ്വതന്ത്രർ* (സമാഹാരം) (1978).

ആത്മകഥ: *ജീവിതപ്പാത* (1974).

കവിതാ സമാഹാരങ്ങൾ: *ചെറുകാടിന്റെ കവിതകൾ, ചെറുകാടിന്റെ ഹാസ്യകവിതകൾ, ചെറുകാടിന്റെ തുള്ളലുകൾ* (1989),

സമ്പൂർണസമാഹാരങ്ങൾ: *ചെറുകാടിന്റെ ബാലസാഹിത്യം* (1998), *ചെറുകാടിന്റെ ചെറുകഥകൾ* (1995), *ചെറുകാടിന്റെ ഏകാങ്കങ്ങൾ* (2003).

ഇരുമ്പുപെട്ടി, കുഞ്ഞിക്കലം, കാര്യസ്ഥന്റെ കാള എന്നീ നാടകങ്ങൾ പുസ്തകരൂപത്തിൽ പ്രസിദ്ധീകരിക്കപ്പെട്ടിട്ടില്ല.

ഗുരുദക്ഷിണ

തൊഴിലാളിവർഗ സാഹിത്യകാരൻ എന്ന ബഹുമതി അന്വർഥമാക്കിയ ചെറുകാടിനെ സഖാക്കളും സഹപ്രവർത്തകരും കുടുംബവും ഓർമിക്കുന്ന കുറിപ്പുകൾ; ചെറുകാട്സാഹിത്യത്തിന്റെ പ്രാഥമിക കാഴ്ചയായ ചില ലേഖനങ്ങൾ–ഈ പുസ്തകത്തിന്റെ ഉള്ളടക്കം അങ്ങനെയാണ്. പലതും പഴയതാണ്. എന്നാൽ പഴക്കച്ചുവ ഇല്ല; ഊർജദായകമാണുതാനും. കൂട്ടിക്കൂട്ടി വെക്കാൻ അതേ ന്യായം.

പട്ടാമ്പി ശ്രീ. നീലകണ്ഠ ഗവ.സംസ്കൃതകോളേജിൽ നിന്നാരംഭിച്ച് ബഹുമുഖങ്ങളായ സാമൂഹിക-സാംസ്കാരിക പാതകളിലൂടെ വളർന്ന് വിട്ടുകളയാനാവാത്ത ബന്ധമാണ് ചെറുകാട് മാഷുമായി ഞങ്ങൾക്ക് ഉണ്ടായത്. *ശിഷ്യനും മകനും* എന്ന വള്ളത്തോൾ കവിതയുടെ അന്തഃസാരം അനുഭവിപ്പിച്ച ഗുരുനാഥന് ഇത് എളിയ ഗുരുദക്ഷിണ.

പാലക്കീഴ് നാരായണൻ

ഉള്ളടക്കം

ആമുഖം

മലയാള സാഹിത്യത്തിലെ അനന്വയം - ചെറുകാടിനെ വിവരിക്കാൻ ഉചിതമായ പദം അതാണ്. ചെറുകാടിനെപ്പോലെ ചെറുകാട് മാത്രം. ചുമലിലെ ചുവന്ന സഞ്ചിതൊട്ട് തല നരച്ചിട്ടും നഗരങ്ങളിലും നാട്ടിൻപുറങ്ങളിലും ഓടിനടന്ന് പൊതുപ്രവർത്തനം നടത്തുന്ന സ്വഭാവംവരെ.

പഴയ വള്ളുവനാട്ടിലെ (ഇന്നത്തെ മലപ്പുറം ജില്ല) പുലാമന്തോളിൽ ചെറുകാട് പിഷാരത്ത് നാരായണിപിഷാരസ്യാരുടെയും കിഴീട്ടിൽ പിഷാരത്ത് കരുണാകരപിഷാരടിയുടെയും മകനായി 1914 ൽ ജനിച്ച ചെറുകാട് ഗോവിന്ദപ്പിഷാരടി, ചെറുകാട് എന്ന ചതുരക്ഷരിയിൽ പ്രസിദ്ധനായ കഥ വലിയൊരു കഥയാണ്.

മരുമക്കത്തായ തറവാടുകളിൽ പിറക്കുന്ന കുട്ടികൾ ചെന്നുപെടാറുള്ള അനാഥത്വത്തിലാണ് ഗോവിന്ദൻ പിറന്നതും വളർന്നതും. എങ്ങനെയോ എന്തൊക്കെയോ പഠിച്ചു. പ്രൈമറി സ്കൂളധ്യാപകനായി ജീവിതമാരംഭിച്ച ചെറുകാട് യു ജി സി പ്രൊഫസറായിട്ടാണ് ഔദ്യോഗിക ജീവിതമവസാനിപ്പിച്ചത്. ഡിഗ്രിയില്ലാതെ കോളേജ് പ്രൊഫസറാകാനുള്ള അവസരം മഹാകവി ജി ക്കല്ലാതെ അതിനുമുമ്പോ പിമ്പോ ആർക്കും ലഭിച്ചിട്ടില്ല.

ശ്രീനാരായണഗുരുവും കുമാരനാശാനും യോഗക്ഷേമസഭയും ദേശീയ പ്രസ്ഥാനവും ചെറുകാടിനെ സ്വാധീനിച്ചു. കോൺഗ്രസും കോൺഗ്രസ് സോഷ്യലിസ്റ്റും കമ്യൂണിസ്റ്റുമായി വളർന്ന് അധ്യാപക പ്രസ്ഥാനത്തിലും കലാ-സാംസ്കാരിക രംഗത്തിലും ചെറുകാട് വ്യക്തിമുദ്ര പതിപ്പിച്ചു. മാർക്സിം ഗോർക്കിയെപ്പോലെയും പാബ്ലോ നെരൂദയെപ്പോലെയും തന്റെ രാഷ്ട്രീയ ജീവിതത്തിന്റെ ഭാഗമാണ് സാഹിത്യ

പ്രവർത്തനമെന്ന് ചെറുകാട് ഉറക്കെ പ്രഖ്യാപിച്ചു. ചെറുകാടിന്റെ രാഷ്ട്രീയ ഗുരുനാഥനായ ശ്രീ. ഇ എം എസ് നമ്പൂതിരിപ്പാട് പറയുന്നു: "ചെറുകാട് വെറുമൊരു സാഹിത്യകാരനല്ല. പുരോഗമന സാഹിത്യകാരനാണ്. കമ്യൂണിസ്റ്റ് സാഹിത്യകാരനാണ്." സാമൂഹ്യ – രാഷ്ട്രീയ ജീവിതത്തിലെന്നപോലെ സാഹിത്യത്തിലും നിഷ്പക്ഷതയില്ലെന്ന് വിശ്വസിക്കുന്ന സാഹിത്യകാരനാണദ്ദേഹം. സമൂഹത്തിന്റെ പുരോഗതിയെ ത്വരിതപ്പെടുത്തുന്നതാകണം സാഹിത്യ രചനയെന്ന് ചെറുകാട് വിശ്വസിക്കുന്നു. "ഞാനൊരു കമ്യൂണിസ്റ്റ് മഹാകവിയാണ്" എന്ന് ഉറക്കെ പ്രഖ്യാപിക്കാൻ ചങ്കൂറ്റമുള്ള സാഹിത്യകാരന്മാർ ഇവിടെ അധികമൊന്നും ഉണ്ടായിട്ടില്ല.

മറ്റു പലരേയുംപോലെ ചെറുകാടും സാഹിത്യലോകത്തിലേക്ക് കടന്നുവന്നത് കവിതയുമായിട്ടാണ്. എന്നല്ല അവിടെ ഉറച്ചു നിൽക്കുകയാണെങ്കിൽ ഒരു മഹാകവിയാകാനുള്ള കോപ്പ് ചെറുകാടിനുണ്ടെന്ന് *ചെറുകാടിന്റെ കവിതകൾ* എന്ന ശീർഷകത്തിൽ മൂന്നു ഭാഗങ്ങളായി വന്ന കവിതകൾ വിളിച്ചു പറയുന്നു. ചെറുകാട് കുറച്ച് ചെറുകഥകളും എഴുതിയിട്ടുണ്ട്. ശ്രീ. എം കുട്ടികൃഷ്ണൻ അഭിപ്രായപ്പെട്ടതുപോലെ രാഷ്ട്രീയ ബഹുജന പ്രസ്ഥാനങ്ങളുടെ ഭാഗമായിത്തീരുന്ന മനുഷ്യരുടെ കഥയാണ് *ചെറുകാടിന്റെ ചെറുകഥ*കളിലുള്ളത്. പട്ടിയെ പട്ടിയെന്ന് വിളിക്കാനുള്ള ധൈര്യവും പനിനീർപ്പൂവിനെ നെഞ്ചേറ്റി ലാളിക്കാനുള്ള ഹൃദയാലുത്വവും ചെറുകാടിൽ കാണുന്നു. *ചെറുകാടിന്റെ ചെറുകഥകൾ ചൂട്ടൻമൂരി, മുദ്രമോതിരം, ചെകുത്താന്റെ കൂട്* എന്നീ പുസ്തകങ്ങളിലായി സമാഹരിച്ചിട്ടുണ്ട്. *ചുറ്റുവിളക്ക്, തന്തക്കുറുക്കൻ, കറുപ്പൻകുട്ടി* എന്നിവ ചെറുകാടിന്റെ ബാലസാഹിത്യ കൃതികളാണ്.

ചെറുകാട് ചെറുകാടായത് നാടകകൃത്ത് എന്ന നിലയിലാണ്. *നമ്മളൊന്ന്, അടിമ, സ്വതന്ത്ര, കുട്ടിത്തമ്പുരാട്ടി, കുട്ടിത്തമ്പുരാൻ, തറവാടിത്തം, സ്നേഹബന്ധങ്ങൾ, രക്തേശ്വരി* എന്നിവയാണ് ചെറുകാടിന്റെ പ്രധാനപ്പെട്ട നാടകങ്ങൾ. *മുളങ്കൂട്ടം, വിശുദ്ധ നുണ, കൊടുങ്കാറ്റ്* എന്നിവ ഏകാങ്കസമാഹാരങ്ങളാണ്. മലയാളത്തിലെ ലക്ഷണമൊത്ത ഏകാങ്കങ്ങളാണ് ചെറുകാടിന്റേതെന്ന് നാടകമർമജ്ഞന്മാർ പറയുന്നു. തായാട്ട് ശങ്കരൻ എഴുതി: "കൃത്രിമത്വത്തിന്റെ നിറം കലർത്താതെ ജീവിതത്തിൽ കൊടുമ്പിരികൊള്ളുന്ന സംഘർഷം അവതരിപ്പിക്കുന്നതിൽ ചെറുകാടിനോളം കൃതഹസ്തനായ ഒരു നാടകകൃത്തിനെ കേരളം ഇന്നോളം കണ്ടിട്ടില്ല."

നോവൽ ശാഖയിലാണ് ചെറുകാടിന് ഏറെ പ്രസിദ്ധി. *മരണപത്രം, മണ്ണിന്റെ മാറിൽ, മുത്തശ്ശി, ശനിദശ, പ്രമാണി, മരുമകൾ, ദേവലോകം, ഭൂപ്രഭു* എന്നിവയാണ് ചെറുകാടിന്റെ നോവലുകൾ. മലബാറിലെ പുരോഗമന – വിപ്ലവ പ്രസ്ഥാനം അതിജീവിച്ച പരീക്ഷകളുടെ ചരിത്രമറിയണമെങ്കിൽ ചെറുകാടിന്റെ നോവലുകൾ വായിക്കണം. കുടുംബ ജീവിതം, വിവാഹ ബന്ധങ്ങൾ എന്തിന് പ്രണയംപോലും സർവപ്രധാനമായ സാമൂഹ്യ യാഥാർഥ്യത്തിന്റെ ഭാഗം എന്ന നിലയിലാണ് ചെറുകാട് നോവലുകളിൽ പ്രത്യക്ഷപ്പെടുക. വ്യക്തിബന്ധങ്ങൾ സാമൂഹ്യ യാഥാർഥ്യ

ത്തിന്റെ മുഖമാണെന്നർഥം.

ചെറുകാടിന്റെ ആത്മകഥയാണ് *ജീവിതപ്പാത*. ആത്മകഥാ സാഹിത്യത്തിൽ ആത്മാർഥത നിറഞ്ഞ കൃതികൾ വിരളമാണ് എന്നതിനാൽ *ജീവിതപ്പാത* ആ പ്രസ്ഥാനത്തിൽ ഉയർന്നു നിൽക്കുന്നു. കേരള – കേന്ദ്ര സാഹിത്യ അക്കാദമി അവാർഡുകൾ *ജീവിതപ്പാത* നേടി (രണ്ടാമത്തെ അവാർഡ് മരണാനന്തര ബഹുമതിയായിട്ട്). *ജീവിതപ്പാത* എല്ലാ ഭാരതീയ ഭാഷകളിലും വിവർത്തനം ചെയ്ത് പ്രസിദ്ധീകരിക്കേണ്ടതാണെന്ന് ശ്രീമതി കമലാദാസ് (മാധവിക്കുട്ടി) നിർദേശിക്കുകയുണ്ടായി.

എന്നാലും അർഹിക്കുന്ന അംഗീകാരം ലഭിക്കാതെപോയ നിർഭാഗ്യവാനാണ് ചെറുകാടെന്ന് ഡോ: എം ലീലാവതി ഖേദിക്കുന്നു. പരുക്കൻ ജീവിത യാഥാർഥ്യങ്ങൾ പരുഷമായി ആവിഷ്കരിക്കുകയാണ് ചെറുകാട് ചെയ്തത്. വിപ്ലവകക്ഷിപ്രാതിനിധ്യമുണ്ടെന്നവകാശപ്പെടുന്ന മറ്റു സാഹിത്യകാരന്മാർ കാൽപ്പനിക പരിവേഷം നൽകിയാണ് അതും ചിത്രീകരിച്ചത്. കാൽപ്പനികത മുന്തിരിനീരാണ്; യഥാതഥത്വം നെല്ലിക്കനീരും. മധുരമാണല്ലോ, നമുക്ക് പ്രിയം. വിവേകമുള്ള പുത്തൻ ഭാവുകത്വം തെറ്റു തിരുത്തുമെന്ന് പ്രതീക്ഷിക്കുക.

ഏതു കൃതിയായാലും തന്റെ നാട് – തന്റെ ഗ്രാമം – അതിനപ്പുറം ചെറുകാട് പോയില്ല. അനുഭവമില്ലാത്ത കാര്യം പറയുകയുമില്ല. "എനിക്ക് എന്റെ മുരിങ്ങച്ചോട്ടിലിരുന്നേ നക്ഷത്രം നോക്കാൻ അറിയൂ" എന്ന ചെറുകാട് സൂക്തം പ്രസിദ്ധമാണ്. മഹാകവി വൈലോപ്പിള്ളിയുടെ ഒരു വാക്യം ഉദ്ധരിച്ച് അവസാനിപ്പിക്കട്ടെ. "എന്നെപ്പോലുള്ളവർ അലയും ചുഴിയുമില്ലാത്ത കുളത്തിൽ നീരാടുന്നു. ചെറുകാട് അലമാലകൾ തല്ലിത്തകർക്കുന്ന കടലിൽ കുളിക്കുന്നു. കുളവും ഉപേക്ഷിച്ച് കുളിമുറിയിൽ കുളിക്കുന്നവർ പെരുകുന്ന കാലത്ത് ചെറുകാട് ഒരത്ഭുതമാകുന്നു."

1

ഓർമ

സഖാവ്

മലയാളത്തിന്റെ മുതൽക്കൂട്ട്*

ഇ എം എസ് നമ്പൂതിരിപ്പാട്

പ്രൊഫസർ ചെറുകാടിന്റെ *ജീവിതപ്പാത* മലയാളത്തിലെ ആത്മകഥാസാഹിത്യത്തിന് ഒരു മുതൽക്കൂട്ടായിരിക്കുമെന്ന് നിസ്സംശയം പറയാം. അദ്ദേഹത്തിന്റെ ഷഷ്ടിപൂർത്തിയാഘോഷാവസരത്തിൽ പ്രസിദ്ധീകരിക്കപ്പെടുന്ന ഈ ഗ്രന്ഥം പൊതുജനസമക്ഷം അവതരിപ്പിക്കാൻ എനിക്ക് സന്തോഷമുണ്ട്.

ത്വരിതമായി മുന്നേറിക്കൊണ്ടിരിക്കുന്ന സമൂഹം അതിലെ ഒരു ബിന്ദു മാത്രമായ ഒരു സവിശേഷ വ്യക്തിയെ എങ്ങനെയെല്ലാം മാറ്റിത്തീർക്കുന്നു എന്നും മാറ്റപ്പെടുന്ന ആ വ്യക്തി സമൂഹത്തിന്റെ മാറ്റത്തിൽ എന്തെന്തു സംഭാവനകൾ നൽകുന്നു എന്നും ആ വ്യക്തിതന്നെ ആത്മനിഷ്ഠമാണെന്നു തുറന്നു സമ്മതിച്ചുകൊണ്ടുള്ള ഒരു സമീപനത്തോടെ വിവരിക്കുന്നതാണല്ലോ ആത്മകഥ. കഥാപുരുഷന്റെ ആത്മനിഷ്ഠപൂർവ കഥനത്തിലുണ്ടാകുന്ന ദോഷങ്ങളും ഗുണങ്ങളും അതിനുണ്ടാകും. അതെല്ലാം *ജീവിതപ്പാത**യിലും ഉണ്ടെന്നുള്ളതിന് സംശയമില്ല.

ഒരു ഇടത്തരം മരുമക്കത്തായത്തറവാട്ടിലെ അനന്തരവനെന്നും അതേപോലുള്ള മറ്റൊരു തറവാടിന്റെ ബന്ധുവെന്നുമുള്ള നിലകളിൽ തനിക്കു നേരിടേണ്ടിവന്ന കുടുംബപ്രശ്നങ്ങൾതൊട്ട് നിരവധി വിഷമജീവിതപ്രശ്നങ്ങളെ നേരിട്ടുകൊണ്ടാണ് പഴയ വള്ളുവനാട് താലൂക്കിലെ ഒരു കുഗ്രാമത്തിൽ പിറന്ന ചെറുകാട്ട് ഗോവിന്ദപ്പിഷാരടി എന്ന ബാലൻ, അഖിലകേരള പ്രശസ്തിനേടിയ സാഹിത്യകാരനായ പ്രൊഫ.ചെറുകാട് എന്ന നിലയിലേക്ക് ഉയർന്നത്. ഇതിന്റെ കഥ (തറവാടിന്റെ പഴയ ചരിത്രം സംബന്ധിക്കുന്ന ആദ്യാധ്യായങ്ങളുടെ വൃഥാസ്ഥൂലതയൊഴിച്ചാൽ),

---

* *ജീവിതപ്പാതയ്ക്ക്* ഇ എം എസ് എഴുതിയ അവതാരിക.

ഏതാണ്ടൊരു നോവൽപോലെതന്നെ, രസകരമായി വായിച്ചുപോകാവുന്ന രീതിയിൽ എഴുതപ്പെട്ടിരിക്കുകയാണ്.

നോവൽപോലെ വായിച്ചുതീർക്കാവുന്ന ഈ ജീവിതകഥയാകട്ടെ. പിന്നീട് കേരളത്തിലെ ഇടതുപക്ഷ ജനാധിപത്യ പ്രസ്ഥാനത്തിന്റെ-കമ്യൂണിസ്റ്റ് പ്രസ്ഥാനത്തിന്റെ വിശേഷിച്ചും - ചരിത്രമായി മാറുകയും ചെയ്തു.

ബഹുമുഖമായ പ്രവർത്തനങ്ങളിലൂടെയാണ് ചെറുകാടിന്റെ *ജീവിതപ്പാത* മുന്നേറിയിട്ടുള്ളത്. എന്നാൽ അവയിൽവെച്ച് ഏറ്റവും മുഖ്യമായ - അദ്ദേഹത്തിന് തന്റേതായ വ്യക്തിത്വം നൽകിയ - പ്രവർത്തനം സാഹിത്യരംഗത്താണ്. കൃഷി, രാഷ്ട്രീയം, അധ്യാപനം മുതലായി പല രംഗത്തും അദ്ദേഹം പ്രവർത്തിച്ചിട്ടുണ്ടെങ്കിലും 'മലങ്കാടനെ'ന്ന പേരിലും മറ്റും താനെഴുതിയ കവിതകൾ, *നമ്മളൊന്നു* മുതലായ നാടകങ്ങൾ, സർവോപരി *മുത്തശ്ശി*പോലുള്ള നോവലുകൾ എന്നിവയാണ് അദ്ദേഹത്തെ പ്രശസ്തനാക്കിയിട്ടുള്ളത്. അതുകൊണ്ടുതന്നെയാണ് അദ്ദേഹത്തിന്റെ ഷഷ്ടിപൂർത്തി ആഘോഷിക്കാൻ തീരുമാനിച്ച ആരാധകന്മാർ, ആഘോഷത്തിന്റെ ഭാഗമെന്ന നിലയ്ക്ക്, ചെറുകാടിന്റെ സാഹിത്യകൃതികൾ ആസ്വദിക്കലും നാടകങ്ങൾ അഭിനയിക്കലും എന്ന പരിപാടി നിശ്ചയിച്ചിട്ടുള്ളത്.

എന്നാൽ ചെറുകാട് വെറുമൊരു സാഹിത്യകാരനല്ല. പുരോഗമന സാഹിത്യകാരനാണ്, കമ്യൂണിസ്റ്റ് സാഹിത്യകാരനാണ്. സാമൂഹ്യ-രാഷ്ട്രീയ ജീവിതമണ്ഡലങ്ങളിലെന്നപോലെ, സാഹിത്യമണ്ഡലത്തിലും 'നിഷ്പക്ഷത'യില്ലെന്നു വിശ്വസിക്കുന്ന - തനിക്കു ചുറ്റുമുള്ള സമൂഹത്തെ ഒരന്യനെന്ന നിലയ്ക്ക് നോക്കിക്കാണുകമാത്രം ചെയ്യുന്നതല്ല. അതിന്റെ പുരോഗതിയെ ത്വരിതപ്പെടുത്തുന്നതായിരിക്കണം സാഹിത്യരചനയുമെന്ന് വിശ്വസിക്കുന്ന - ഒരു സാഹിത്യകാരനാണദ്ദേഹം.

അതുകൊണ്ടുതന്നെ 'പടപ്പാട്ടുകൾ' എന്ന് എതിരാളികളാൽ വിശേഷിപ്പിക്കപ്പെടുന്നതും അതേ അവസരത്തിൽ ലക്ഷോപലക്ഷം സാധാരണക്കാരെ ആവേശംകൊള്ളിക്കുന്നതുമായ കവിതകളും പാട്ടുകളും അദ്ദേഹം രചിച്ചിട്ടുണ്ട്. *മേനോന്റെ മേനി*യെന്നും മറ്റും പ്രസിദ്ധമായ പലതും അക്കൂട്ടത്തിൽപ്പെടുന്നു. അവയെ അലങ്കാരശാസ്ത്രനിയമങ്ങളുടെ അടിസ്ഥാനത്തിൽ അപഗ്രഥിച്ചു മോശമെന്നു വിധിയെഴുതുന്ന കമ്യൂണിസ്റ്റിതര നിരൂപകരുണ്ട്. അത്തരക്കാരുടെ വിമർശനങ്ങളെ നിസ്സാരമാക്കി തള്ളിക്കളയാനും അവയ്ക്കു ജനലക്ഷങ്ങളിൽനിന്നു കിട്ടുന്ന സ്വീകരണത്തിൽനിന്ന് ആവേശംകൊള്ളാനുമാണ്-ഒരു കമ്യൂണിസ്റ്റു സാഹിത്യകാരന്റേതായ ചെറുകാടിന്റെ മനസ്സാക്ഷി അദ്ദേഹത്തെ പ്രേരിപ്പിക്കുന്നത്.

അതേ അവസരത്തിൽ, ഇത്തരം കൃതികളെ പുച്ഛിച്ചുതള്ളുന്ന വിമർശകരിൽനിന്നുപോലും അഭിനന്ദനങ്ങൾനേടിയ നിരവധി കൃതികൾ അദ്ദേഹം രചിച്ചിട്ടുണ്ട്. അവയിൽ പ്രധാനമായവ നോവലുകൾ തന്നെ

യാണ്. *മുത്തശ്ശിയി*ലെ നാണിമിസ്ട്രസുപോലെ നിരവധി കഥാപാത്രങ്ങളെ സൃഷ്ടിക്കാൻ കഴിഞ്ഞ അതിവിദഗ്ധമായ സാഹിത്യശിൽപ്പത്തെ കടുത്ത കമ്യൂണിസ്റ്റുവിരോധികൾപോലും ശ്ലാഘിക്കുന്നു. എന്നാൽ അത്തരം പാത്രങ്ങളിലൂടെ ചിത്രീകരിക്കപ്പെടുന്നതു കേരളത്തിലെ ബഹുജനമുന്നേറ്റമാണെന്ന കാരണത്താൽ, മുൻപറഞ്ഞ 'പടപ്പാട്ടു'കളെ എന്നപോലെതന്നെ, ഇവയെയും പതിനായിരക്കണക്കിന് വർഗബോധമുള്ള തൊഴിലാളികളും കൃഷിക്കാരും ഇഷ്ടപ്പെടുന്നു.

എം ടി വാസുദേവൻനായരുടേതെന്നപോലെ, ചെറുകാടിന്റെയും നോവലുകൾ തെക്കേമലബാറിലെ കൂട്ടുകുടുംബങ്ങളുടെയും ജന്മിത്തത്തിന്റെയും തകർച്ചയെ മനോഹരമായി ചിത്രീകരിക്കുന്നു. പക്ഷേ, എം ടിയുടേതിൽനിന്ന് വ്യത്യസ്തമായി തകർച്ചയുടെ മറുപുറത്തെ - പുതിയൊരു സമൂഹത്തിന്റെ ഉയർച്ചയെക്കൂടി ചെറുകാടിന്റെ നോവലുകൾ ചിത്രീകരിക്കുന്നു. 1930 കളിൽ തുടങ്ങിയ മലബാറിലെ കർഷകപ്രസ്ഥാനവും അതുമായി ബന്ധപ്പെട്ടു രൂപംകൊണ്ട അധ്യാപകപ്രസ്ഥാനവുമാണ് *മുത്തശ്ശിയി*ൽ ചിത്രീകരിച്ചിട്ടുള്ളതെങ്കിൽ അതേകാലത്ത് സമൂഹത്തിൽ വന്നുകൊണ്ടിരിക്കുന്ന മറ്റൊരു പരിവർത്തനത്തെയാണ് *മണ്ണിന്റെ മാറിൽ* ചിത്രീകരിക്കുന്നത്. അങ്ങനെ കേരളത്തിലെ - തെക്കേ മലബാറിലെ വിശേഷിച്ചും-മനുഷ്യർ ഉണർന്നു മുന്നേറുന്നതിന്റെ ശുഭപ്രതീക്ഷാനിർഭരമായ ഒരു ചിത്രം വരയ്ക്കാൻ തന്റെ നോവലുകളിലൂടെ അദ്ദേഹം ശ്രമിച്ചിരിക്കുകയാണ്. ആ ശ്രമം നല്ലൊരു പരിധിവരെ വിജയകരമായിട്ടുണ്ടെന്ന് അദ്ദേഹത്തിന്റെ എതിരാളികൾപോലും സമ്മതിക്കും.

കമ്യൂണിസ്റ്റുപ്രസ്ഥാനത്തിന്റെ അഭേദ്യഭാഗമെന്ന നിലയ്ക്ക് സാഹിത്യരചന നടത്തിയ ചെറുകാടിനെ ആ പ്രസ്ഥാനത്തിനുണ്ടായ ഗതിവിഗതികൾ സാരമായി ബാധിച്ചിട്ടുണ്ടെന്ന് *ദേവലോകം* വ്യക്തമാക്കുന്നു. കമ്യൂണിസ്റ്റുപ്രസ്ഥാനം അതിന് സഹജമായ വിപ്ലവവീര്യത്തിന്റെ കാര്യത്തിൽ അത്യന്തം ക്ഷീണിച്ചു കഴിഞ്ഞ ഒരു ഘട്ടത്തിലാണ് ചെറുകാട് ആ നോവലെഴുതിയത്. വ്യക്തിപരവും കുടുംബപരവുമെന്നപോലെ രാഷ്ട്രീയവുമായ കാരണങ്ങളാൽ സജീവരാഷ്ട്രീയപ്രവർത്തനത്തിൽനിന്ന് താൽക്കാലികമായി ഒഴിഞ്ഞുനിന്ന് അധ്യാപകവൃത്തിയിൽ ഏർപ്പെടാൻ അദ്ദേഹം നിർബന്ധിക്കപ്പെട്ട ഒരു ഘട്ടവുമാണിത്. അതിന്റെ ദൗർബല്യം നോവലിൽ പ്രതിഫലിച്ചിട്ടുണ്ടെന്ന് അതിന്റെ ആമുഖത്തിൽ ചെറുകാടുതന്നെ തുറന്നു പറയുകയുണ്ടായി. അതിലദ്ദേഹം പറഞ്ഞു:

> ഞാൻ എഴുതിയത് ദേവലോകമാണ്. ഭൂമിയിൽവച്ച് ചെയ്ത പുണ്യങ്ങളുടെ ഫലങ്ങളനുഭവിക്കാൻ കൽപ്പവൃക്ഷങ്ങളും കാമധേനുക്കളും അമൃതും അപ്സരസ്സുകളും ഉള്ള - മണ്ണിനോട് ബന്ധമില്ലാത്ത സങ്കൽപ്പസൃഷ്ടമായ - ഒരു ഉയർന്ന മണ്ഡലമാണ് അത്. അവിടെ ഒരാൾക്ക് മരിക്കാതെ ചെന്നെത്താൻ പറ്റില്ല. പാർട്ടിനേതാവായ രാമചന്ദ്രൻ-എന്റെ മകൻ-പാവം. മരിച്ച് അവിടെ എത്തിയിരിക്കുന്നു.... ബൂർഷ്വാ മുതലാളി - ഭരണാധി

> കാരിവർഗം വാരിക്കുഴിയിൽവീഴ്ത്തി താപ്പാനകളെക്കൊണ്ട് പിടിപ്പിച്ച് മെരുക്കിയെടുത്ത ഈ ഐ എ എസുകാരനോട് 'മകനേ മടങ്ങിവായോ' എന്ന് കേണപേക്ഷിക്കാൻ തോന്നുന്നു. സ്വന്തം പാർട്ടിയെ, അച്ഛനെ, അമ്മയെ, അനുജത്തിയെ, രാജമ്മയെ, ലളിതയെ, മകളെ, കല്ലേക്കുളങ്ങര അമ്മിണിയെ, സ്വന്തം ജോലിയെപ്പോലും കയ്യൊഴിച്ച് മദിച്ചു ദേവലോകത്തിലേക്ക് കുതിക്കുന്ന ഈ ചെറുപ്പക്കാരനിൽ വഴിപിഴച്ച് നശിക്കാനൊരുങ്ങിനിൽക്കുന്ന എന്റെ മകന്റെ പ്രതിരൂപം കണ്ട് ഞാൻ ഞെട്ടുന്നു. ഈ സഹ്യപുത്രന്റെ നെറ്റിയിൽ വിപ്ലവത്തിന്റെ വെടിയുണ്ട ചീറ്റിത്തുളച്ച് കടക്കുന്നത് കാണാതെ കഴിക്കാൻ കണ്ണുപൊത്തിക്കരയാൻപോലും, എനിക്ക് തോന്നുന്നു.

ഈ ഘട്ടത്തിലും ചെറുകാടിലെ കമ്യൂണിസ്റ്റ് സാഹിത്യകാരൻ പ്രവർത്തിക്കുന്നുണ്ടായിരുന്നു എന്നു കാണണമെങ്കിൽ അദ്ദേഹം സൃഷ്ടിച്ച രാമചന്ദ്രനെ ഏതാണ്ട് അതേ രീതിയിൽ വഴിപിഴപ്പിച്ച് നശിക്കാനൊരുങ്ങിയ *ദ്വന്ദ്വയുദ്ധ*ത്തിലെ രാഘവനുമായി ഒന്ന് താരതമ്യപ്പെടുത്തണം. മലയാറ്റൂരിന്റെ രാഘവൻ ചെറുകാടിന്റെ രാമചന്ദ്രനെപ്പോലെ 'ഭൂമിയിൽ വച്ച് ചെയ്ത പുണ്യങ്ങളുടെ ഫലമനുഭവിക്കാൻ,' ദേവലോകത്തു പോയിരിക്കുകയാണ്. 1952 നെത്തുടർന്ന് കമ്യൂണിസ്റ്റുപ്രസ്ഥാനത്തിൽ പ്രകടമായിക്കണ്ട ദൗർബല്യങ്ങളുടെ രണ്ടു പ്രതീകങ്ങളാണ് *ദേവലോക*ത്തിലെ രാമചന്ദ്രനും *ദ്വന്ദ്വയുദ്ധ*ത്തിലെ രാഘവനും.

പക്ഷേ, ഈ രണ്ടു നോവലുകളും തമ്മിലുള്ള സാദൃശ്യം ഇതോടെ അവസാനിച്ചു. *ദേവലോക*ത്തിൽ രാമചന്ദ്രൻ മാത്രമല്ല ഉള്ളത്. ചെറുകാടുതന്നെ എതിരാളികളെ വെല്ലുവിളിച്ചുകൊണ്ട് അഭിമാനപൂർവം അവകാശപ്പെടുന്ന രാജമ്മയുണ്ട്. രാജമ്മയുടെ ജീവിതത്തിലും വളർച്ചയിലും അപ്രധാനമല്ലാത്ത പങ്കുവഹിച്ച താണ്ടമ്മയുണ്ട്. വഴിപിഴച്ചു നശിച്ചുകൊണ്ടിരിക്കുന്ന ഭർത്താവിനാൽ പിഴപ്പിക്കപ്പെട്ട ഗർഭിണിയായ വേലക്കാരിയോട് സ്നേഹപൂർവം പെരുമാറുന്ന ലളിതയുണ്ട്.

ചുരുക്കത്തിൽ, ഭരണവർഗങ്ങളാൽ മെരുക്കിയെടുക്കപ്പെട്ട രാമചന്ദ്രനിലൂടെ ചിത്രീകരിക്കപ്പെടുന്ന ദൗർബല്യങ്ങളോടൊപ്പം രാജമ്മയിലൂടെയും താണ്ടമ്മയിലൂടെയും മറ്റും ചിത്രീകരിക്കപ്പെടുന്ന മേന്മകളും നിറഞ്ഞ ഒരു കേരള ജനതയെയാണ് *ദേവലോകം* നമുക്ക് കാണിച്ചുതരുന്നത്. കേരളജനതയ്ക്ക്, അവരുടേതായ ബഹുജനപ്രസ്ഥാനത്തിന്, അതിന്റെ മുന്നണിവിഭാഗമായ കമ്യൂണിസ്റ്റുപ്രസ്ഥാനത്തിന്, വീണ്ടും ഉയിർത്തെഴുന്നേൽക്കാനുള്ള എല്ലാ സാഹചര്യങ്ങളുമുണ്ടെന്ന ശുഭപ്രതീക്ഷയോടെയാണ് ചെറുകാട് തന്റെ കഥയാകെ മെനഞ്ഞെടുത്തിട്ടുള്ളത്. അതുകൊണ്ടാണ് പ്രസ്ഥാനത്തിൽ കടന്നുകയറിയ ദൗർബല്യങ്ങളെ ചൂണ്ടിക്കാണിച്ചതിനുശേഷം "കരഞ്ഞിട്ടുകാര്യമില്ലല്ലോ, ഞാൻ ചന്തുക്കുട്ടിയുടെ ജാഥയിൽ കൂടുകയാണ്" എന്ന് *ദേവലോക*ത്തിന്റെ ആമുഖത്തിൽ ചെറുകാട് പറയുന്നത്.

മലയാറ്റൂരിന്റെ *ദ്വന്ദ്വയുദ്ധ*ത്തിന്റെ സ്ഥിതി ഇതല്ല. അതിൽ സർവത്ര തകർച്ചയാണ്. രാഘവൻ, സുമിത്ര മുതലായവരടങ്ങുന്ന ഉന്നതവൃത്തങ്ങൾ മാത്രമല്ല. രാഘവനെപ്പോലെ നശിക്കാതെ അവസാനനിമിഷംവരെ പ്രസ്ഥാനത്തിൽ ഉറച്ചുനിന്ന രമേശനും അയാളുടെ കാമുകിയായ സരസമ്മടീച്ചറും അവരുടെ അച്ഛൻ നാണുപിള്ളയും അടങ്ങുന്ന ദരിദ്രമണ്ഡലവും ബൂർഷ്വാധാർമികത്തകർച്ചയുടെ പ്രതീകങ്ങളാണ്. വൻകിട വക്കീലിന്റെയും പാവപ്പെട്ട സ്കൂൾ അധ്യാപികയുടെയും ആത്മാർഥതയുള്ള തൊഴിലാളി പ്രവർത്തകന്റെയുമെല്ലാം ജീവിതം ഒരേ അച്ചിൽ വാർത്തെടുത്ത ധാർമികാധഃപതനത്തിന്റേതാണ്. ഇതിൽനിന്ന് സ്വയം കരകയറുന്നതിന് സമൂഹം സൃഷ്ടിക്കുന്ന ഒരൊറ്റ രാജമ്മയും താണ്ടമ്മയും ചന്തുക്കുട്ടിയും ദ്വന്ദ്വയുദ്ധത്തിലില്ല. അത്തരത്തിലെന്തെങ്കിലുമുണ്ടാവുന്നതിന്റെ ചെറിയൊരു സൂചന മാലയുടെ കുടുംബത്തിൽ വന്നിട്ടുണ്ടെങ്കിലും, അത് വളർത്തുന്നതിന്റെ ഒരാവശ്യവും ഗ്രന്ഥകാരൻ കണ്ടില്ല. തകർന്നുകൊണ്ടിരിക്കുന്ന സമൂഹത്തിനകത്തുതന്നെ രൂപംകൊള്ളുന്ന ഉയർച്ചയുടെ ശക്തികളെ കാണാൻ കഴിയാതിരിക്കുകയോ കൂട്ടാക്കാതിരിക്കുകയോ ചെയ്യുന്ന ഒരു ഗ്രന്ഥകാരന്റെ വിധിയായിരിക്കുന്നു *ദ്വന്ദ്വയുദ്ധ*മെന്നർഥം.

പ്രസ്ഥാനം ദുർബലമായിത്തീർന്ന ഘട്ടത്തിൽപ്പോലും അതിന്റെ ഭാവിയെക്കുറിച്ച് ശുഭപ്രതീക്ഷ നിറഞ്ഞ ദേവലോകം സൃഷ്ടിച്ച ചെറുകാടിന് ബഹുജനപ്രസ്ഥാനത്തിന്റെ വളർച്ചയ്ക്കു കൂടുതൽ കൂടുതൽ വിലപ്പെട്ട സംഭാവനകൾ നൽകാൻ കഴിയുമാറാകട്ടെ എന്ന് 60–ാം ജന്മദിനാശംസയിൽ വായനക്കാരെല്ലാം എന്നോടൊപ്പമുണ്ടാകുമെന്ന് എനിക്കുറപ്പുണ്ട്.

(അവതാരിക: *ജീവിതപ്പാത*)

ചങ്കൂറ്റമുള്ള സാഹിത്യകാരൻ

ഇ കെ നായനാർ

സഖാവ് ചെറുകാടിന്റെ വേർപാട് കേരളത്തിലെ പുരോഗമന വിപ്ലവ പ്രസ്ഥാനത്തിനു നികത്താനാവാത്ത ഒരു നഷ്ടമാണ്.

സാഹിത്യരംഗത്ത് അവസരവാദികൾ കൂട്ടംകൂടി കാടും പടലും തല്ലിക്കൂട്ടുകയും, മോഹഭംഗങ്ങൾ സൃഷ്ടിക്കുകയും ചെയ്തകാലത്ത് പുരോഗമന വിപ്ലവചിന്തയുടെ പടഹധ്വനിയുമായി മുന്നോട്ടുവരാൻ ചങ്കൂറ്റമുണ്ടായ സാഹിത്യകാരനാണ് ചെറുകാട്.

സാഹിത്യത്തിൽ നിഷ്പക്ഷവാദികളുണ്ടെന്ന് നടിച്ച് അതിപ്രസരം അടിച്ചേൽപ്പിച്ച് സാഹിത്യപ്രസ്ഥാനത്തെ ഇടതുപക്ഷവ്യതിയാനത്തിന്റെ ചെളിക്കുണ്ടിലേക്ക് തള്ളിവീഴ്ത്താൻ ശ്രമിക്കുന്ന ഘട്ടത്തിൽ അതിനെതിരെ തൂലികകൊണ്ടും സ്റ്റഡിസർക്കിൾ വഴിയും നടത്തിയ സമരത്തിൽ മുൻനിന്ന ഒരു ഉന്നതനായ സാഹിത്യനായകനായിരുന്നു ചെറുകാട്. നിഷ്പക്ഷതാപ്രസ്ഥാനത്തിന്റെ പേരിൽ സാഹിത്യത്തെ അവസരവാദികൾക്കും നിഷ്പക്ഷവാദികൾക്കും അടിയറവെക്കുന്നവർക്കെതിരായി "ഞാനൊരു കക്ഷിയുടെ സാഹിത്യകാരനാണെന്ന്" ഉറക്കെ പ്രഖ്യാപിക്കാൻ ചെറുകാട് മടിച്ചില്ല. ആ 'കക്ഷി' ജനകീയ പ്രസ്ഥാനത്തിന്റേതായിരുന്നു.

കമ്യൂണിസ്റ്റുപ്രസ്ഥാനവുമായുള്ള ബന്ധം കുറച്ചുകാലം ഇല്ലായിരുന്ന ഘട്ടത്തിലാണ് *ദേവലോകം* എഴുതിയത്. അതിന്റെ കോട്ടവും അതിൽ കാണാം. രാജമ്മയുടെ പാളിച്ചയും താണ്ടമ്മയുടെ ഉയർച്ചയും ആ നോവലിൽ തെളിഞ്ഞിട്ടുണ്ട്.

1972 ൽ ഒരു ദിവസം പാർട്ടി ഘടകത്തിൽ സാഹിത്യപ്രസ്ഥാനത്തെക്കുറിച്ച് വിലയിരുത്തുമ്പോൾ ആ വിശദീകരണം കേട്ടശേഷം ചെറുകാട് പറഞ്ഞു:

"ഇതാണ് പാർട്ടി എന്ന് ഇപ്പോഴാണ് മനസിലാക്കുന്നത്" എന്ന്. ചെറുകാട് അന്ന് ഭാര്യക്ക് സുഖമില്ലാതിരിക്കുമ്പോൾ കോഴിക്കോട് ബുദ്ധ വിഹാറിൽ താമസിച്ച് ഒറ്റയ്ക്ക് ഭക്ഷണം പാകം ചെയ്തു കഴിയുകയായിരുന്നു. തുടർന്ന് പാർട്ടിയുമായി ബന്ധപ്പെടുകയും നിരന്തരം ചർച്ചകൾ നടത്തുകയും ചെയ്തു. സാഹിത്യത്തിൽ ഒരു നൂതന പന്ഥാവ് വെട്ടിത്തുറക്കുന്ന കാര്യത്തിൽ പിന്നീട് അദ്ദേഹത്തിന് സംശയമുണ്ടായിരുന്നില്ല. പടവാളിനെക്കാളും മൂർച്ചയേറിയ ഒന്നായിട്ടാണ് ചെറുകാട് തൂലികയെ കണ്ടത്.

അതിനുശേഷമാണ് *ജീവിതപ്പാത* എഴുതുന്നതിന് അദ്ദേഹം തയാറായതും ആ കൃതി സാഹിത്യലോകത്തിന് ലഭിച്ചതും.

പരുക്കൻ തലമുടിയും മുറ്റിനിൽക്കുന്ന നരച്ച മീശയും തോളിൽ ചുവന്ന ഭാണ്ഡവുമേന്തി സാഹിത്യത്തറവാട്ടിലെ ആ വിപ്ലവകാരിയുടെ പിന്നീടുള്ള പര്യടനം ഒരു തീർഥയാത്രയായിരുന്നു. ജനങ്ങളുടെ നാഡിമിടിപ്പ് പഠിക്കാനും പ്രശ്നങ്ങൾ മനസിലാക്കാനും നൂറുകണക്കിന് സാഹിത്യ സമ്മേളനങ്ങളിൽ അദ്ദേഹം പങ്കെടുത്തു.

പിന്തിരിപ്പൻ സാഹിത്യകാരന്മാർക്ക് ചെറുകാടിനെ തള്ളിപ്പറയാൻ പിന്നീട് കഴിഞ്ഞില്ല. മോഹഭംഗക്കാരും മറ്റും അദ്ദേഹത്തെ തള്ളിപ്പറയാൻ ശ്രമിച്ചു. പക്ഷേ, കേരളത്തിലെ പൊരുതുന്ന സാഹിത്യപ്രസ്ഥാനത്തിന്റെ കാരണവരെ തള്ളിപ്പറയാൻ അവർക്കും കഴിഞ്ഞിരുന്നില്ല.

അക്കാദമി, എസ്റ്റാബ്ലിഷ്മെന്റ് ഇവയുടെയെല്ലാം വാതുക്കൽച്ചെന്ന് അവാർഡിനുവേണ്ടി മുട്ടാൻ അദ്ദേഹം ശ്രമിച്ചില്ല. കേരളത്തിലെ പൊരുതുന്ന ജനതയുടെ അവാർഡ് ചെറുകാടിന് എത്രയോ നേരത്തെ കിട്ടിയിരുന്നു. ജനങ്ങളുടെ പ്രശ്നങ്ങൾ പഠിക്കാൻ വയനാടൻ കുന്നുകളിലും പുന്നപ്ര-വയലാർ സമരഭൂമികളിലും ചെറുകാട് സഞ്ചരിച്ചു. ആലപ്പുഴയിലും കണ്ണൂരിലും എല്ലാം പോയി ധീരരായ തൊഴിലാളികളുടെ സമര ചരിത്രം പഠിച്ചു.

ആ ചരിത്ര പഠനത്തിനുശേഷമുള്ള കൃതികളുടെ തുടക്കമായിരുന്നു *ഭൂപ്രഭു*. അതിന്റെ ഒന്നാം ഭാഗമായി നേരത്തെതന്നെ *മണ്ണിന്റെ മാറിൽ* ഉണ്ടായി. രണ്ടാമതായി *ഭൂപ്രഭു*. മൂന്നാം ഭാഗം കേരളത്തിലെ ഭാവിതലമുറയുടെ കയ്യിലാണ്.

കേരളത്തിലെ വിപ്ലവ വീര്യമുള്ള ജനത, സമരം ചെയ്യുന്ന ജനത, ഈ പൊരുതുന്ന സാഹിത്യകാരന്റെ ഓർമകൾ ഉയർത്തിപ്പിടിക്കുകതന്നെ ചെയ്യും.

മുരിങ്ങയും കടലും നക്ഷത്രവും

പി ഗോവിന്ദപ്പിള്ള

ചെറുകാടിനെ വള്ളുവനാടൻ സാഹിത്യകാരൻ എന്ന് പലരും വിശേഷിപ്പിക്കാറുണ്ട്. ചെറുകാടുതന്നെ ആ വിശേഷണം ഇഷ്ടപ്പെട്ടിരുന്നു, അതു തുറന്നുപറയാറുമുണ്ട്. ചിലപ്പോൾ കുറെക്കൂടി ചുരുങ്ങി തന്റെ പ്രിയപ്പെട്ട മരച്ചുവട്ടിലേക്കദ്ദേഹം ഒതുങ്ങിക്കൂടും. അദ്ദേഹം ഒരിക്കൽ പറഞ്ഞു: "എന്റെ മുരിങ്ങയുടെ ചുവട്ടിൽ ഇരുന്നേ എനിക്ക് നക്ഷത്രങ്ങൾ നോക്കാൻ അറിയൂ."

ഈ ഒതുങ്ങിക്കൂടലിന്റെ ഭാഗമായി അദ്ദേഹം ചിലപ്പോൾ "എം എ"ക്കാരെയും അവരുടെ വിശ്വസാഹിത്യപരിശോധനാസമ്പ്രദായങ്ങളെയും ഉദ്ധരണികളെയും ആക്ഷേപിക്കാറുമുണ്ട്. ഒരു സാർവദേശീയ പ്രസ്ഥാനമായ കമ്യൂണിസ്റ്റുപാർട്ടിയിൽ അച്ചടക്കത്തോടെ നിന്ന് പൊരുതിപ്പോന്ന ചെറുകാട് ചിലപ്പോൾ 'സാർവദേശീയം' എന്നൊക്കെ പറയുന്നതിനോട് തനിക്കു 'പുച്ഛ'മാണെന്ന് തട്ടിവിടാറുമുണ്ട്. കമ്യൂണിസ്റ്റുകാരല്ലാത്ത വിമർശകരുടെ ദൃഷ്ടിയിൽ ആ പാർട്ടിയിലെ അംഗത്വവും ചെറുകാടിന്റെ അനാവശ്യവും അപ്രസക്തവുമായ ഒരു ചുരുങ്ങിക്കൂടലാണ്. എന്താണ് ഈ ചുരുങ്ങിക്കൂടലിനർഥം? ഈ പ്രവണത അദ്ദേഹത്തിന്റെ പ്രതിഭയെയും കൃതികളെയും ചുരുക്കിക്കളഞ്ഞിട്ടുണ്ടോ? ഇല്ല തന്നെ. കാരണം മുരിങ്ങയുടെ ചുവട്ടിലിരുന്ന് അദ്ദേഹം നോക്കുന്നത് കുഞ്ഞുമുരിങ്ങ ഇലകളെയല്ല, ആത്മാവിഷ്കാര രോഗാതുരനായി ധ്യാനിക്കുന്നത് തന്റെ നാഭിദ്വാരത്തേയുമല്ല, നക്ഷത്രങ്ങളെയാണ്; അനന്തകോടി ദീപ്തിവർഷങ്ങൾക്കപ്പുറത്തുനിന്നും മിന്നിത്തെളിയുന്ന നക്ഷത്രരാശികളെ; പ്രപഞ്ചവിശാലതയെയും വൈവിധ്യത്തെയും അവയുടെ അർഥഗാംഭീര്യത്തെയും. അതാണ് മനുഷ്യൻ, സാമാന്യമൃഗലോകത്തിനതീതൻ.

പക്ഷേ, ദുരൂഹമായ ആ മാനവ പ്രതിഭയുടെ പ്രഭവം മണ്ണിൽ

നിന്നാണ്. ചെറുകാടിന്റെ മണ്ണ് കേരളമാണ്. വള്ളുവനാടാണ്. ആ പുലാമന്തോളിലെ മുരിങ്ങച്ചുവടാണ് ഈ നക്ഷത്ര നിരീക്ഷണത്തിനുള്ള കഴിവ് അദ്ദേഹത്തിന് നൽകിയത്. ആ മുരിങ്ങച്ചുവട്ടിലും മുരിങ്ങ വളർന്ന നാട്ടിലും ഉള്ള സഹോദരീസഹോദരന്മാരാണ്. പ്രപിതാമഹന്മാരാണ്. അനന്തര പരമ്പരകളാണ്. ചുറ്റുപാടുകളെ വിസ്മരിച്ചുകൊണ്ട്, ഈ സമസൃഷ്ടങ്ങളെയും അവരുടെ ജീവിത സമരങ്ങളെയും വിസ്മരിച്ചുകൊണ്ട് ഒറ്റ നക്ഷത്രനിരീക്ഷണവും സാധ്യമല്ല. അത്തരം നക്ഷത്രനിരീക്ഷണത്തിനർഥമില്ല. നമ്മുടെ ആചാര്യന്മാർ പഠിപ്പിച്ചിട്ടുണ്ട്; ഒരു നിമിഷത്തിലെ അനുഭവത്തെ നിത്യതയിലേക്കു വ്യാപിക്കുന്നവനാണ് സാഹിത്യകാരൻ, ഒരു മഞ്ഞുതുള്ളിയിൽ പ്രപഞ്ചത്തെ പ്രതിഫലിപ്പിക്കുന്നവനാണ് കലാകാരൻ. അതേ കാലത്തിനും ദേശത്തിനും അതീതമായി കലയില്ല. ഈ സത്യം മനസിലാക്കാത്ത "ഇന്റർനാഷണലിസ്റ്റു"കളെയാണ്, ഇന്റർനാഷണലിസ്റ്റുകളിൽ ഇന്റർനാഷണലിസ്റ്റായ ചെറുകാട് പരിഹസിച്ചത് എന്ന് ഞാൻ കരുതുന്നു.

മഹാകവി വൈലോപ്പിള്ളി ശ്രീധരമേനോൻ ചെറുകാടിനെപ്പറ്റി പറഞ്ഞതും അതുതന്നെ. പട്ടാമ്പിയിൽ ചേർന്ന ചെറുകാട് ഷഷ്ടിപൂർത്തിയാഘോഷത്തിൽ അദ്ദേഹം പറഞ്ഞു: "ഞാനുൾപ്പെട്ട പല സാഹിത്യകാരന്മാരും അനുഭവങ്ങളുടെ കുളത്തിൽ കുളിച്ചു തൃപ്തിപ്പെടുന്നവരാണെങ്കിൽ ചെറുകാട് അലമാലകൾ തല്ലിത്തകർക്കുന്ന മഹാസമുദ്രത്തിൽ കുളിക്കുന്നവനാണ്."

ചെറുകാട് പൂർണനായ ഒരു മനുഷ്യനായിരുന്നു. ജീവിതത്തിന്റെ തുറകളൊന്നും വാതിലടച്ചുബന്ധിക്കാൻ അദ്ദേഹം മുതിർന്നില്ല. പ്രേമവും പ്രേമഭംഗവും, മോഹവും മോഹഭംഗവും, രാഷ്ട്രീയവും വർഗസമരവും അധ്യാപകവൃത്തിയും സാഹിത്യരചനയും, കുടുംബജീവിതവും പിതൃപുത്രബന്ധങ്ങളും-അങ്ങനെ ജീവിതത്തിന്റെ ഭിന്നരംഗങ്ങളൊന്നും അദ്ദേഹം അവഗണിച്ചില്ല. അതുകൊണ്ടദ്ദേഹത്തിന് ജീവിതാനുഭവങ്ങളുടെ പാരാവാരത്തിൽനിന്നും സാഹിത്യത്തിന്റെ നന്മുത്തുകൾ ശേഖരിക്കാൻ കഴിഞ്ഞു. തന്റെ മുരിങ്ങയുടെ ചുവട്ടിൽ ഉറച്ചുനിന്നതുകൊണ്ട് നക്ഷത്രരാശികളിലേക്ക് കണ്ണയയ്ക്കാൻ അദ്ദേഹത്തിനു കഴിഞ്ഞു. ഇതിഹാസപ്രക്രിയയുടെ തേരുരുളിന് ആക്കംനൽകുന്ന അശ്വശക്തിയായ കമ്യൂണിസ്റ്റുപാർട്ടിയിൽ ഉറച്ചുനിന്നതിനാൽ ആ അപൂർവപ്രതിഭയുടെ തിളക്കം ദിക്കെങ്ങും വ്യാപിച്ചു. ചെറുകാടിനുശേഷവും ആ അനശ്വരകൃതികൾ കേരളത്തിന്റെ വഴിവിളക്കുകളായി പ്രശോഭിക്കുന്നു.

കരുത്തനായ ചെറുകാട്

തായാട്ട് ശങ്കരൻ

എന്റെ അടുത്ത ബന്ധുവിന്റെ രോഗകാര്യങ്ങൾ ആശുപത്രിയിൽ പോയി അന്വേഷിച്ചശേഷം ഞാൻ ഏതാണ്ട് ഒമ്പതുമണിക്കു ദേശാഭിമാനി ആപ്പീസിലെത്തി, മാസ്റ്ററുമായി ചിലതു ചർച്ചചെയ്തുകൊണ്ടിരിക്കുകയാണ്. പെട്ടെന്ന്, ഒട്ടൊന്നു പരിഭ്രാന്തനായപോലെ കെ ഇ കെ നമ്പൂതിരി മുറിയിലേക്ക് കടന്നുവന്നു. അദ്ദേഹത്തിന് എന്തോ പറയാനുണ്ട്, പറയാൻ ശങ്ക; പറയാതിരിക്കാനും വയ്യ. ആ പരുങ്ങിക്കൊണ്ടുള്ള വട്ടംചുറ്റൽ കണ്ടപ്പോൾ മാസ്റ്റർ അങ്ങോട്ട് ചോദിച്ചു: “എന്തേ കെ ഇ കെ?”

“അല്ല, ചെറുകാടിന്റെ വിവരം വല്ലതും അറിയാനെന്താ വഴി.”

“ഇന്നു വൈകുന്നേരം അഞ്ചുമണിക്ക് രമണൻ ഇവിടെ വന്നിരുന്നല്ലോ. അച്ഛൻ പട്ടാമ്പിയിലുണ്ടെന്നും അസുഖമൊന്നുമില്ലെന്നും പറഞ്ഞു. എന്താ ഇപ്പൊ ഇത്ര അറിയാൻ.”

“അതല്ല ഒരു മെസേജുണ്ട്, ചെറുകാടിന്....

ചെറുകാടിന് എന്തോ പറ്റി” കെ ഇ കെ.

“എന്തുപറ്റി” ഞങ്ങൾ ഒപ്പം എഴുന്നേറ്റുപോയി.

“മരണപ്പെട്ടുവെന്ന് മെസേജുണ്ട്....”

ഞങ്ങൾ ന്യൂസ്റൂമിലേക്ക് ഓടി. അടുത്ത പത്രമാപ്പീസുകളുമായി ബന്ധപ്പെട്ടു. എങ്ങും ഒരു വർത്തമാനവുമില്ല. പട്ടാമ്പിയിലും പെരിന്തൽമണ്ണയിലും എറണാകുളത്തും തിരുവനന്തപുരത്തും കോൾ ബുക്കു ചെയ്തു.

ആദ്യം പട്ടാമ്പിയിൽനിന്നുതന്നെ മറുപടി കിട്ടി. “വാർത്ത ശരിയാണ്, ഹൃദയസ്തംഭനമാണ്, പട്ടാമ്പിയിൽ വെച്ചാണ് മരണം.”

അങ്ങനെ ചെറുകാടും മരിച്ചു. ഞാനൊന്നു മനസ്സിൽ കണക്കുകൂട്ടി.

ഒപ്പവും മുന്നിലും പിന്നിലും നടന്നവർ, ആരുടെയും സമ്മതത്തിനു കാത്തുനിൽക്കാതെ കൊഴിഞ്ഞു വീഴുന്നു. അവർ പല പാർട്ടിക്കാരാണ്. പല മത–ജാതി–വിശ്വാസക്കാരാണ്. പല തലത്തിൽ ബന്ധപ്പെട്ടവരാണ്. ഇത്തരം നിമിഷങ്ങളിലാണ് നമ്മുടെ ചേതന ബോധതലം വിട്ട് ഒരു തരം നിർവേദത്തിൽ തലപൂഴ്ത്തി നിൽക്കുന്നത്.

ചെറുകാടുമായി നേരിട്ടു സമ്പർക്കം പുലർത്തുന്നതിന് കുറേ വൈകിയാണ് സന്ദർഭം കിട്ടിയതെങ്കിലും ചെറുകാട് എന്റെ മനസിൽ കടന്നുകൂടിയത് ഏതാണ്ട് മൂന്നുദശകങ്ങൾക്ക് മുമ്പാണ്. കീരിയും പാമ്പും തമ്മിലുള്ള ബന്ധത്തോടെയാണ് അതാരംഭിച്ചത്. ഞങ്ങളൊക്കെ ആഗസ്റ്റ് വിപ്ലവത്തിന്റെ സമരാഹ്വാനവുമായി നടക്കുമ്പോൾ അതിന്റെ എതിർ കാഹളം മുഴക്കിയ കണ്ഠങ്ങളിലൊന്ന് അദ്ദേഹത്തിന്റേതായിരുന്നു. 1948 ൽ കമ്യൂണിസ്റ്റുപാർട്ടി വിപ്ലവം പ്രഖ്യാപിച്ചപ്പോൾ അതിന്റെ പ്രമുഖവക്താവായ ചെറുകാടും അതിന്റെ പ്രതിയോഗിയായ ഞാനും പരസ്പരം ഏറ്റുമുട്ടിയിട്ടുണ്ട്. ഒളിവിലുള്ള അദ്ദേഹത്തെ അറസ്റ്റ് ചെയ്യാൻ കഴിയാതെ പോയ പൊലീസിന്റെ പരാജയത്തെക്കുറിച്ച് ഞാൻ പ്രസംഗിച്ചു നടന്നിട്ടുണ്ട്. അത്തരമൊരു സംഭവം ചെറുകാടുതന്നെ *ജീവിതപ്പാത* എന്ന ആത്മകഥയിൽ അനുസ്മരിച്ചിട്ടുണ്ട്.

കരുത്തൻ എന്ന ഒറ്റപ്പദത്തിൽ ചെറുകാടിന്റെ സിദ്ധികളെ ഒതുക്കിപ്പറയാം. ഒന്ന് ചിരിക്കണോ എന്നു സംശയിച്ചു നിൽക്കുന്ന ഗൗരവമാണ് ആ മുഖത്തിലെ സ്ഥായീഭാവം. അക്ഷോഭ്യത അതിന്റെ സഹജപ്രകൃതിയാണ്. എന്തെല്ലാം എന്തെല്ലാം കൊടുങ്കാറ്റുകൾ ആ ജീവിതത്തിലൂടെ കടന്നുപോയി. പക്ഷേ, അതെല്ലാം ഒന്നു തഴുകിക്കടന്നു പോയതല്ലാതെ തറപറ്റിച്ചില്ല. ഈ കരുത്ത് തന്നെയാണ് ചെറുകാടിന്റെ സാഹിത്യസൃഷ്ടിക്കും ഹൃദ്യത നൽകുന്നത്. *മുത്തശ്ശി*യും *ശനിദശ*യും ശിൽപ്പസൗകുമാര്യത്തിന്റെ പരീക്ഷയിൽ ഒന്നാം നിലയിൽ എത്തിയില്ലെന്നു വരും. എന്നാൽ, ഉൾക്കരുത്തുള്ള മലയാളനോവലുകളുടെ പങ്ക്തിയിൽ ഒന്നാം സ്ഥാനം അവയ്ക്കുതന്നെ ലഭിക്കും. *മുത്തശ്ശി*യിലെ നാണിമിസ്ട്രസ് മലയാളസാഹിത്യത്തിൽ അപൂർവമായി മാത്രം കാണുന്നൊരു കഥാപാത്രമാണ്. *മാർത്താണ്ഡവർമ്മ*യിലെ സുഭദ്രയെ അനുസ്മരിപ്പിക്കുന്ന കരുത്താണ് ആ കഥാപാത്രത്തിനുള്ളത്. ഒപ്പംതന്നെ, സുഭദ്രയെക്കാൾ യാഥാർഥ്യബോധം ജനിപ്പിക്കുകയും ചെയ്യും. ചെറുകാടിനെ ഒരിക്കലെങ്കിലും വീട്ടിൽ ചെന്ന് പരിചയപ്പെടാൻ ഇടവന്ന ഒരാൾക്ക് ഈ നാണിമിസ്ട്രസിനെ എവിടെനിന്നു കിട്ടിയെന്ന് മനസിലാക്കാൻ വിഷമം ഉണ്ടാവില്ല. ജീവിതത്തിന്റെ പടക്കളത്തിൽ ഒപ്പം നിന്ന് പോരാടിയ അദ്ദേഹത്തിന്റെ പത്നി തന്നെയാണ് *മുത്തശ്ശി*യിൽ കഥാപാത്രമായി പ്രത്യക്ഷപ്പെടുന്നത്. ചെറുകാടിന്റെ ധീരസാഹസികമായ ജീവിതത്തിന് ഊർജം ലഭിച്ചുകൊണ്ടിരുന്നത് പത്നിയിൽ നിന്നാണ്. അപ്രതീക്ഷിതമായ ഈ മരണവും ഉൾക്കരുത്തോടെ തന്നെ അവർ നേരിട്ടുവെന്ന് ചെന്നുകണ്ടപ്പോൾ എനിക്കു ബോധ്യമായി.

വള്ളുവനാടൻ കർഷകനാണ് ചെറുകാടിന്റെ സാഹിത്യജീവിത

ത്തിലെ യഥാർഥ കഥാപാത്രം. *മണ്ണിന്റെ മാറിൽ* എന്ന വിശിഷ്ട നോവ ലിലും *നമ്മളൊന്ന്* എന്ന ഒന്നാന്തരം നാടകത്തിലും ഈ കർഷകനാണ് കരുത്തിന്റെ പ്രതീകമായി പ്രത്യക്ഷപ്പെടുന്നത്. 'വിമോചന സമര'ത്തിന്റെ പശ്ചാത്തലത്തിൽ എഴുതിയ *പ്രമാണി*യിലും കർഷകജീവിതംതന്നെ മുൻപന്തിയിൽ നിൽക്കുന്നു. എന്തിനെ സ്പർശിച്ചാലും അതിന് നാടകീ യത നൽകാനുള്ള മികച്ച കഴിവ് ചെറുകാടിന്റെ തൂലികയ്ക്കുണ്ട്. നോവ ലിലായാലും ആത്മകഥയിലായാലും നാടകങ്ങളിലായാലും സന്ദർഭങ്ങളെ നാടകീയമായി അവതരിപ്പിക്കാൻ അദ്ദേഹത്തിനു കഴിയും. സ്വന്തം ജീവിതംപോലെതന്നെ ചടുലതയാർന്ന ആ വാക്യശൈലിയും രംഗബോ ധവും ഇവിടെ ചേർന്നു നിൽക്കുന്നു.

ചെറുകാടിന്റെ മരണം, പുരോഗമന സാഹിത്യപ്രസ്ഥാനത്തിന്റെ കരു ത്തുറ്റ ഒരു തൂലികയാണ് പറിച്ചെടുത്തുകളഞ്ഞത്. എഴുത്തുകാരനാവാ നുള്ള മോഹംകൊണ്ട് എഴുതിത്തുടങ്ങിയ ആളല്ല ചെറുകാട്. താനേർപ്പെട്ട സാംസ്കാരിക രാഷ്ട്രീയ പ്രസ്ഥാനത്തിന് കൂട്ടുനിൽക്കുവാൻ വേണ്ടി യാണ് അദ്ദേഹം സാഹിത്യത്തെ സമീപിച്ചത്. ചെറുകാടിൽ അടങ്ങിയ രാഷ്ട്രീയബോധമുള്ള പൗരനും സാഹിത്യബോധമുള്ള എഴുത്തുകാ രനും പരസ്പരപൂരകമായി വർത്തിച്ചു. ഒന്ന് മറ്റൊന്നുമായി പിണങ്ങി യില്ല. അതുകൊണ്ടാണ്, ഇരട്ടവ്യക്തിത്വമില്ലാത്ത അപൂർവം എഴുത്തു കാരിൽ ഒരാളാണ് ചെറുകാടെന്ന് അഭിമാനപൂർവം എടുത്തുപറയാൻ കഴിയുന്നത്. അദ്ദേഹത്തിന് ഒരിക്കലും പൊയ്മുഖം അണിയേണ്ടി വന്നി ട്ടില്ല. ജീവിതത്തിൽ പ്രതിഫലിക്കുന്ന താൻ എന്തോ, അതുതന്നെയാണ് സാഹിത്യത്തിൽ പ്രതിഫലിക്കുന്ന താനും. ഈ നിഷ്കപടത, മറ്റെല്ലാ അപൂർണതകൾക്കും പൂർണത ചേർക്കുന്ന ഒരു ഉൽക്കൃഷ്ടഗുണമത്രേ. ഇനിയൊരു ചെറുകാട് മലയാള സാഹിത്യത്തിന് എപ്പോഴാണാവോ കിട്ടുക.

ചുകന്നസഞ്ചിയുടെ തത്വശാസ്ത്രം

ഉറൂബ്

ചെറുകാട് മരിച്ചുവെന്ന് അപ്രതീക്ഷിതമായി കേട്ടപ്പോൾ എനിക്ക് ഞെട്ടലുണ്ടായില്ല. കാരണം വിശ്വസിക്കാനായില്ല. ചെറുകാട് അടുത്ത ദിവസവും ചിരിച്ചുകൊണ്ട് എന്റെ വീട്ടിലേക്ക് കയറിവരികയോ വഴിയിൽ വെച്ച് ചുമലിൽ പിടിച്ച് നിർത്തുകയോ പ്ലാറ്റ്ഫോമിൽ വെച്ച് എന്നെ ശക്തിയായി എതിർക്കുകയോ ചെയ്യില്ല എന്ന് എനിക്ക് തീർച്ചയില്ല. മുറുക്കാൻ ചെല്ലവും പാർട്ടി സർക്കുലറുകളും സാഹിത്യകൃതികളും ക്ലാസ് നോട്ടുകളും വീട്ടിലേക്കുള്ള പഞ്ചസാരപ്പൊതിയും എല്ലാം കുത്തിനിറച്ച ആ വലിയ ചുകന്ന തുണിസഞ്ചി അദ്ദേഹം താഴത്തിറക്കി എന്ന് വിശ്വസിക്കാൻ സാധിക്കുന്നില്ല. ആ സഞ്ചി അദ്ദേഹത്തിന്റെ പ്രതീകമായിരുന്നു.....

ചെറുകാടിനെപ്പറ്റി ഓർക്കാൻ വളരെയേറെ ഉണ്ട്. ഒരാൾ മരിക്കുന്ന സന്ദർഭത്തിൽ തന്റെ ജീവിതത്തിലെ പ്രധാന സംഭവങ്ങളെല്ലാം വെള്ളിത്തിരയിലെന്നതുപോലെ മനസിൽ വന്നു നിറയുമെന്ന് ഒരു കൂട്ടം താന്ത്രികന്മാർ പറയുന്നു. അതു ശരിയോ തെറ്റോ എന്നു പറയാൻ മരിച്ചവരാരും തിരിച്ചുവന്നിട്ടില്ലല്ലോ. എന്നാൽ നമുക്കു പ്രിയപ്പെട്ട ഒരാൾ മരിച്ചു കഴിയുമ്പോൾ ചിരകാലാനുഭവങ്ങൾ ചങ്ങലക്കണ്ണികൾപോലെ മനസിലൂടെ ഓടിപ്പോകുന്നു. ആ കണ്ണികളാണ് പൊയ്പ്പോയ മനുഷ്യനെ നമ്മുടെ മനസിൽ പിന്നെ ബന്ധിച്ചു നിർത്തുന്നത്....

സാഹിത്യകാരനായിട്ടല്ല ചെറുകാടിനെ ഞാനാദ്യം പരിചയപ്പെടുന്നത്. രാഷ്ട്രീയക്കാരനായിട്ടാണ്. വള്ളുവനാടിന്റെ മുക്കിലും മൂലയിലും നിരന്തരം സഞ്ചരിക്കുന്ന ഈ മനുഷ്യൻ ആദ്യമേ എന്തുകൊണ്ടോ ശ്രദ്ധയാകർഷിച്ചിരുന്നു. ഞങ്ങളെയാരും പരിചയപ്പെടുത്തുകയുണ്ടായില്ല. "തന്നെ എനിക്കറിയാം" അദ്ദേഹം അടുത്തുവന്നു തുടർന്നു: "എന്തേ കവിത എഴുത്ത് നിർത്തിയത്?"

"താനെന്തേ അമ്മയെ തല്ലൽ മാറ്റിയത്? എന്നു ചോദിക്കുന്നതു പോലെ ഉണ്ടല്ലോ" എന്ന് ഞാൻ മറുപടി പറഞ്ഞപ്പോൾ അസാധാരണ മാംവിധം പൊട്ടിച്ചിരിച്ചു ചുമലിൽ കൈവെച്ചുകൊണ്ട് എന്റെ കൂടെ നടക്കുന്നതിനിടയിൽ ഉപദേശിച്ചു: "തീരെ കളയണ്ട; കയ്യിലിരുന്നോട്ടെ."

അദ്ദേഹം ഗദ്യത്തിലും പദ്യത്തിലുമായി വളരെ എഴുതി. *മണ്ണിന്റെ മാറിൽ* എന്നാണ് അദ്ദേഹത്തിന്റെ ഒരു പുസ്തകത്തിന്റെ പേര്. പക്ഷേ, എല്ലാ പുസ്തകങ്ങൾക്കും ആ പേരിട്ടാലും ശരിയായിരിക്കും. അത്രയധികം വള്ളുവനാടൻ മണ്ണിനോട് ബന്ധപ്പെട്ടതാണ് അദ്ദേഹത്തിന്റെ രചനകൾ. അദ്ദേഹവും കൃതികളും ഒന്നായിരുന്നു. സാമൂഹ്യജീവിതത്തിന്റെ പ്രതിഫലനമാണ് ആ കൃതികൾ.

ഒരിക്കൽ ചെറുകാടിനെ ശുണ്ഠിപിടിപ്പിക്കാൻ ഒരു വാദപ്രതിവാദത്തിനിടയിൽ ഞാൻ പറഞ്ഞു. നിങ്ങൾ വരട്ടുതത്വശാസ്ത്രജ്ഞനാവരുത്. ചിരിച്ചുകൊണ്ടദ്ദേഹം മറുപടി പറഞ്ഞു: "എന്റെ ഈ സഞ്ചിയിൽ മനുഷ്യർക്കാവശ്യമുള്ള പലതുമുണ്ട്. എന്നാലതിൽ തത്വശാസ്ത്രം വാങ്ങിവെച്ചിട്ടില്ല, ഒട്ടും. ഈ സഞ്ചിയിലുള്ള പഞ്ചസാര മധുരിക്കും എന്നറിയാൻ എനിക്ക് തത്വശാസ്ത്രം ആവശ്യമില്ല. മനുഷ്യന് സുഖവും സന്തോഷവുമുണ്ടാക്കുന്ന എല്ലാ കാര്യവും എനിക്കിഷ്ടമാണ്. അല്ലാത്തതിനോടൊക്കെ ദേഷ്യമുണ്ടുതാനും."

ആ ചുകന്ന സഞ്ചി ഇനി കാണുകയില്ല. കാലത്തിന്റെ ഗതി അതിനെയും അടിച്ചു തൂത്തുകൊണ്ടുപോയി.

നിരൂപക കേസരികൾ അവഗണിച്ചതെന്ത്?

സി അച്യുതമേനോൻ

ചെറുകഥകളും നാടകങ്ങളും നോവലുകളും മറ്റുമായി ചെറുകാട് മുപ്പതിലേറെ ഗ്രന്ഥങ്ങൾ പ്രസിദ്ധീകരിച്ചിട്ടുണ്ട്. എന്നിട്ടും നമ്മുടെ പ്രാമാണികന്മാരായ നിരൂപക കേസരികളാരുംതന്നെ ചെറുകാടിന്റെ ഏതെങ്കിലും കൃതിയെ തങ്ങളുടെ ഗൗരവപൂർണമായ നിരൂപണത്തിനോ ആസ്വാദനത്തിനോ യോഗ്യമായി കരുതിയതായി കാണുന്നില്ല. അദ്ദേഹത്തിന്റെ മരണശേഷം മാത്രമാണ് *ജീവിതപ്പാത* എന്ന ആത്മകഥയ്ക്ക് കേരള കേന്ദ്രസാഹിത്യഅക്കാദമി അവാർഡുകൾ കിട്ടിയത്. ഈ പ്രതിഭാസത്തിന് എന്തെങ്കിലും കാരണമുണ്ടോ? ഉണ്ടെന്നാണ് ഈ ലേഖകന് തോന്നിയിട്ടുള്ളത്. അത് മറ്റൊന്നുമല്ല; ചെറുകാട് ഒരു കമ്യൂണിസ്റ്റുസാഹിത്യകാരനായിരുന്നു. ആ സത്യം ഒട്ടും മറച്ചുവെക്കാതെ പുരമുകളിൽ നിന്ന് പ്രഖ്യാപിക്കാൻ അദ്ദേഹം ഒട്ടും മടിച്ചില്ല. മാത്രമല്ല, കമ്യൂണിസ്റ്റുകാരന്റെ പ്രത്യേക ജീവിതവീക്ഷണവും കലാമൂല്യബോധവും ഉടനീളം പ്രതിഫലിപ്പിക്കുന്നവയായിരുന്നു അദ്ദേഹത്തിന്റെ കൃതികൾ. മലയാള സാഹിത്യത്തിന്റെ തലപ്പത്തിരിക്കുന്ന നിരൂപക കേസരികൾക്ക് മേൽപ്പറഞ്ഞ രണ്ടിനോടും ഒട്ടും മമതയില്ല. അതാണ് ചെറുകാടിന്റെ സാഹിത്യത്തിന് അക്കൂട്ടരുടെ ദൃഷ്ടിയിൽ അർഹമായ പരിഗണന ലഭിക്കാതെ പോകാൻ കാരണം.

രാഷ്ട്രീയ നോവലിസ്റ്റ് സ്ത്രീപക്ഷപാതിയും

ഡോ. എം ലീലാവതി

രാഷ്ട്രീയ സംഭവങ്ങളാണ് ചെറുകാടിന്റെ നോവലുകളുടെ വിഭവം. *മണ്ണിന്റെ മാറിൽ, മുത്തശ്ശി, പ്രമാണി, ശനിദശ, ദേവലോകം* എന്നീ കൃതികളെ ഇവിടെ ചൂണ്ടിക്കാണിക്കട്ടെ. കുപ്രസിദ്ധമായ വിമോചനസമരത്തെ കാരിക്കേച്ചർ ചെയ്യുന്ന *പ്രമാണി*യും നാൽപ്പത്തിയെട്ടിലെ കമ്യൂണിസ്റ്റു വേട്ടയെ പശ്ചാത്തലമാക്കി രചിക്കപ്പെട്ട *ശനിദശ*യും രാഷ്ട്രീയ നോവലുകൾ എന്ന സംജ്ഞ അർഹിക്കുന്നുണ്ടോ? അവയിലെ പ്രതിപാദ്യം രാഷ്ട്രീയ സംഭവങ്ങളാണ്. പക്ഷേ, ഫ്യൂഡലിസത്തിന്റെ നൈതികമൂല്യങ്ങൾക്കെതിരെ ജന്മിത്തത്തിനെതിരെ ഉയരുന്ന ആയുധത്തിന്റെ തിളക്കം *മണ്ണിന്റെ മാറിൽ* എന്ന കൃതിക്ക് നൽകുന്നതുപോലുള്ള രാഷ്ട്രീയ പരിവേഷം മറ്റുകൃതികൾക്ക് കൈവന്നിട്ടില്ലെന്നാണെന്റെ പക്ഷം. സ്ത്രീയെ കേവലം ഉപഭോഗോപകരണമായി കാണരുതെന്നും പുരുഷനോടൊപ്പം വ്യക്തിത്വവും തന്റേടവും ഉള്ള സ്ത്രീയെ കമ്യൂണിസ്റ്റുപ്രസ്ഥാനത്തിനേ സൃഷ്ടിക്കാൻ കഴിയൂ എന്നുമുള്ള ചെറുകാടിന്റെ നിരീക്ഷണമാണ് *മുത്തശ്ശി*യെ രാഷ്ട്രീയനോവലാക്കുന്ന ഘടകം.

നേതാവ്

കടലിൽ കുളിക്കുന്നവൻ

വൈലോപ്പിള്ളി

പ്രിയപ്പെട്ട കുറുപ്പ്,

വാരികയ്ക്ക് പുതിയ ജീവൻവെച്ചതുപോലെ. മുഖചിത്രത്തിന് നിറം വീണപ്പോൾത്തന്നെ എന്തൊരു വ്യത്യാസം. മരണത്തിന്റെ ധൂസരതയും ജീവിതത്തിന്റെ തുടിപ്പും തമ്മിലുള്ള വ്യത്യാസം.

അച്ചടിയും എന്റെ പഴയ കണ്ണുകളെ പരീക്ഷിക്കുന്നില്ല.

പ്രകൃതി പൂക്കൾക്ക് നിറംകൊടുത്തിരിക്കുന്നതെന്തിനാണെന്ന് നമുക്ക് കൂടുതൽ ഭംഗിയായി മനസിലാകും ഇത്തരം വാരികകൾ കണ്ടാൽ. പ്രകൃതിയിൽ ശാസ്ത്രത്തിന്റെ പരീക്ഷണശാലയും കലയുടെ അണിയറയും ഉണ്ട്.

ചെറുകാടിനെക്കുറിച്ച് ചെറിയൊരു നെടുവീർപ്പ് എന്റേതായി പത്രത്തിൽ (*എക്സ്പ്രസിൽ*) വന്നിട്ടുണ്ടാകും. അദ്ദേഹത്തിന്റെ കൃതികൾ ഞാൻ കാര്യമായി വായിച്ചിട്ടില്ലാത്തതാണ് അദ്ദേഹത്തെക്കുറിച്ചുള്ള ചിന്താദാരിദ്ര്യത്തിന് കാരണം. അതുകൊണ്ടാണ് ഞാൻ നിങ്ങളുടെ ചെറുകാട് വിശേഷാൽ പ്രതിയിലേക്കെഴുതാത്തത്, വിപ്രതിപത്തികൊണ്ടല്ല.

എന്റെ ഓർമകൾ, ഒരു നേരമ്പോക്കിന് താങ്കളുടെ കണ്ണിനുമാത്രം കുറിക്കാം. 1951 ലോ 52 ലോ കോഴിക്കോട് നാടകോത്സവത്തിന് ചെറുകാടിന്റെ ഒരു നാടകവും (*അടിമ*) ശ്രീ. കെ ടി മുഹമ്മദിന്റെ *കറവറ്റപശു*വും സമ്മാനത്തിന് ഒരു പരിശോധകൻ എന്ന നിലയ്ക്ക് ഞാൻ താരതമ്യപ്പെടുത്തി. *കറവറ്റപശു*വിന് ഞാൻ മുൻതൂക്കം നൽകി. മറ്റൊരു പരിശോധകനായ ഇടശ്ശേരി മറ്റേതിനും. ഞാൻ അൽപ്പം നിർബന്ധബുദ്ധി കാണിച്ചുവോ എന്ന് സംശയം. *കറവറ്റപശു*വിന് ഒന്നാം സമ്മാനവും *അടിമ*യ്ക്ക് രണ്ടാമതായി പരിഗണനയും കിട്ടി (*അടിമ*യല്ല. മഹാകവിയുടെ ഓർമത്തെറ്റ് വിനയപൂർവം തിരുത്തട്ടെ. മലബാർ ടീച്ചേഴ്സ് യൂണിയൻ സമ്മേളനത്തിന്റെ ആവശ്യാർഥം എഴുതിയ *അടിമ* നാടകോത്സവ

ത്തിന് കളിച്ചിട്ടില്ല). "ഈ *സ്വതന്ത്ര* 1953 ആഗസ്റ്റിൽ നാടകോത്സവത്തിന് പോയതാണ്. ഇവളുടെ സഹോദരികളിൽ *കറവറ്റപശു*വും (കെ ടി) *ജീവിത*വും (തിക്കോടിയൻ) *തറവാടും മടിശ്ശീല*യും (പി എൻ എം ആലിക്കോയ) പുറത്തുവന്നു. *വമ്പത്തി നീയാണ് പെണ്ണ്* (ടി മുഹമ്മദ് യൂസഫ്) എന്നു തുടങ്ങി ചിലതുകൂടി പുറത്തു വരാനുണ്ട്. 'സ്വതന്ത്ര' ഇവൾ ഇപ്പോൾ പുറത്തു വരികയാണ്...." (*സ്വതന്ത്ര*യുടെ മുഖവുര പി കെ ബ്രദേഴ്സ് കോഴിക്കോട് ഒന്നാംപതിപ്പ് 1955).

1965 ലോ 66 ലോ ചെറുകാടൊരുമിച്ചു കോഴിക്കോട് സാഹിത്യസമിതി മീറ്റിങ്ങിന് ബസിൽ യാദൃച്ഛികമായി യാത്രചെയ്യേണ്ടിവന്നു. ഇഷ്ടൻ സ്വാഭാവികമായും മിണ്ടാതെയങ്ങിരുന്നു. ഇടയ്ക്ക് എന്നോട് പറഞ്ഞു: "ഞാൻ മൗനം പൂണ്ടിരിക്കുന്നതെന്താണെന്നോ? ക്യാമ്പ് പിളർന്നുപോയതിന്റെ ദു:ഖമാണ്. മനസ്സ് അസ്വസ്ഥം. ഇതേവരെ (പാർട്ടിയിൽ) ഒത്തു പ്രവർത്തിച്ച സ്വന്തപ്പെട്ടവർ പിണങ്ങിപ്പിരിഞ്ഞു. മനസ്സംഘർഷം. എനിക്കൊന്നുമെഴുതാനാകുന്നില്ല."

കമ്യൂണിസ്റ്റുപാർട്ടിയെക്കുറിച്ചാണ് പറയുന്നതെന്ന് ഒടുവിലാണ് മനസിലായത്. പാർട്ടി എന്റെ തറവാടല്ലാത്തതിനാൽ എനിക്കതിൽ അത്രയ്ക്കൊക്കെയേ തോന്നിയുള്ളൂ.

68 ലോ മറ്റോ അപ്രതീക്ഷിതമായി ഭാര്യയും കുട്ടിയുമൊത്ത് ചെറുകാട് തൃശൂരിൽ എന്റെ വാടകവീട്ടിൽ കയറി വന്നു. ഞാൻ ചായയും ഈത്തപ്പഴവും കൊടുത്തപ്പോൾ ചെറുകാട് പറഞ്ഞു: "താങ്കളുടെ ഉള്ളിൽ ഒരു അറബിയും ഒട്ടകവുമുണ്ട്."

1974 ൽ ചെറുകാട് എന്റെ കവിതാപുസ്തകങ്ങൾ മുഴുവൻ എൻ ബി എസിൽ നിന്ന് സൗജന്യമായി ലഭിക്കാറാക്കുവാൻ എനിക്കെഴുതി. ഞാൻ സമ്മതിച്ച് എൻ ബി എസിലേക്ക് കുറിപ്പയച്ചു. കിട്ടിയതായി എന്നെ അറിയിച്ചതല്ലാതെ അഭിപ്രായമൊന്നും എനിക്കെഴുതുകയുണ്ടായില്ല.

74 ൽ ചെറുകാടും ഭാര്യയും എന്റെ താമസസ്ഥലത്ത് വന്നു. പൊതിച്ചോറ് പുറത്തെടുത്ത് രണ്ടാളും ഉണ്ടു. ഞാൻ എന്റെ കൂട്ടാനും ഉപ്പിലിട്ടതും കൊടുത്തു. വിളമ്പിയ സ്റ്റീൽസ്പൂൺ ചെറുകാട് അറിയാതെ പാത്രത്തിൽ അടുക്കിവെച്ചുകൊണ്ടു പോയതായി കോഴിക്കോട് എൻ വി ഷഷ്ടിപൂർത്തിക്ക് തമ്മിൽ കണ്ടപ്പോൾ പറഞ്ഞു.

എൻ വി കളിയാക്കി. "എന്താ സ്വർണസ്പൂണാണോ?"

74 ൽ *ജീവിതപ്പാത*യെ അഭിനന്ദിച്ച് തമ്മിൽ സംസാരിക്കാൻ ഇട വന്നു (ഗീതാപ്രസിൽ അച്ചടി മുന്നോട്ടുന്തുവാൻ ചെറുകാട് തൃശൂർക്ക് വന്നപ്പോഴാകണം). ചെറുകാട് വ്യക്തമായും സന്തോഷിച്ചു. അതത്ര നന്നോ എന്ന് ചെറുകാടിന് സംശയം. *ദേശാഭിമാനി* വായനക്കാരിൽ ചിലർക്ക് അതിനെക്കുറിച്ച് മതിപ്പില്ലപോലും!

ഖാലിദിന്റെ *ഉദയസൂര്യന് എതിരെ* എന്ന വൻ പുസ്തകം എനിക്ക് ചെറുകാട് സമ്മാനിച്ചു. വായിക്കേണ്ടതായ പുസ്തകം. ശുപാർശചെയ്യുകയും ചെയ്തു. *ജീവിതപ്പാത* ഒരു കോപ്പിയും പിന്നീട് തന്നു.

74 ൽ ചെറുകാടിന്റെ ഷഷ്ടിപൂർത്തി. കൃതികൾ പരക്കെ പരിചയമില്ലാത്തതിനാൽ *ജീവിതപ്പാത*യെ മാത്രം ആധാരമാക്കി ഞാൻ സംസാ

രിച്ചു. ചെറുകാടിനെയും മറ്റ് ഇടതുപക്ഷ സാഹിത്യകാരന്മാരെയും "കടലിൽ കുളിക്കുന്നവർ" എന്നു ഞാൻ വിശേഷിപ്പിച്ചു. ഞങ്ങളെ "പുഴയിലോ പൊയ്കയിലോ നീരാടുന്ന"വരായും!

75 ൽ ഇടശ്ശേരിയുടെ ചരമവാർഷികത്തിൽ കണ്ടുമുട്ടി. എന്റെ പ്രഭാഷണം സശ്രദ്ധം കേട്ട ചെറുകാട് ഒന്നും അതിനെക്കുറിച്ച് പറഞ്ഞില്ല.

"ശക്തി പബ്ലിക്കേഷൻസിന്റെ നട്ടുനനയ്ക്കലാണെന്നും ഒരു ദശാബ്ദത്തിനകം കേരളത്തിലെ ഗ്രന്ഥാലയങ്ങളിലേക്ക് പുസ്തകങ്ങൾ അധികവും അതിൽനിന്നാണൊഴുകുക" എന്നും എന്നെ കണ്ടപ്പോൾ ചെറുകാട് വാശികൊണ്ടു. ഈ വഴിക്ക് യുവാക്കളിൽ വിപ്ലവബോധത്തിന്റെ 'വെള്ളപ്പൊക്കമുണ്ടാക്കും' എന്ന് ചെറുകാട് പറഞ്ഞു.

അന്തഃപുരം, *മെത്താപ്പ്* എന്ന സ്വന്തം രണ്ട് പദ്യകൃതികൾ ചെറുകാട് എനിക്കയച്ചു. എനിക്ക് ഈ കവിത ഒരു കണ്ടുപിടുത്തമായിരുന്നു. അതിന്റെ തിളക്കവും മൂർച്ചയും സാരള്യവും രചനാരസികതയും എന്നെ വശീകരിച്ചു. എന്റെ ആഹ്ലാദാശ്ചര്യങ്ങൾ ഞാൻ എഴുതി അറിയിച്ചു. 76 ഒക്ടോബറിൽ ചെറുകാട് മരിച്ചതായറിഞ്ഞു. ദുഃഖവും അത്ഭുതവും ശൂന്യതയും തോന്നി.

ചെറുകാട് തന്ന കതിർക്കുല

പി കുഞ്ഞിരാമൻ നായർ

വേലിക്കൽ നാലുമണിപ്പൂക്കൾ പട്ടുപാവാടയുലഞ്ഞുകൂടിയാടുന്നു.

ഒരു അപരിചിതൻ മുറ്റത്ത്, സുമുഖനായ ചെറുപ്പക്കാരൻ. വെളിച്ചം ഓളം വെട്ടുന്ന കണ്ണുകൾ. "വരൂ, അകത്തു കേറി ഇരിക്കൂ."

"ഒരു കത്തുണ്ട്. അച്ഛൻ തന്നയച്ചു."

"അച്ഛൻ?"

"അച്ഛൻ, ചെറുകാട്."

"പുലാമന്തോളിൽ നിന്നല്ലേ? എങ്ങനെ വന്നെത്തി."

"ലക്കിടി ബസിറങ്ങി; ഭാരതപ്പുഴ കടന്ന് മല ചവിട്ടിവന്നു."

ചായ വരുത്തി. "അടുത്താഴ്ച പുലാമന്തോൾ നാട്ടുകാരുടെ വക സ്വീകരണമാണ്, വന്നേ തീരൂ."

ചെറുകാടിന്റെ വിളി. ശുദ്ധനായ സഹൃദയൻ, കരുത്തുറ്റ എഴുത്തുകാരൻ, കടുത്ത കമ്യൂണിസ്റ്റ് പ്രവർത്തകൻ– ചെറുകാട്. ചെറുകാട് തേറ്റാമ്പരൽ കലർന്ന വെള്ളമൊഴുകുന്ന പുലാമന്തോൾ പുഴവക്കത്തുനിന്ന്, തുടുത്ത തെച്ചിക്കാട്ടിൽനിന്ന് മാടിവിളിക്കുന്നു.

"എന്റെ പിഷാരത്ത് കേറി കാപ്പി കഴിച്ചുപോകാം, വരൂ."

"വരാം."

"കൃത്യം ഒരു മണിക്ക് കാറുമായി വരാം. കാറ് പുഴയ്ക്കക്കരെ നിർത്തി ഞാൻ വരാം." കുഞ്ചുമണി ചായകഴിച്ച് മുറുക്കി, "പുലാമന്തോൾ സ്വീകരണത്തിന് ഞാനും കൂടെ വരും."

"വന്നോളൂ: സന്തോഷം, വെറുംകയ്യോടെ പന്തലിൽക്കേറാൻ പറ്റില്ല; മുറുക്കാൻ ചെല്ലവും നാലു ത്യാഗരാജകീർത്തനവും കയ്യിൽക്കരുതണം."

"കീർത്തനം പാടാം. അരങ്ങു തകർക്കാം."

"അരങ്ങു തകർത്തോളൂ, പാട്ടുപാടി ആളെ കൊല്ലരുത്."

മരിച്ച മനുഷ്യനെ ജീവിപ്പിക്കുന്നതാണ് പാട്ട്; അതാണ് കവിത- ത്യാഗരാജസ്വാമികൾ കീർത്തനം പാടി മരിച്ച കുട്ടിയെ ജീവിപ്പിച്ചു: നാദ ബ്രഹ്മം: അത് ഉണർന്നാൽ താനെ തീയെരിയും, മഴ പെയ്യും. മരുഭൂമി പൂവനമാകും. നാദകല–സൃഷ്ടി സ്ഥിതി സംഹാരമൂർത്തിയാണ് നാദ കല.

എന്റെ ഗുരുനാഥൻ ചെമ്പൈ വൈത്തിഭാഗവതർ ഇതു പറയാറുണ്ട്.

പതിവായി വരുന്ന പുള്ളുവനും പുള്ളുവത്തിയും മുറ്റത്തു വന്നു- നാഗത്തോറ്റം പാടി–നാവേറ് പാടി. കാശു കൊടുത്തു. മുറുക്കാൻ കൊടുത്തു.

മലയിൽ അത്താഴശ്ശീവേലി വാദ്യം. വാദ്യധ്വനി- തിരുവില്വാമലയുടെ മൃദംഗതാളം–ആത്മനാദം- ആ നാദത്തിൽ പ്രപഞ്ചത്തിന്റെ ആദ്യതാള മുണ്ട് എന്നു തോന്നി.

ഒരാഴ്ചയുടെ പൂകൊഴിഞ്ഞു. കുഞ്ചുമണി വന്നു പറഞ്ഞു:

“നാളെ, നാളെയാണു പുലാമന്തോൾ സ്വീകരണം.”

നേരത്തേ ഊണുകഴിച്ച് ഒരുങ്ങിയിരിക്കണം- സ്വീകരണം.

ഒരു കൊല്ലക്കാലം ഇടതടവില്ലാതെ മലനാട്ടിലങ്ങോളമിങ്ങോളം ഓടിച്ച് തളർത്തിയ സ്വീകരണം–ഇനിയില്ല- മതി മതി. ഓടാൻ വയ്യ.

സ്നേഹിച്ചു വിളിച്ചു തരുന്ന വിരുന്ന് പുറംകൈകൊണ്ടു തട്ടരുത്. ദൈവമാണ് വിളിക്കുന്നത്, മനുഷ്യനല്ല.

രാത്രി യാത്രയായി – നനച്ചിട്ട സാരി മടക്കി. അകലെ പെരുംതാന്നി മരത്തിനിടയിൽ – ഉദയതാരക. അമ്പലത്തിൽ പള്ളിയുണർത്തൽ–യാമ ശംഖധ്വനി.

എഴുന്നേറ്റു- നീർക്കോലിക്കു പിടികൊടുക്കാതെ മത്സ്യങ്ങൾ പുള യുന്ന വടക്കേച്ചിറ – ഇളം നീലവിരി- മുങ്ങിക്കുളിച്ചു- വടക്കേ നടപ്പടി കൾ കേറി- മാനം തൊടുന്ന കരിങ്കൽ പടവുകൾ.

നിർമാല്യദർശനം- തിരുവില്വാമലക്ഷേത്രത്തിലെ സർവരോഗഹര മായ- സർവ പാപഹരമായ ദിവ്യനിർമാല്യദർശനം.

ഉറക്കെ രാമനാമം ചൊല്ലി: നാരായണനാമം ജപിച്ചു- സ്തോത്ര ങ്ങൾ പാടി.

നാദബ്രഹ്മമുണരുന്ന സരസ്വതീയാമം- പറവകൾ പാടുന്ന സരസ്വ തീയാമം. പൂക്കൾ വിരിയുന്ന സരസ്വതീയാമം. സ്വയം കവിതയുദിക്കുന്ന സരസ്വതീയാമം.

തൊഴുതിറങ്ങി- ചുറ്റും പാലക്കാടൻ വള്ളുവനാടൻ മലനിരപ്പെരും കോട്ട- വെൺമണലിൽ വെള്ളത്താമരത്തണ്ട് ഒത്തുകിടക്കുന്ന ഭാരത പ്പുഴ- ദൂരെ ലക്കിടി- കിള്ളിക്കുറിശിമംഗലം. പാടം, കാവൽച്ചാളകൾ- അറ്റം കാണാത്ത റെയിൽപ്പാളം.

“നട്ടുച്ചസൂര്യൻ വൈരക്കൽക്കുട നീർത്തി- പുലാമന്തോൾ സ്വീക രണം- ചെറുകാടിന്റെ ചെല്ലപ്പെട്ടി സ്വീകരണം. പുലാമന്തോൾ പുഴ യുടെ- കരിമ്പുഴ വെറ്റിലക്കൊടിയുടെ- വള്ളുവനാടൻ കവുങ്ങിൻ തോട്ട

ത്തിന്റെ- പച്ചക്കുന്നുകളുടെ സ്വീകരണം. മധുരപ്പതിനേഴുകാരി വള്ളുവനാടൻ ഭാര്യ. വാലിട്ട് കണ്ണെഴുതിയ- ചന്ദനവരക്കുറിയുള്ള നാടൻ പെൺകൊടിയുടെ കുപ്പിവളക്കിലുക്കങ്ങളുടെ സ്വീകരണം.

വിളിക്കാനാളെത്തി. ഇറങ്ങി കുഞ്ചുമണി മുമ്പിൽ നടന്നു; താടിവടിക്കാത്ത രോമങ്ങൾ, നരച്ച മുഖം, വെള്ളമുണ്ട്: മുഷിഞ്ഞ ഷർട്ട്, നനച്ച തോർത്ത്, കാലുമുറിഞ്ഞ പഴയ കുട, റബർച്ചെരുപ്പ്.

ഇങ്ങനെ പ്രകൃതിസൗന്ദര്യത്തിൽ പൊതിഞ്ഞ മറ്റൊരമ്പലം മലയാളക്കരയിലുണ്ടോ കുഞ്ചുമണീ?

ഇല്ല. കന്നിമാസത്തിലെ മുപ്പെട്ട് വ്യാഴാഴ്ച- ആ നിറമാല- അന്നമ്പലം അകവും പുറവും താമരപ്പൂവിൽ മൂടും- അഴകൊഴുകുന്ന ശരൽക്കാലപ്പുലരി തിരുവില്വാമല കുളിച്ച് തൊഴാൻവരും.

മാരിയമ്മക്കോവിൽ കടന്നു- പാമ്പാടി അങ്ങാടി കടന്നു, നെല്ലുകുത്തു കമ്പനികൾ കടന്നു.

മരപ്പേട്ടയായി മാറിയ പുഴവക്കത്തെ പഴയ ഊട്ടുപുര പടിപ്പുര- കരിങ്കല്ലത്താണി കടന്നു- സോമേശ്വരക്ഷേത്രമുറ്റത്തെ പഴയ അരയാൽ കടന്നു.

മുമ്പിൽ ഭാരതപ്പുഴ, നടപ്പിലും ഇരിപ്പിലും വീർപ്പിലും പാദസരധ്വനിയോടെ കൂടെ വരുന്ന ഭാരതപ്പുഴ. വെള്ളമണൽ ചവിട്ടി കരിക്കിൻ വെള്ളം തൊട്ടു- ഇറങ്ങി നീങ്ങി- മനസ്സ്- പഞ്ചാരച്ചാക്ക് ഈ പുഴവെള്ളത്തിലലിയുന്നു. പുഴകേറി, കൈതക്കാട് കടന്നു കേറി- റെയിൽപ്പാളം കേറി- പുലാമന്തോൾ സ്വീകരണക്കാറിൽക്കേറി- പൂമാല ചാർത്തിയ കറുത്ത കാറ്.

കിള്ളിക്കുറിശ്ശിക്ഷേത്രം- കുഞ്ചന്റെ കവിത- കളിമംഗലം- കൂട്ടുപാത- ചിനക്കത്തൂർക്കാവ്, ശൂലംകുത്തിക്കാവ്, ഒറ്റപ്പാലം തൃക്കങ്ങോട് വാണിയംകുളം കടന്നുപോയി- പറക്കുടിക്കാവ് കടന്നുപോയി, പേർകേട്ട ഓങ്ങല്ലൂർ മഹാഗണപതിക്ഷേത്രം കടന്നുപോയി. പൂട്ടിയിട്ട കല്ലമ്മാർതൊടി സ്മാരക വായനശാല കടന്നുപോയി-പുലാമന്തോൾ- കുരുത്തോല- കുലവാഴ- കതിനവെടി. കൂട്ടുകാർ പറഞ്ഞു: കുതിരംപള്ള്യാലിൽ മാധവൻ നായരുടെ വീടാണിത്, വലിയ കമുങ്ങിൻതോട്ടം- മലയാളത്തിന്റെ പ്രിയപ്പെട്ട മാധവജി- സഞ്ജയന്റെ വലംകൈ, മാധവജി.

പണ്ട് രണ്ടുമൂന്നുവട്ടം കേറിയിറങ്ങിയ പടി- പന്തലിട്ട കമുങ്ങിൻതോട്ടം- കടുമാങ്ങയും ചുട്ട പപ്പടവും മോരും കൂട്ടി മാധവജി പൊടിയരിച്ചോറ് തന്ന ഭവനം. പുട്ടും ചായയും തന്ന വീട്- കറുത്ത തലമുടി കെട്ടിവച്ച് പട്ടാമ്പി വന്ന കറുത്തുതടിച്ച സുമുഖനായ മാധവജി.

തല ചെറ്റപിടിച്ച് കണ്ണിന്റെ നിറംകെട്ട് മുഖം വിളർത്ത മാധവജി. പുസ്തകം വിറ്റു നടന്ന കാലത്ത് 'പൂമാല' പുലാമന്തോളിൽ നടന്ന് ചെലവാക്കി നോട്ടും ചില്വാനവും ജൂബ്ബക്കീശയിലിട്ട് തന്ന് ബസുകേറ്റിയ മാധവജി. *ശ്രീരാമചരിത*ത്തിലെ ശ്ലോകങ്ങൾ പലവട്ടം രസിച്ച് പാടിക്കേൾപ്പിച്ച മാധവജി- പുലാമന്തോൾ പുഴവക്കത്തെ ആ ചെന്തെങ്ങ്- അതെവിടെ-

മാണിക്ക്യക്കുല തൂങ്ങിയ കമുങ്ങുകൾ പറഞ്ഞു- അദ്ദേഹം പടിയിറങ്ങിപ്പോയി. ഒരന്തിക്ക് യാത്ര പറയാതെ പോയി- തിരിച്ചു വരാത്ത യാത്ര!

വേലിപ്പൂക്കൾ പറഞ്ഞു: പാതിരാനേരത്ത്- നക്ഷത്രം വിരിഞ്ഞ രാത്രി- പുഴക്കടവിൽനിന്ന് ഞങ്ങളിന്നും കേൾക്കാറുണ്ട്. ഒരു മണിക്കിലുക്കം. ഒരു പൊട്ടിച്ചിരി!

കൂട്ടുകാർ പറഞ്ഞു: "പുലാമന്തോൾ അങ്ങാടി."

"ഇവിടെയിറങ്ങാം."

ഇറങ്ങി; പഞ്ചായത്ത് ആപ്പീസ്, പൂമുഖം നിറയെ കസാല; ആളുകൾ, കേറി: ഇരുന്നു.

"ചെറുകാടെവിടെ?"

"ഇപ്പോൾ വരും."

സമയം നാലു നാലര. നിരത്ത് നിറയെ പുരുഷാരം. പട്ടം കെട്ടിയ ആന. താലമേന്തിയ നൂറുകണക്കിനു പെൺകിടാങ്ങൾ; കണ്ണെഴുത്ത്, കസവുനേരിയത്, വരക്കുറി- മുടിക്കെട്ട്, മുല്ലമാല.

ആൾക്കൂട്ടത്തിനിടയിൽക്കൂടി തടിച്ചുകൊഴുത്ത് തലനരച്ച ആ മനുഷ്യൻ വന്നു; തിളക്കമുള്ള കണ്ണുകൾ- മുറുക്കിച്ചുവന്ന ചിരി- ചെറുകാട്. ചെറുകാടെത്തി. കരുത്തുറ്റ വള്ളുവനാടൻ മധുരക്കരിമ്പനക്കൂറ്റൻ; ചെറുകാട്. പരുക്കൻ മുണ്ട്- കൈമുറിയൻ ഷർട്ട്- ഇരുമ്പു മുഷ്ടിയിൽ മുറുക്കാൻചെല്ലം.

ചെറുകാട് വന്നു. കൈപിടിച്ചു.

പട്ടാമ്പി കോളേജ് സോവനീർ- കവിതയ്ക്കെഴുതി- അയച്ചു. ചേർത്തില്ല. കണ്ടപ്പോൾ ചോദിച്ചു: "എന്തേ കവിത ചേർത്തില്ലേ?"

"അത് ചേർക്കാൻ പറ്റില്ല. കടുത്ത അഭിപ്രായവ്യത്യാസമുണ്ട്."

അന്ന് മുഖത്ത് പടികൊട്ടിയടച്ച ചെറുകാട് ഉമ്മറവാതിൽ തുറന്നു- പടിഞ്ഞാറ്റവാതിൽ തുറന്നു- ഉള്ളറയുടെ എല്ലാ വാതിലും തുറന്നു. വിളക്ക് കൊളുത്തിവെച്ച് വിളിച്ചു: "വരൂ, കവി ഉണ്ണാൻ വരൂ. താങ്കൾക്ക് വേണ്ടി മാത്രം ഒരു ഗംഭീരസദ്യയൊരുക്കിക്കഴിഞ്ഞിരിക്കുന്നു. വരൂ."

ഒപ്പം ചായ കഴിച്ചു. ഒപ്പം മുറുക്കി.

"ചെല്ലത്തിൽ പുകയിലയ്ക്കിടയിൽ തലയ്ക്ക് പിടിക്കുന്ന കമ്യൂണിസമുണ്ട്; ഇല്ലേ?"

"കമ്യൂണിസം- സോഷ്യലിസം- അതെല്ലാം നല്ലതല്ലേ?"

"നല്ല കമ്യൂണിസം, സോഷ്യലിസം-എനിക്കിഷ്ടമാണ്."

"ഞാനെന്റെ കണ്ണിൽ ഒരു സോഷ്യലിസ്റ്റിനെ മാത്രമേ കണ്ടിട്ടുള്ളൂ."

"ആരാണത്?"

"കാക്ക.

അവൻ ഒരു സോഷ്യലിസ്റ്റാണ്. കൂട്ടരെ വിളിച്ചു പങ്കിട്ടേ അവന് ആഹാരമുള്ളൂ.

നായ്ക്കൾ മറിച്ചും. ഒരെച്ചിലിലയ്ക്ക്, കൂടിക്കളിച്ചവർ കടിപിടിക്കുന്നു."

ചുറ്റും നിന്നവർ പൊട്ടിച്ചിരിച്ചു.

"കേരളത്തിലങ്ങോളമിങ്ങോളം താങ്കൾക്കു സ്വീകരണങ്ങളുണ്ടായി, കൊഴുത്ത സ്വീകരണങ്ങൾ.

ഇന്ന് പുലാമന്തോൾക്കാരുടെ ചെറിയൊരു വിരുന്ന്. താങ്കൾ പങ്കു കൊണ്ടു, സന്തോഷമുണ്ട്."

"വെളിച്ചപ്പാടിനുള്ളതല്ല നടവരവ്; എല്ലാം ദേവിക്ക്" ഇതൊന്നും എനിക്കുള്ളതല്ല. എല്ലാം അവൾക്ക്– ഉപാസിച്ച കവിതയ്ക്ക്. ചെറുകാട് പറഞ്ഞു: "കവിയും കവിതയും രണ്ടല്ല; ജീവിതവും കവിതയും രണ്ടല്ല, രണ്ടാകരുത്; എല്ലാം ഒന്ന്. അതല്ലേ സത്യം."

സുഖമായി ചായ കഴിച്ച് രസിച്ച് കുഞ്ചുമണി പറഞ്ഞു:

"ചെറുകാട് പറഞ്ഞതാണ് സത്യം."

"സമയമായി ഇറങ്ങാം."

"നാടൻകൃഷിക്കാരന്റെ പച്ചവയൽ മനസുള്ള ചെറുകാട്– മുമ്പിലിറങ്ങി; റോഡിൽ പുരുഷാരം; ആന; താലപ്പൊലി; വെടിക്കെട്ട്– പഞ്ചവാദ്യം. കോൽക്കളി, പരിചമുട്ടുകളി, നാദസ്വരം, മറ്റ് നാടൻ കളികൾ– ആളുകൾ പറഞ്ഞു:

പുലാമന്തോൾ പൂരം. നടുവിൽ തുറന്ന കാറ്. കാറിൽ വിരുന്നുകാരൻ; ചെറുകാട് മുൻസീറ്റിൽ.

നീണ്ടഘോഷയാത്ര; ഇരുപുറവും ഗ്രാമീണസ്ത്രീകൾ, കവുങ്ങിൻ തോപ്പുകൾ.

പുലാമന്തോൾ ഹൈസ്കൂൾ മൈതാനത്തിൽ പൂരം നിരന്നു. വെടിക്കെട്ട്. നീണ്ടുനിന്ന ജയ്‌വിളി.

മനസ്സ് മന്ത്രിച്ചു–

എന്റെ തിരുമാന്ധാംകുന്നിലമ്മേ, കൊടുംകാളി– ഇതെന്തൊരു പൂരം– നാടിന്റെ പൂരം നിന്റെ പൂരം– അമ്മേ ഇത് നിന്റെ പൂരം!"

കുഞ്ചുമണി കലികൊണ്ട് തലയാട്ടി താളം പിടിച്ചു.

കുഞ്ചുമണി പറഞ്ഞു:

"തിരുമാന്ധാംകുന്നിൽ പൂരം പുറപ്പാട് കണ്ടിട്ടുണ്ട്– ഈ പൂരപ്പുറപ്പാട് കാഴ്ച ആദ്യത്തേതാണ്. ഒരുപക്ഷേ, അവസാനത്തേതും.

സ്കൂൾഹാളിലും പുറത്തും പുരുഷാരം– ഇരുവരിയായി നിന്ന് വള്ളുവനാടൻ പെൺകിടാങ്ങൾ തലയിൽ വെള്ളരി വിതറി– പു ചൊരിഞ്ഞു.

കുഞ്ചുമണി വീണ്ടും പറഞ്ഞു: "കാടാമ്പുഴ പൂമൂടൽ!"

"ശരിയാണ്. നിത്യകന്യകയ്ക്ക്– ശ്രീകന്യാകുമാരിക്കു പൂചൂടൽ! കലികേറിയ ചെറുകാട് എന്തോ പറഞ്ഞു. പ്രാസംഗികന്മാർ എന്തോ പറഞ്ഞു. കേട്ടില്ല– മറുപടി പ്രസംഗമാണ്? അറിഞ്ഞില്ല– നിയോഗം എന്ന വെളിച്ചപ്പാട്. അയാൾ തലയ്ക്കു വെട്ടി– വീണ്ടും വീണ്ടും വെട്ടി. നെഞ്ചിൽ വെട്ടി.

ഒന്നോർമയുണ്ട്. വിറയ്ക്കുന്ന കയ്യിൽ ചുരുട്ടിപ്പിടിച്ച നെല്ലോല– പുന്നെൽക്കതിർക്കുല– നിറഞ്ഞ സദസിൽവെച്ച് കയ്യടിഘോഷത്തിനിടയിൽ ചെറുകാട് സമ്മാനിച്ചു– വള്ളുവനാടൻ വയലിലെ– പുലാമന്തോൾ

പുഴക്കരയിലെ പുന്നെൽക്കതിർക്കുല.

കോരിത്തരിച്ചു- വിറയ്ക്കുന്ന ഇരുകൈകൾ നീട്ടി- ആ പൊൻ കതിർക്കുല, തലകുനിച്ചുവാങ്ങി- തന്റേടം വീണ്ടുകിട്ടിയ മനസ്സ് പറഞ്ഞു:

'അമ്പട ചെറുകാടേ: താനാണ് കവി. താനാണ് കലാരസികൻ.'

പലരും നോട്ടുകെട്ടു തന്നു, സ്വർണമാല തന്നു, കസവുമാല തന്നു- കതിർക്കുല-! അത് താൻ തന്നു- താൻ മാത്രം.

'കേരളത്തിന്റെ കർഷക കവിക്ക് കേരളത്തിന്റെ കന്നിക്കതിർക്കുല!'

താങ്കൾ സ്വാഗതത്തിലത് പറഞ്ഞു.

സത്യമാണ്. കർഷക കവി, കേരളത്തിന്റെ കർഷക കവി- അതാവാനാശിച്ചു. ആശിക്കുന്നു. ആ ആശയുടെ തിരുനടയിൽ ആദ്യമേ മനസ്സ് ഒരു 'നിറപറ' വെച്ചു!

രാത്രി സദ്യ. സദ്യയുണ്ടു കഴിഞ്ഞ് തിരിച്ചു- ചെറുകാടിനോട്- കവുങ്ങിൻതോട്ടങ്ങളോട്- പുലാമന്തോൾ കണ്ണീർപ്പുഴയോട്- കൈകൂപ്പി പറഞ്ഞു:

"എന്നാൽ യാത്രയില്ല."

മനുഷ്യനെന്നും ചേർന്നിരിക്കാനാശിക്കുന്നു- എന്നേക്കുമായിപ്പിരിഞ്ഞ് അകലുന്നു.

കാറിലിരുന്ന് കുളിർക്കാറ്റ് മുറുക്കി കുഞ്ചുമണി പറഞ്ഞു:

"ചെറുകാട് വെറും കോളേജ് പ്രൊഫസറല്ല; നാട്ടിൽ പ്രമാണിയാണെന്ന് ഇന്നറിഞ്ഞു!"

(എന്നെ തിരയുന്ന ഞാൻ)

ചെറുകാടിന്റെ മഹത്വം

പത്മശ്രീ പി കെ വാരിയർ

പ്രശസ്ത സാഹിത്യനായകനായ ചെറുകാടും ഒരു നാട്ടുവൈദ്യനായ ഞാനും തമ്മിലെന്തു ബന്ധം? ചെറുകാടിനെ അനുസ്മരിക്കാനെന്താണർഹത? ആലോചിച്ചപ്പോൾ ഒരു യുക്തി തോന്നി. രോഗാതുരമായ മനുഷ്യശരീരത്തെ ചികിൽസിച്ച് സുഖപ്പെടുത്താൻശ്രമിക്കുന്ന ആളാണ് ഞാൻ. ചെറുകാട് മനുഷ്യസമുദായത്തെയാകെ രോഗവിമുക്തമാക്കാൻ തന്റെ ചിന്തകൊണ്ടും കർമംകൊണ്ടും മരണംവരെ പരിശ്രമിച്ച വ്യക്തിയാണ്. അങ്ങനെ അദൃശ്യമായ ഒരു ബന്ധം ഞങ്ങൾ തമ്മിലുണ്ട്. പിന്നെ പലരും അറിയാത്ത ഒരു കാര്യമുണ്ട്. ചെറുകാട് ഒന്നാന്തരം നാട്ടുവൈദ്യനായിരുന്നു. പുലാമന്തോൾ മൂസതിന്റെയും കൃഷ്ണപ്പിഷാരടിയുടെയും ഒക്കെ മുന്നിൽ നിഷ്ഠയായി ചടഞ്ഞിരുന്ന് വൈദ്യം പഠിച്ച ചെറുകാട് കുറച്ചുകാലം ഒരു വൈദ്യശാല നടത്തിയതായി *ജീവിതപ്പാത*യിൽ സ്മരിക്കുന്നുണ്ട്.

കോട്ടയ്ക്കൽ ആര്യവൈദ്യശാലയുടെ ജൂബിലിക്കാണെന്നുതോന്നുന്നു ചെറുകാട് എഴുതിയ നാടകമാണ് *ഡോക്ടർ കചൻ*. ഞങ്ങളൊക്കെ നിർബന്ധിച്ചിട്ടാണത് എഴുതിയത്. ആയുർവേദവും അലോപ്പതിയും സമന്വയിക്കുന്ന ഒരു പുതിയ ചികിൽസാപദ്ധതി രൂപം കൊള്ളേണ്ടതിന്റെ ആവശ്യകതയാണ് ചെറുകാട് ആ നാടകത്തിൽ ചൂണ്ടിക്കാണിച്ചത്. അന്നും ഇന്നും ചിന്താർഹമായ ഒരു പദ്ധതിയാണല്ലോ അത്. ചെറുകാടിലെ നാട്ടുവൈദ്യനും ജനക്ഷേമതൽപ്പരനായ രാഷ്ട്രീയ പ്രവർത്തകനുംകൂടി ജനനന്മയ്ക്കായി ചെയ്യുന്ന ഉടമ്പടിയാണ് ആ നാടകം എന്നു പറയാം. *ഡോ. കചൻ* ഉന്നയിക്കുന്ന വൈദ്യശാസ്ത്ര സമസ്യയിലേക്ക് നാൽപ്പതിലേറെക്കൊല്ലം മുമ്പ് ചെല്ലാൻ കഴിഞ്ഞുവെന്നത് ചെറുകാടിന്റെ ക്രാന്തദർശിത്വം വിളിച്ചു പറയുന്നകാര്യമാണ്. ഈ വഴിക്കാലോ

ചിക്കുമ്പോൾ ഈ അവാർഡ് ദാനചടങ്ങിൽ പങ്കെടുക്കാൻ എനിക്കർഹത യുണ്ട് എന്നൊരാത്മവിശ്വാസവും തോന്നുന്നുണ്ട്.

മാത്രമല്ല, ചെറുകാടും ഞാനുമായിട്ടുള്ള ദീർഘകാലത്തെ സുഹൃദ്ബന്ധവും എനിക്ക് കരുത്തു നൽകുന്നു. വള്ളുവനാട്ടിലെ ഇട തുപക്ഷപ്രസ്ഥാനത്തിന്റെ പ്രധാനകേന്ദ്രങ്ങളിലൊന്നായിരുന്നു കോട്ട യ്ക്കൽ. കമ്യൂണിസ്റ്റുകാരനായ ചെറുകാടിന്റെ പ്രവർത്തനമേഖലയിൽ കോട്ടയ്ക്കലുംപെടും. ചെറുകാടുമായി ബന്ധപ്പെടാനും ഒപ്പം പ്രവർത്തി ക്കാനും ഇടവന്നിട്ടുണ്ട്. കലാകാരനായ ചെറുകാടിന്റെ വിഹാരകേന്ദ്ര ങ്ങളിലൊന്ന് കലാസാഹിത്യ പ്രവർത്തനങ്ങളുടെ ആസ്ഥാനമായ കോട്ട യ്ക്കലായിരുന്നു. എന്റെ പ്രവർത്തനരംഗം വൈദ്യമായി; ചെറുകാട് നാട കക്കാരനും നോവലിസ്റ്റും കവിയുമായി. മലയാളത്തിലെ പ്രഗത്ഭ സാഹി ത്യനായകന്മാരിലൊരാളായി. വെറും പരിചയം ദൃഢമായ ആത്മബന്ധ മായി വളർന്ന് ചെറുകാടിന്റെ അന്ത്യംവരെ പുലർത്താൻ സാധിച്ചുവെ ന്നതിൽ എനിക്ക് ചാരിതാർഥ്യമുണ്ട്.

നാളികേരപാകത്തിലായിരുന്നു ചെറുകാടിന്റെ വ്യക്തിത്വം എന്നു പറയാം. പുറമേക്ക് പരുക്കൻ ഉള്ളിലേക്ക് കടന്നാലോ? നിറയെ മധുരം. ചെറുകാടിന്റെ സാഹിത്യം വിലയിരുത്തി സംസാരിക്കാനുള്ള കോപ്പ് എനിക്കില്ല. ഇന്നു രാവിലെ ചെറുകാട് സാഹിത്യം പുതിയ മട്ടിൽ വായി ച്ചെടുക്കാനുള്ള ശ്രമം നടന്നതായി അറിഞ്ഞു. ഔദ്യോഗിക ചുമതല നിറ വേറ്റാനുള്ളതിനാൽ അതിനെത്താൻ കഴിഞ്ഞില്ല. എന്നാൽ ഒന്നെനിക്ക് പറയാൻ കഴിയും. ചെറുകാടിന്റെ ഓരോ വാക്കിലും ആത്മാർഥതയു ടെയും വിശ്വാസപ്രമാണത്തിന്റെയും തേജസുണ്ടായിരുന്നു. താൻ വിഭാ വനം ചെയ്യുന്നതരത്തിലുള്ള സമൂഹം കെട്ടിപ്പടുക്കുന്നതിന് സാഹി ത്യത്തെ ഉപകരണമാക്കുകയാണ് അദ്ദേഹം ചെയ്തത്. ജന്മസിദ്ധമായ പ്രതിഭ ഉള്ളതുകൊണ്ട് ചെറുകാട് തൊട്ടതൊക്കെയും പൊന്നായി.

എന്തൊക്കെ പ്രലോഭനങ്ങളുണ്ടായാലും താൻ വിശ്വസിക്കുന്ന രാഷ്ട്രീയ തത്വശാസ്ത്രത്തിൽ ജീവിതാന്ത്യംവരെ കാലൂന്നി നിൽക്കുക– മഹത്തായ ഒരു കാര്യമാണത്. ചെറുകാടിന്റെ മഹത്വം അതായിരിക്കും.

മജീഷ്യൻ

കോവിലൻ

അഞ്ചു ഗുരുനാഥന്മാരുടെ കഥ പലപ്പോഴും ഞാൻ പറഞ്ഞിട്ടുണ്ട്. ദൗർബല്യങ്ങളുടെയും പരിമിതികളുടയും പാരവശ്യമേർപ്പെടുമ്പോഴൊക്കെ ഞാനെന്റെ ഗുരുനാഥന്മാരെ സ്മരിക്കാറുണ്ട്. എഴുത്തച്ഛന്റെ വചനം കൂടെ അപ്പോൾ ഉരുവിട്ടുപോകുന്നു. "ഞാനൊരു ബാലശക്തനാണെങ്കിലും...."

'റ' എന്ന് എന്നെക്കൊണ്ടെഴുതിച്ച നാരായണൻമാസ്റ്ററെ ഞാൻ മറന്നിട്ടില്ല. രണ്ടിലേക്കു ജയിക്കേണ്ടതില്ലെന്നും ഞാൻ ശഠിച്ചിട്ടുണ്ട്. രണ്ടാം ക്ലാസിലെ പണിക്കർ മാസ്റ്റർ അത്രയും ഭീകരനായിരുന്നു അന്ന്. ഇന്നാകട്ടെ, വല്ലപ്പോഴും കണ്ടുമുട്ടുമ്പോൾ ഒരു സുഹൃത്തിനോടെന്നപോലെയാണ് പണിക്കർ മാസ്റ്റർ എന്നോടു പെരുമാറുന്നത്.

പതിനഞ്ചുവർഷം പഠിക്കാൻ നടന്ന ഒരാൾക്ക് അമ്പത് അധ്യാപകരെയെങ്കിലും ഓർക്കാനുണ്ടാവണം. പട്ടാളത്തിലും പ്രഗത്ഭരായ അധ്യാപകർ എനിക്കുണ്ടായിരുന്നു. പക്ഷേ, സർവശ്രീ കെ പി നാരായണപ്പിഷാരടി, പി സി വാസുദേവൻ ഇളയത്, ചെറുകാട്, എം പി ശങ്കുണ്ണിനായർ, ഇ ആർ ശ്രീകൃഷ്ണശർമ്മ എന്നീ അഞ്ചുപേരെ എന്റെ ഗുരുനാഥന്മാരായി ഞാൻ ആദരിക്കുന്നു. ഇവർ അഞ്ചുപേർ പാവറട്ടി സംസ്കൃത കോളേജിൽ അധ്യാപകരായിരിക്കവേ എനിക്കും അവിടെ ചേർന്നു പഠിക്കാനുള്ള സൗഭാഗ്യമുണ്ടായി. ഇതൊരു മഹാഭാഗ്യം തന്നെയാണെന്ന് എക്കാലവും ഞാൻ വിശ്വസിക്കുന്നു. പതിമൂന്നുവയസിലാണ് ഞാൻ പാവറട്ടിയിലെത്തിയത്. അന്ന് എനിക്കൽപ്പം കവിതക്കമ്പമുണ്ടായിരുന്നു. ഇരുപതാമത്തെ വയസിൽ പാവറട്ടി വിട്ടു പോരുമ്പോൾ മൂന്നു നോവലുകളെങ്കിലും ഞാൻ എഴുതിനോക്കിയിട്ടുണ്ടായിരുന്നു (ഇവയിൽ, *തകർന്ന ഹൃദയങ്ങൾ* എന്ന ഒരു നോവൽ പിന്നീട് അച്ചടിക്കുകയു

ണ്ടായി). കവിതയുമായി പാവറട്ടിയിലെത്തിയ ഞാൻ കഥകളിലേക്കു കാലുമാറ്റിയിട്ടാണ് അവിടന്നിറങ്ങിപ്പോന്നതെങ്കിൽ, ഈ മാറ്റത്തിനിടയ്ക്ക് സംഭവിച്ചിട്ടുണ്ടാകാവുന്ന പരിണാമപ്രക്രിയകളെ നിയന്ത്രിച്ചത് ഈ അഞ്ചു ഗുരുനാഥന്മാരായിരുന്നു എന്നാണ് എക്കാലവും ഞാൻ ധരിച്ചു പോരുന്നത്.

ചങ്ങമ്പുഴയുടെ സർവാധിപത്യമായിരുന്നിട്ടും ജി യുടെയും രാജ യുടെയും (കെ കെ രാജ) കവിതകളിലായിരുന്നു ഉള്ളോടുള്ളിൽ അന്നും എനിക്കഭിനിവേശം. അന്നൊരിക്കൽ ഞാനൊരു കവിത എഴുതി:

"നിത്യവും പാടാറുണ്ടക്കോകിലം ശ്മശാനത്തിൽ
നിൽക്കും മാമരത്തിന്റെ കൊമ്പിന്മേലിരുന്നേവം.
സ്വാഗതം നരോത്തമ, വിശ്രമിക്കുവാനായി-
ങ്ങാഗമിച്ചാലും, ഇത്രനേരവും വിരഞ്ഞില്ലേ?"

കവിത മുഴുവൻ ഇന്നോർമയില്ല. ഈ കവിത വായിച്ചുനോക്കിയ ശ്രീ. കെ പി നാരായണപ്പിഷാരടി എനിക്കെത്ര വയസായെന്നു ചോദിച്ചു. പതിനാറെന്നോ പതിനേഴെന്നോ ഞാൻ മറുപടി പറഞ്ഞിട്ടുണ്ടാവാം. മരണത്തോടുള്ള എന്റെ ആഭിമുഖ്യത്തെക്കുറിച്ച് അദ്ദേഹമെന്നെ ശാസിച്ചു (പഴയാത്മാവെന്ന് വളരെ മുമ്പെതന്നെ സഹപാഠികൾ എന്നെ കളിയാക്കാറുണ്ടായിരുന്നു. സന്യസിക്കണമെന്നും എനിക്കൊരാശ ഉണ്ടായിരുന്നു). അതേ കോളേജിൽ പഠിക്കുമ്പോൾതന്നെ *തകർന്ന ഹൃദയങ്ങൾ* എന്ന പേരിൽ ഒരു നോവലെഴുതാൻ ഞാൻ മുതിർന്നിട്ടുണ്ടെങ്കിൽ, അതിനു പിന്നിലുണ്ടായ പ്രചോദനങ്ങളിൽ സർവപ്രധാനമായൊരു പങ്കു വഹിച്ചത് ശ്രീ. ചെറുകാടായിരുന്നു. ഇപ്പോൾ ചെറുകാടിനും അറുപതു തികയുന്നു. പിഷാരടി മാസ്റ്റർക്കും ഇളയതുമാസ്റ്റർക്കും അറുപതു കഴിഞ്ഞു. ഷഷ്ടിപൂർത്തി ഒരർഥത്തിൽ പുനർജന്മമാണെന്ന് പിഷാരടി മാസ്റ്റർ പറഞ്ഞു തന്നു. ജനനസമയത്തുണ്ടായിരുന്ന ഗ്രഹനില വെച്ചിട്ടാണല്ലോ ജാതകം ഗണിക്കപ്പെടുന്നത്. അറുപതാമത്തെ പിറന്നാളിന് ജനനസമയത്തുണ്ടായിരുന്ന ഗ്രഹനില വീണ്ടും വന്നു ചേരുന്നു.

ഗ്രഹങ്ങളുടെ ഈ 'റീ-യൂനിയൻ' ഓരോ അറുപതുവർഷം കഴിയുമ്പോഴും സംഭവിക്കുന്നു. അതുകൊണ്ടുതന്നെ ഈ സമാനഗ്രഹസംയോഗം ജനനത്തിനുശേഷം ഒരിക്കൽ മാത്രമേ മനുഷ്യായുസിൽ സംഭവിക്കുന്നുള്ളൂ. അതുകൊണ്ടാവണം, കേരളീയർ ഷഷ്ടിപൂർത്തിവ്രതക്കാരായിത്തീർന്നതെന്ന് പിഷാരടി മാസ്റ്റർ പറഞ്ഞു.

ചെറുകാടിന്റെ ചുവന്ന തോൾസഞ്ചി പ്രസിദ്ധമാണല്ലോ. ഞാനാദ്യം കാണുമ്പോഴും അദ്ദേഹത്തിന്റെ തോളിൽ ഈ ചുവന്ന സഞ്ചി ഉണ്ടായിരുന്നു. സംസ്കൃത കോളേജിൽ കുറെയേറെ അധ്യാപകർ പുതുതായി വന്നുചേർന്നിട്ടുണ്ടായിരുന്നു. ശ്രീ. എം പി ശങ്കുണ്ണിനായർ ഒരടുക്ക് പുസ്തകങ്ങളുമായി നടന്നുവരുമ്പോൾ ചെറളയത്തെ കൊമ്പനാനയെക്കുറിച്ചാണ് ഞാനോർക്കുക (ഈ കൊമ്പനാനയെക്കുറിച്ച് ഒരുപക്ഷേ, എനിക്കു കേട്ടുകേൾവിയേ ഉണ്ടായിരുന്നുള്ളൂ). ശ്രീ. ഇ ആർ ശ്രീ കൃഷ്ണശർമ്മ

യുടെ തുടുത്ത വലിയ കണ്ണുകൾ എനിക്കെന്നും ഒരത്ഭുതമായിരുന്നു. പക്ഷേ, ചെറുകാടിനെ ആദ്യമാദ്യം ഞാനൽപ്പം കളിയാക്കുകയാണുണ്ടായത്. അദ്ദേഹത്തിന് ഞാനൊരു പേരിട്ടു, മജീഷ്യൻ.

സഞ്ചി അദ്ദേഹത്തിന്റെ ഇടത്തേ തോളിലായിരുന്നു എന്നാണ് ഇപ്പോഴും ഞാനോർക്കുന്നത്. അദ്ദേഹത്തിന്റെ ഷർട്ടിനെക്കുറിച്ചോ വേഷവിധാനങ്ങളിലെ മറ്റ് പ്രത്യേകതകളെക്കുറിച്ചോ യാതൊന്നും ഞാനോർക്കുന്നില്ല. മെലിഞ്ഞ്, ഇരുനിറത്തിൽ ഒരു മനുഷ്യൻ, ഇടത്തോട്ടൽപ്പം ചെരിഞ്ഞാണ് നടക്കുക. അൽപ്പം മടക്കിയ വലത്തെ കൈ പിടിച്ചുപിടിച്ച് തന്റെ തന്നെ വാരിപ്പുറത്ത് കൈമുട്ടു തട്ടിത്തട്ടി നടന്നു പോകുന്ന ഈ ചുവന്ന സഞ്ചിക്കാരൻ ഒരു മജീഷ്യൻ തന്നെയാണെന്ന് എന്റെ സതീർഥ്യരും സമ്മതിച്ചുതന്നു. സ്വതേ നിവർന്ന ശരീരമാണെങ്കിലും മുഖം താഴ്ത്തി, താടി കഴുത്തിലേക്കിടുക്കി ഇടം കണ്ണിട്ടുനോക്കുന്ന മജീഷ്യന്റെ വലിയ കണ്ണുകളിൽ പരിഹാസത്തിന്റെ മൂർച്ചയും പുഞ്ചിരിയുടെ തിളക്കവുമുണ്ടെന്ന് പിന്നീടെനിക്ക് തോന്നി.

ചെറുകാട് എനിക്കു ക്ലാസെടുത്തില്ല. ഒരു ദിവസം റീഡിങ് റൂമിന്റെ മുന്നിൽ അദ്ദേഹമെന്നെ തടഞ്ഞുനിർത്തി. ഇന്ത്യയെക്കുറിച്ചോ സ്വാതന്ത്ര്യസമരത്തെക്കുറിച്ചോ എന്നോടദ്ദേഹം ചോദിച്ചു. അദ്ദേഹത്തെ ഞാൻ തൃപ്തിപ്പെടുത്തിയിട്ടുണ്ടാവാം. ഇന്ത്യയിലെ പട്ടിണിപ്പാവങ്ങളെക്കുറിച്ച് എന്തെങ്കിലുമറിയാമോ എന്നും അവരെക്കുറിച്ച് എന്തെങ്കിലുമാലോചിക്കാറുണ്ടോ എന്നും പിന്നീടദ്ദേഹം ചോദിച്ചു. എനിക്കറിയില്ലേ? ഞാനാലോചിക്കാറില്ലേ? എന്നെക്കുറിച്ചാണല്ലോ അദ്ദേഹം ചോദിക്കുന്നത്!

എനിക്ക് ധൈര്യമുണ്ടോ എന്നദ്ദേഹം ചോദിച്ചുവോ? ഇപ്പോൾ അതൊന്നും ഓർമയില്ല. സോഷ്യലിസത്തെക്കുറിച്ചും കമ്യൂണിസത്തെക്കുറിച്ചും അൽപ്പാൽപ്പം എനിക്കറിയാമായിരുന്നു. ഇനിയും മനസിലാക്കാൻ എനിക്കാഗ്രഹമുണ്ടായിരുന്നു. ഇനിയും കാണാമെന്നും വർത്തമാനം പറയാമെന്നും അദ്ദേഹം പറഞ്ഞു. ഇത് ഒരു സംസ്കൃത കോളേജിലെ മലയാളം മാഷാണോ എന്ന് എനിക്ക് സംശയമായി. ഈ മനുഷ്യന് മജീഷ്യൻ എന്ന് പേരിട്ടതിന്റെ പേരിൽ ഞാനെന്നെ ശപിച്ചു. ഇന്നും, എനിക്കോർക്കുമ്പോൾ ഖേദം, ചെറുകാടിനെ മാത്രം ആദ്യത്തെ നോട്ടത്തിൽത്തന്നെ സമാദരിക്കാൻ എനിക്കു സാധിച്ചില്ല!

ബനിയൻ ഉണ്ടോ എന്ന് എന്നോടൊരിക്കൽ ചെറുകാട് ചോദിച്ചു. ബനിയൻ എനിക്കുണ്ടായിരുന്നില്ല. എങ്ങനെയോ ഒരു ബനിയൻ സമ്പാദിച്ചതിനുശേഷം ഞാനദ്ദേഹത്തെക്കണ്ടു. പിന്നീടാണ് ലഘുലേഖകളും കല്ലച്ചിൽ അച്ചടിച്ച പത്രങ്ങളും അദ്ദേഹമെനിക്കു തന്നത്. ബനിയനുള്ളിൽ ഒളിച്ചുവെച്ച ഒരടുക്ക് പത്രങ്ങളോടെ ആദ്യത്തെ ദിവസം വീട്ടിലേക്ക് നടക്കുമ്പോൾ ഞാനും ഈ ലോകത്തിൽ ഒരാളാണെന്ന ധാരണ ആദ്യമായിട്ടെനിക്കുണ്ടായി.

എനിക്കദ്ദേഹം തന്ന ഈ ഒളിപത്രങ്ങളിൽ നിന്നാണ് 'തേഭാഗ' സമരത്തെക്കുറിച്ച് ഞാനാദ്യമറിഞ്ഞത്. പിന്നീട് ഒറീസയിൽനിന്നും ബീഹാ

റിൽനിന്നും പഞ്ചാബിൽനിന്നും വന്ന കൃഷിക്കാരുടെ മക്കളോട് പട്ടാള ക്യാമ്പുകളിൽ പരിചയപ്പെട്ടപ്പോൾ ഇന്ത്യയിലെ നാനാമുഖമായ കാർഷികവ്യവസ്ഥകളെക്കുറിച്ച് അൽപ്പമെങ്കിലും മനസിലാക്കാനും ഏകീകൃതമായ ഒരു കർഷകസമരമുഖം ഇവിടെ എന്തുകൊണ്ട് മുന്നേറിയില്ലെന്നു മനസിലാക്കാനും ഈ പത്രങ്ങൾ എനിക്കു പിൻബലം തന്നു.

ജീവിതം സന്യസിക്കാനുള്ളതല്ലെന്നെങ്കിലും ചെറുകാടിന്റെ സാമീപ്യത്തിൽനിന്ന് എനിക്ക് ബോധ്യം വന്നു. ഒരിക്കൽ അദ്ദേഹം ഒരു അനുഭവകഥ പറഞ്ഞു. ഞങ്ങൾ മൂന്നോ നാലോ വിദ്യാർഥികളുണ്ടായിരുന്നു. അവരിൽ അബൂബക്കറുടെ പേരുമാത്രമേ ഇന്നെനിക്കോർമയുള്ളു. ഇപ്പോൾ അബൂബക്കർ എവിടെയാണെന്നുപോലും എനിക്കറിഞ്ഞുകൂടാ. അദ്ദേഹം ചാവക്കാട് ഹൈസ്കൂളിലെ വിദ്യാർഥിയായിരുന്നു. എന്നാണ് എന്റെ ഓർമ. ചെറുകാടിന്റെ നേതൃത്വത്തിൽ ഞങ്ങൾ ചാവക്കാട് ഫർക്കയിലെ വിദ്യാർഥി ഫെഡറേഷൻ സംഘടിപ്പിച്ചു വരികയായിരുന്നു (അല്ലെങ്കിൽ ചെറുകാട് വിദ്യാർഥി ഫെഡറേഷൻ സ്ഥാപിക്കുകയായിരുന്നു). ഒരു സായംസന്ധ്യയിൽ പാലുവയിലെ ഒരു തെങ്ങിൻതോപ്പിൽ വട്ടമിട്ടിരുന്നു വർത്തമാനങ്ങൾ കൈമാറുന്ന കൂട്ടത്തിൽ ചെറുകാട് പറഞ്ഞു:

“പറഞ്ഞാൽ, നിങ്ങൾ വിശ്വസിക്കുമോ, ഇന്നലെ ഉണ്ടായ സംഭവമാണ്. മനുഷ്യൻ എന്തുമാത്രം ദുരിതങ്ങളാണനുഭവിക്കുന്നതെന്ന്, ഇതു കേട്ടാൽ നിങ്ങൾക്കൂഹിക്കാം.”

രാത്രിയായിരുന്നു, കൂരിരുട്ടായിരുന്നു. അസമയമായിരുന്നു. എന്തോ ഒരാവശ്യത്തിനുവേണ്ടി ചാവക്കാട്ടേക്കുപോയ ചെറുകാട് പുന്നച്ചോട്ടിലെത്തിയപ്പോൾ ആരോ ഒരാൾ അദ്ദേഹത്തെ തടുത്തു. അപായമൊന്നും ഉണ്ടായില്ല. അതു ഒരു സ്ത്രീ ആയിരുന്നു. സ്ത്രീയുടെ പോക്കോലമായിരുന്നു. അവൾക്ക് ചെറുകാട് എന്തെങ്കിലും കൊടുക്കണം. അവൾക്ക് വിശക്കുന്നുണ്ട്. നാളുകളായി, അവൾ ആഹാരം കഴിച്ചിട്ടില്ല, കൂരിരുട്ടിൽ മിഴിച്ചുനിന്ന ചെറുകാടിനോട് സ്ത്രീ വീണ്ടും ഇരന്നു: “രണ്ടു മുക്കാല് തരൂ, എന്നെ എന്തും ചെയ്തോളൂ. എനിക്ക് രണ്ട് മുക്കാല് തരൂ.”

ചാവക്കാട് ഫർക്കയിലെ ആദ്യത്തെ വിദ്യാർഥിഫെഡറേഷനും തലപ്പിള്ളിത്താലൂക്കിലെ തൊഴിലാളിയൂണിയനും സ്ഥാപിച്ചത് ഞാനാണെന്നോ, സ്ഥാപകപ്രവർത്തകരിൽ ഞാനും ഉണ്ടായിരുന്നു എന്നോ ഒരു വീരവാദവും ഞാനിളക്കുന്നില്ല. അന്നു ചെറുകാട് പറഞ്ഞുകേട്ട സംഭവകഥ എന്നെ എവിടെക്കൊണ്ടെത്തിച്ചു എന്ന് എനിക്കുപോലും അറിഞ്ഞുകൂടാ. വാസ്തവത്തിൽ, ആ കഥ എന്നെ ഒരിടത്തും കൊണ്ടെത്തിച്ചിട്ടില്ല. *തകർന്ന ഹൃദയങ്ങൾ* എന്ന നോവൽ ഞാനെഴുതി. നോവലിന്റെ ആദ്യത്തെ അധ്യായത്തിൽത്തന്നെ രണ്ടു മുക്കാലിനുവേണ്ടി എന്തും ചെയ്യാനൊരുമ്പെട്ട ദാരിദ്ര്യദു:ഖത്തെക്കുറിച്ച് ഞാനെഴുതി. എന്നിട്ട് ഞാൻ എവിടെത്തോളം എത്തി?

നോവലിസ്റ്റായ കോവിലൻ പുന്നച്ചോട്ടിൽത്തന്നെ നിൽക്കുന്നു (ഈ നാട് എവിടെച്ചെന്നു നിൽക്കുന്നു എന്നത് ഈ അനുസ്മരണത്തിൽ പ്രസ

ക്തമല്ല. മൂന്നു പൈസയ്ക്കുവേണ്ടി എന്തും ചെയ്യാനൊരുമ്പെടേണ്ടിവരുന്ന സഹോദരിമാരെ ഒരുപക്ഷേ, റോഡിൽ കണ്ടില്ലെന്നുവരാം. ഒരിറക്ക് ജിന്നിനുവേണ്ടി ശരീരം വിൽക്കുന്ന സ്ത്രീകളെ നിഷ്കരുണം സൃഷ്ടിച്ചുവിട്ട ഒരു സാംസ്കാരിക–സാമ്പത്തിക വിപ്ലവം ഇവിടെ വിജയിച്ചു കഴിഞ്ഞു). രണ്ടുതവണ ചെറുകാടിനോട് ഞാൻ പിണങ്ങുകയുണ്ടായി. പൊന്നാനി താലൂക്കിലെ വിദ്യാർഥി ഫെഡറേഷന്റെ ഒന്നാമത്തെ സമ്മേളനത്തിന് ഞാനും പുറപ്പെട്ടുപോയി. കൂട്ടുകാരെല്ലാവരും തലേദിവസം കൂട്ടുങ്ങൽനിന്ന് വഞ്ചികയറിപ്പോയി. വഞ്ചിക്കൂലി ഇല്ലാത്തതുകൊണ്ട് കണ്ടാണശ്ശേരിയിൽനിന്ന് ഞാൻ നടന്നുപോയി. നല്ല നിലാവുണ്ടായിരുന്നു. പുറപ്പെടീച്ചയയ്ക്കുമ്പോൾ അമ്മ അവിലും കൊട്ടത്തേങ്ങയും എനിക്കു പൊതിഞ്ഞു തന്നു. നിറഞ്ഞ പിൻനിലാവിൽ ഞാൻ ഒറ്റയ്ക്കു നടന്നു. ഏഴു നാഴികയോളം നടന്ന് എടക്കഴിയൂരെത്തിയപ്പോൾ പ്രഭാതമായി. ഇന്നു ടിപ്പുസുൽത്താൻ റോഡായി മാറിയ അന്നത്തെ മണൽവെട്ടുവഴിയിലെത്തിയപ്പോൾ വെയിലുദിച്ചു. വഴിവക്കിൽ കിണറ്റിൻകരയിലിരുന്ന് അവിലും കൊട്ടത്തേങ്ങയും കഴിച്ച് നിറയെ വെള്ളം കുടിച്ചു. തലനിറയെ ആശയങ്ങളും നെഞ്ചുനിറയെ ആശകളുമായി ഞാൻ നടന്നു. പാവറട്ടിയിലെ പ്രതിനിധി എന്ന നിലയ്ക്ക് പൊന്നാനി സമ്മേളനത്തിൽ എന്റെ ഒരു പ്രസംഗമുണ്ടാവും. പ്രസംഗമത്സരത്തിലും ഞാൻ പങ്കെടുക്കുന്നുണ്ട്. ഇരുപത്താറു നാഴിക ദൂരമെങ്കിലും ഞാനന്നു നടന്നിട്ടുണ്ട്. വിയർത്തും തളർന്നും എ വി എം ഹൈസ്കൂളിലെത്തിയത് എങ്ങനെയെന്ന് ഇപ്പോൾ എനിക്കോർക്കാൻ വയ്യ. സ്വന്തം കളരിക്കു പുറത്ത് നടാടെ ഞാൻ അരങ്ങേറിയ എ വി എം ഹൈസ്കൂളിനെക്കുറിച്ചോർക്കുമ്പോൾ (ഓ! പൊന്നാനി മലയാള സാഹിത്യത്തിന്റെ ഈറ്റില്ലമാണല്ലോ) ഇന്നും എനിക്കെന്തൊരു മമതയാണുള്ളതെന്നോ! പ്രസംഗമത്സരത്തിൽ എനിക്കൊരു സമ്മാനവും കിട്ടിയില്ല. ഒരു മൂന്നാം സമ്മാനം പോലും. ഒരു പെൺകുട്ടി പ്രസംഗത്തിനുവന്ന് എന്നെ തോൽപ്പിച്ചു! (സഹോദരി, താങ്കളുടെ മുഖച്ഛായപോലും എനിക്കോർമയില്ലല്ലോ). അവിടെ പക്ഷപാതം നടന്നു എന്ന്, ചെറുകാടിനോട് ഞാൻ പിണങ്ങി.

ചെറുകാട് എന്റെ സ്വന്തമാണെന്നായിരുന്നു എന്റെ ധാരണ. പൊന്നാനി സമ്മേളനത്തിന്റെ എല്ലാമായിരുന്ന ചെറുകാടിനു എന്നേക്കാൾ വലിയ, എന്നേക്കാൾ പ്രിയപ്പെട്ട കുട്ടികൾ അവിടെ എത്രയോ ഉണ്ടായിരുന്നു.

പിന്നീട് ഞങ്ങൾ പിണങ്ങുകയും തമ്മിൽ പിരിയുകയുമാണുണ്ടായത്. അത് ആഗസ്റ്റ് വിപ്ലവത്തിനുതൊട്ടു മുമ്പായിരുന്നു. ഗാന്ധിജി ജയിലിൽ കിടക്കുമ്പോൾ പഠിക്കാൻ വയ്യ എന്നായിരുന്നു എന്റെ ഞായം. ഗാന്ധിജിയെ വിട്ടയയ്ക്കണമെന്നതാണ് നമ്മുടെ മുദ്രാവാക്യമെന്ന് ചെറുകാട് എന്നെ സമാധാനിപ്പിച്ചു. ഒരുപക്ഷേ, മുദ്രാവാക്യത്തിന്റെ പൊരുളോ സാധ്യതകളോ അന്നും ഇന്നും എനിക്കു മനസിലായിട്ടില്ല. സാമൂഹിക പരിവർത്തനങ്ങൾക്കും മറ്റും മുദ്രാവാക്യങ്ങൾ ഒരു പരിധിവരെ ഉപകരി

ച്ചേക്കാം. സംസ്കൃത കോളേജിന്റെ മുറ്റത്തിറങ്ങിനിന്ന് ഞാൻ മുദ്രാവാക്യം വിളിച്ചു:

"ഭാരത് മാതാ കീ...."

ആ ഒരു വിളിയോടെ എന്റെ വിദ്യാഭ്യാസം നിലച്ചു. കാലം പിന്നെയും കഴിഞ്ഞപ്പോൾ എനിക്കൊരു പോസ്റ്റുകാർഡ് കിട്ടി. ചെറുകാടിന്റെ കയ്യക്ഷരത്തിന്റെ ചുവപ്പും വടിവും കരുത്തും പട്ടാളത്താവളങ്ങളിലെത്തിപ്പെട്ട എന്നെ അഭിവാദ്യം ചെയ്യുകയായിരുന്നു, ആ കാർഡിലൂടെ. ശിഷ്യന്റെ കഥകളിൽനിന്ന് ആവേശംകൊള്ളുന്നു എന്നുപോലും ഗുരുനാഥൻ ആ കാർഡിൽ എഴുതി! ഓലയും എഴുത്താണിയും ശീലിച്ച കൈവിരലുകൾക്കേ ഇത്രയും കരുത്തുണ്ടാവുകയുള്ളൂ എന്നുവരെ എനിക്കു തോന്നാറുണ്ട്. കരിങ്കല്ലിൽ കൊത്തിവെക്കുക എന്നൊരു ശൈലിയില്ലേ, കടലാസിൽ കൊത്തിവെക്കുന്ന കയ്യക്ഷരം ചെറുകാടിന്റേതു മാത്രമേ ഞാൻ കണ്ടിട്ടുള്ളൂ.

ഇപ്പോൾ ചെറുകാടിനും അറുപതു തികയുന്നു. അറുപതിൽ പുനർജന്മമുണ്ടെന്നും മറ്റും ചെറുകാട് വിശ്വസിക്കുന്നുണ്ടാവില്ല. പക്ഷേ, ചെറുകാടിനു പുനർജന്മമുണ്ടായി എന്നാണ് എനിക്കു തോന്നുക. ഇന്ന് ചെറുകാട് മെലിഞ്ഞിട്ടല്ല, ഇരുനിറവും അല്ല. അദ്ദേഹത്തിന്റെ നരച്ച തലമുടിയിൽ ചീർപ്പോടുകയില്ല, ഒടിയും. ചെമ്പിന്റെ നിറമാർന്ന ആ ശരീരത്തിന് അസ്സൽ കരുത്തും ഉണ്ട്. ചുവന്ന തോൾസഞ്ചിക്കുപോലും പുനർജന്മം കിട്ടി. പഴയ മജീഷ്യന്റെ പതിഞ്ഞ സഞ്ചിയൊന്നും അല്ല അത്. 'ശക്തി'യുടെ പുസ്തകങ്ങൾ നിറഞ്ഞ ആ പെരുത്ത സഞ്ചി ഞാൻ ചുമക്കാം എന്നാവശ്യപ്പെട്ടിട്ടും അതൊന്നു ചുമക്കാൻ അദ്ദേഹം എന്നെ അനുവദിച്ചില്ല. കുടയെങ്കിലും ചുമക്കാമെന്നപേക്ഷിച്ചിട്ടും ചെറുകാട് സമ്മതിച്ചില്ല. നടക്കുമ്പോൾ ബാലൻസ് കിട്ടണമെങ്കിൽ ചുവന്ന തോൾസഞ്ചിയും നരച്ച കുടയും കൂടെ വേണമെന്ന് ചെറുകാട് ശഠിച്ചു. അദ്ദേഹത്തിന്റെ പിമ്പേ നടക്കുമ്പോൾ ഞാൻ എന്നെത്തന്നെ ശപിച്ചു.

ഒരിക്കൽ നിന്റെ ഗുരുനാഥനെ മജീഷ്യനെന്ന് നീ കളിപ്പേരിട്ടല്ലോ!

8-9-74

ചെറുകാട്

എം ടി വാസുദേവൻ നായർ

ചെറുകാടുമായി അധികസമയം ഞാൻ കൂടിക്കഴിഞ്ഞിട്ടില്ല. പലപ്പോഴും കണ്ടു. സംസാരിച്ചു, ആപ്പീസിൽ വെച്ചായിരിക്കും കൂടുതൽ അല്ലെങ്കിൽ സമ്മേളനസ്ഥലങ്ങളിൽവെച്ച്. പക്ഷേ, എനിക്ക് എപ്പോഴും "ഇതാ എന്റെ സ്വന്തം ഒരാൾ" എന്ന തോന്നൽ ഉണ്ടായിരുന്നു, ചെറുകാടിനെ കാണുമ്പോഴും ചെറുകാടിനെപ്പറ്റി കേൾക്കുമ്പോഴുമെല്ലാം. ഇതെന്തുകൊണ്ട്? ഞാനിടയ്ക്കു ആലോചിച്ചിരുന്നു. വ്യക്തമായ ഉത്തരമില്ല. വള്ളുവനാടൻ മണ്ണിനടിയിൽ എന്റെ വളരുന്ന വേരുകൾ ഒരു തായ്‌വേരുമായി എവിടെയൊക്കെയോവച്ച് അറിയാതെ കെട്ടുപിണഞ്ഞതുകൊണ്ടാവാം എന്നൊരു നിഗമനത്തിലെത്തിച്ചേർന്നു. ഹ്രസ്വമായ കത്തുകളിലും നേരിട്ടുള്ള വാക്കുകളിലും, എന്റെ മനസിന്റെ അടിത്തട്ടിലെ വികാരം വായിച്ചെടുത്തിട്ടോ എന്നു തോന്നുമാറ്, നിശ്ശബ്ദമായ ഒരു വാത്സല്യഭാവം പ്രകാശനാളംപോലെ എന്റെ നേർക്ക് ഒഴുകിയെത്തി എന്നെ തലോടുന്നത് ഞാൻ അനുഭവിച്ചറിയുകയും ചെയ്തു.

ആ വാത്സല്യത്തിൽനിന്നുള്ള അധികാരവും കത്തുകളിൽ പ്രകടമായിരുന്നു. വാടാനംകുറിശ്ശിയിൽ ഒരു സാഹിത്യ സമ്മേളനമുണ്ട്. താൻ നേരത്തേ എന്റെ വീട്ടിലെത്തുക, ഇന്ന തീയതിക്ക്. കഴിഞ്ഞു. ഒരു സമ്മേളനം നടത്തിപ്പുകാരന്റെ ക്ഷണം! ഞാൻ എന്തു തിരക്കായാലും എത്തുമെന്ന് ചെറുകാടിനറിയാം.

ഞാൻ കോഴിക്കോട്ടെത്തിയ കാലത്ത് സന്ധ്യക്ക് പുതിയറയിലുള്ള തിക്കോടിയന്റെ വീട്ടിൽ പോയി. പ്രായവ്യത്യാസം മറന്ന് തിക്കോടിയനുമായി സ്വാതന്ത്ര്യത്തോടെ ഇടപെടുന്നത് പിന്നീടാണ്. അന്ന് എന്റെ രണ്ടാമത്തെ ജ്യേഷ്ഠന്റെ സുഹൃത്ത്. സഹപ്രവർത്തകനെന്നനിലയിൽ അദ്ദേഹം ഒരു രക്ഷിതാവിന്റെ സ്ഥാനത്തായിരുന്നു. സ്നേഹം കലർന്ന

ആദരവ്. ഞാൻ കോഴിക്കോട്ടെ ഒരു ലോഡ്ജുമുറിയിൽ താവളമുറപ്പിച്ച വിവരം പറയാൻ ചെന്നതാണ്. പുറത്തിറങ്ങുമ്പോൾ മുറ്റത്ത് ഇരുട്ടാണ്. ഇടവഴിയിലേക്ക് കുറെ പടവുകൾ ഇറങ്ങണം.

"നിൽക്ക്, ടോർച്ചടിച്ച് തരാം."

"വേണ്ട."

അപ്പോൾ ഇരുട്ടിൽനിന്ന് പടികയറി ഒരാൾ മുറ്റത്തേക്ക് വരുന്നു. മുറിക്കയ്യൻ നീലഷർട്ട്, പരുക്കൻ മീശ, ചുമലിൽ തൂങ്ങുന്ന സഞ്ചി, മടക്കിക്കുത്തിയ മുണ്ട്.

"ആ ഇതാര്?"

തിക്കോടിയൻ ആഗതനെ കുശലം പറഞ്ഞ് സ്വീകരിച്ചു. ഒരു നാടൻ ചട്ടമ്പിയെപ്പോലെ....എവിടെയോ കണ്ടിട്ടുള്ള പോലെ തോന്നി. ഏതോ പത്രറിപ്പോർട്ടിലെ ചിത്രത്തിലാണോ?

"വാസൂന് മനസിലായില്ലേ? ഇതാണ് ചെറുകാട്."

വരാന്തയിലെ മുനിയുന്ന ബൾബിന്റെ പ്രകാശത്തിലേക്കു കയറിനിന്ന ആൾ പിന്നെ ഒന്നു നോക്കി. തിക്കോടിയൻ പറഞ്ഞു. "ഇത് വാസു എം ടി."

അപഗ്രഥിക്കുംപോലെ ഒന്നുകൂടി എന്നെ നോക്കി പറഞ്ഞു:

"ഓപ്പോള്. അല്ലെ?"

ഓപ്പോള് എന്ന കഥ അതിന്റെ തൊട്ടു മുമ്പത്തെ ആഴ്ചയിലാണ് വന്നത്.

ഞാൻ ചിരിക്കാൻ ശ്രമിച്ചു. പിന്നെ നിശ്ശബ്ദം രണ്ടാളോടും യാത്ര പറഞ്ഞ് ഇറങ്ങി.

അപ്പോൾ ഇതാണ് ചെറുകാട്. മനസിൽ ഉണ്ടായിരുന്ന ചിത്രത്തിൽനിന്ന് ഏറെ വ്യത്യാസം.

എന്റെ ഇളം പ്രായത്തിൽ വീട്ടിൽ ചെറുകാടിന്റെ ഒരോട്ടൻതുള്ളൽ കണ്ടിട്ടുണ്ട്. തവിട്ടുകടലാസിൽ ലഘുലേഖപോലെ അടിച്ചത്. *മേനോന്റെ മേനി*യും *അച്ചാരം മടക്കി*യും എന്റെ ജ്യേഷ്ഠന്മാരിലാരോ എവിടെനിന്നോ കൊണ്ടു വന്നതാണ്. പിന്നീട് ചെറുകാടിന്റെ നാടകങ്ങളെപ്പറ്റി കേട്ടു. ഞാൻ കോഴിക്കോട്ടെത്തിയ കൊല്ലം കലാസമിതിയുടെ നാടകോത്സവത്തിന് ചെറുകാടിന്റെ നാടകമുണ്ടായിരുന്നു.

അതിനുമുമ്പ് വന്ന *തറവാടിത്ത*ത്തെപ്പറ്റി ചെറുകാട് പ്രസംഗിച്ചത് ഞാൻ *ജയകേരള*ത്തിൽ വായിച്ചിരുന്നു. ഏതോ ഒരു വിമർശനത്തിനു മറുപടിയാണ്: "മൂപ്പിൽ നായരും ഭാഗക്കേസുകളും ഒക്കെ ഇന്നും പ്രശ്നമാണ്. ഇവയൊക്കെ പഴങ്കഥകളല്ല, മാനുഷിക പ്രശ്നങ്ങളാണ്." വളരെ പ്രാധാന്യത്തോടെയാണ് ആ പ്രസംഗം കൊടുത്തിരുന്നത്.

പിന്നീട് കോഴിക്കോട്ടുവെച്ച് ചെറുകാടിനെ പലപ്പോഴും കണ്ടു.

ഒരിക്കൽ *മാതൃഭൂമി* ആപ്പീസിൽ കയറിവന്നു. എൻ വി ഇല്ല. പതിവുപോലെ സഞ്ചി മേശപ്പുറത്തുവെച്ച്, മുറുക്കാൻ സാമഗ്രികൾ പുറത്തെടുത്തു പിന്നെ, ബീഡിക്കെട്ടും.

"ചായ പറയട്ടെ?"

"ആദ്യം വെള്ളം. പിന്നെ ചായ" എന്നിട്ട് മുറുക്കാൻ ചെല്ലം മാറ്റി വെച്ച് എന്റെ മുമ്പിലിരിക്കുന്ന സിഗരറ്റിൽനിന്ന് ഒന്നെടുത്ത് കത്തിച്ചു.

"ഇപ്പോൾ പട്ടാമ്പി കോളേജിലല്ലേ?"

"എടോ ഇനി കുറേക്കൂടി ബഹുമാനത്തിൽ സംസാരിക്കണം. ഞാനിപ്പോൾ ഒരു പ്രൊഫസറാണ്."

എന്നിട്ട് മുറുക്കാൻ കറ പിടിച്ച പല്ലുകൾ കാട്ടി ചിരിച്ചു. "താനിനി വിലാസമെഴുതുമ്പോൾ സൂക്ഷിക്കൂ. പ്രൊഫസർ ചെറുകാട്!"

വർഷങ്ങൾക്കുശേഷം *നിർമ്മാല്യ*ത്തിന് രാഷ്ട്രപതിയുടെ സ്വർണ മെഡൽ കിട്ടിയതിന്റെ പേരിൽ പാലക്കാടിനടുത്തുവെച്ച് ഒരനുമോദന യോഗം. ചെറുകാട് അധ്യക്ഷൻ. എനിക്ക് ഒരു ഉപഹാരം തന്ന് പ്രസംഗിക്കുമ്പോൾ ചെറുകാട് പറഞ്ഞു: "ഞാൻ ചെയ്യാനാഗ്രഹിച്ച ചിലതൊക്കെയാണ് ഇയാൾ, ഈ എം ടി, ചെയ്യുന്നത്."

ഉപചാരങ്ങളോ പുറത്തുകാട്ടുന്ന സ്നേഹപ്രകടനങ്ങളോ പതിവില്ലാത്ത ചെറുകാട് നിലവിളക്കു തന്നശേഷം എന്നെ പതുക്കെ ഒന്നാശ്ലേഷിച്ചത് എന്നെ അത്ഭുതപ്പെടുത്തി. വികാരാധീനനാക്കി എന്നതാണ് സത്യം. ഞാനത് മറച്ചുപിടിക്കാൻ ശ്രമിച്ചു.

സ്റ്റേജിൽനിന്നും പിന്നിലേക്കിറങ്ങുമ്പോൾ ഞാൻ എന്റെ പോക്കറ്റിലുണ്ടായിരുന്ന ഒരു പാർക്കർ പേന ചെറുകാടിനു സമ്മാനിച്ചു. ചെറുകാടിന്റെ പോക്കറ്റിൽ എന്നും ഒരു തടിച്ച പേനയുണ്ട്. പഴയ ബ്ലാക്ക് ബേർഡായിരിക്കണം.

"ഉം. നല്ല പെന്ന്. അപ്പോ തനിക്ക് വേണ്ടേ?"

"എന്റെ കൈയിൽ വേറെയും ഒരു പാർക്കർ പേനയുണ്ട്."

ഒരിക്കൽ പകുതി കളിയായും പകുതി കാര്യമായും ചെറുകാട് എനിക്കെഴുതി.

"താൻ അടുത്ത ഒരു സിനിമയിൽ എന്നെയും വിളിച്ച് അഭിനയിപ്പിച്ച് എന്നെ സുന്ദരനാക്കണം."

പിന്നീട് ചെറുകാടിന്റെ നോവൽ *ദേവലോകം* ഒരു ചലച്ചിത്രമാക്കാൻ ശ്രമം നടന്നു. അതിന്റെ തിരക്കഥയെഴുതാനും സംവിധാനം ചെയ്യാനും എന്നെയാണ് ഏൽപ്പിച്ചത്. ജനശക്തി ഫിലിംസിന് രണ്ട് സിനിമകൾ ചെയ്യാൻ ഉദ്ദേശ്യമുണ്ടായിരുന്നു; കയ്യൂർ സഖാക്കളെപ്പറ്റി ഒരു ചിത്രവും ചെറുകാടിന്റെ *ദേവലോക*വും. ഈ ആവശ്യത്തിനായി മൃണാൾസെൻ വന്നു.

ഒരസുഖം കഴിഞ്ഞു വന്ന് ഞാൻ വീട്ടിലിരുപ്പായിരുന്നു. മൃണാൾസെൻ വിളിച്ചു. ഞാൻ ഹോട്ടലിലേക്ക് ചെന്നു.

"ആദ്യം എം ടി ഒരു പടം ചെയ്യ്. നിങ്ങളിവിടത്തുകാരനായതുകൊണ്ട് പ്രശ്നമില്ല. ഇവർ പുതിയ ആളുകളാണ്. അതു കഴിയുമ്പോഴേക്ക് ഇവരുടെ സെറ്റപ്പ് ഒന്ന് ശരിയാവും. രണ്ടാമത്തേത് ഞാൻ ചെയ്യാം"

(മൃണാൾസെൻ ശരിക്കും ദീർഘദർശിയാണ്!).

ചെറുകാടിന്റെ പേരിലുള്ള ഒരു ചിത്രമായതുകൊണ്ട് ഞാൻ സമ്മതിച്ചു. ചെറുകാടിന്റെ മരണശേഷമാണത്.

പുതിയ ആളുകളെ വെച്ച് പടം ചെയ്യാൻ ജനശക്തി പ്രവർത്തകർക്ക് താൽപ്പര്യം. അതും എനിക്കൊരു പ്രേരണയായിരുന്നു. മഞ്ചേരിയിൽ പ്രാക്ടീസ് തുടങ്ങിയ ഒരു വക്കീൽ പയ്യൻ അടക്കമുള്ള പുതുമുഖങ്ങളെ തെരഞ്ഞെടുത്തു. മുഹമ്മദ്കുട്ടിയെന്ന ആ വക്കീൽ പയ്യൻ പിന്നീട് മമ്മൂട്ടിയെന്ന അതിപ്രധാന നടനായത് മറ്റൊരു കഥ. *ദേവലോകം* പാതി വഴിക്ക് നിന്നു.

പക്ഷേ, ചെറുകാട് ഉണ്ടായിരുന്നെങ്കിൽ എന്നു വിചാരിച്ച് വിഷാദം തോന്നിയ സന്ദർഭങ്ങൾ നിരവധി ആയിരുന്നു.

"ഈ റോളിൽ ചെറുകാടിനെ വിളിക്കാമായിരുന്നു."

ഞാൻ പാലക്കാടൻ കൊടുംചൂടിൽ പണിയെടുക്കുമ്പോഴെല്ലാം ചെറുകാട് ആദ്യാവസാനക്കാരനായി എന്റെ കൂടെയുണ്ടെന്ന് തോന്നി.

ചെറുകാടിന്റെ ആത്മകഥ എന്നെ ഏറ്റവും ആകർഷിച്ച പുസ്തകങ്ങളിൽ ഒന്നാണ്. ലാളിത്യത്തിന്റെ ചാരുതയും ആത്മാർഥതയുടെ തിളക്കവും ഒത്തുചേർന്ന ഈ കൃതി മലയാളത്തിലെ എന്നല്ല ഞാൻ വായിച്ച ആത്മകഥകളിൽ മുന്നിട്ടു നിൽക്കുന്നു.

ഹൃദയദ്രവീകരണശക്തിയുടെ കാര്യത്തിൽ അതിനോട് താരതമ്യപ്പെടുത്താവുന്ന ഒരു കൃതി ചാർലിചാപ്ലിന്റെ ആത്മകഥ മാത്രമാണ്.

ജീവിതത്തിന്റെ ഒരു നിർണായകഘട്ടത്തിൽ വെച്ച് ആത്മകഥ അവസാനിക്കുന്നു. രംഗത്ത് നാടകീയതയുടെ മർമങ്ങൾ മുഴുവൻ പ്രയോഗിക്കാൻ അറിയുന്ന ചെറുകാട് സ്വന്തം ജീവിതനാടകത്തിന്റെ ഒരു സന്ധി അവസാനിപ്പിക്കുന്നത് എത്ര ലാഘവത്തോടെയാണ്! വേദനിപ്പിക്കുന്ന ലാഘവ ഭാവം.

പൊലീസിൽ കീഴടങ്ങുന്ന ആ രംഗം നാടകീയത പൂർണമായും ഒഴിവാക്കി എഴുതപ്പെട്ടതാണ്. എന്നാലും അത് വല്ലാത്ത വേദനയും വിങ്ങിപ്പൊട്ടലും ഉണ്ടാക്കുന്നു.

"മാന്യനായ എന്നെ പൊലീസ് അടിക്കുകയുണ്ടാവില്ലെന്നാണ് ഞാൻ വിചാരിച്ചത്. ആദ്യത്തെ അടി എന്റെ അഭിമാനത്തിന്റെ പടത്തിന്മേൽ വന്നുവീണപ്പോൾത്തന്നെ ഞാൻ ശരാശരി മനുഷ്യനായി."

ഞാൻ നാലുവട്ടം വായിച്ചിട്ടുണ്ട് *ജീവിതപ്പാത*. എന്റെ ഏറ്റവും പ്രിയപ്പെട്ട പുസ്തകങ്ങളിൽ ഒന്നാണ്.

പാലക്കീഴ് നാരായണൻ പറയുന്നു, ചെറുകാടിന്റെ ചെറുകഥകൾ മുഴുവൻ തേടിപ്പിടിച്ച് ഒരു പുസ്തകമാക്കുന്നു എന്ന്. ഞാൻ ആമുഖമെഴുതണമെന്നും, ചെറുകഥകൾ വന്ന് അതെല്ലാം വായിച്ച് ഒരാമുഖമെഴുതാൻ ഞാൻ ഉദ്ദേശിക്കുന്നില്ല എന്ന് പാലക്കീഴിനെ അറിയിച്ചു. ചെറുകാടിനെ ഓർമിക്കാനുള്ള ഒരവസരമായി ഇത് ഉപയോഗപ്പെടുത്താൻ ആഗ്രഹമുണ്ടുതാനും.

ആലോചിച്ചപ്പോൾ ചെറുകാടിന്റെ ഒരു ചെറുകഥ എന്റെ ഓർമയിൽ

ഇപ്പോഴും സജീവമായി നിലനിൽക്കുന്നു *പനങ്കഴു*. ശുദ്ധതയുള്ള ഒരധ്യാപികയെ നശിപ്പിക്കാൻ ശ്രമിക്കുന്ന വിടൻ സഹപ്രവർത്തകൻ സ്വാമിയുടെ ചിത്രം ഞാൻ ഇന്നും ഓർക്കുന്നു. ദുഷ്ടനാണ് കഥയിൽ ജയിക്കുന്നത്. ശുദ്ധതയ്ക്ക് പനങ്കഴു! ദുഷ്ടനെ യഹോവ പനപോലെ വളർത്തി സുവിശേഷത്തിൽ. ശുദ്ധതയെ ലോകത്തിന് ഒരിക്കലും പൊറുപ്പിക്കാനാവില്ല. നശിപ്പിച്ചേ മതിയാവൂ. വായിച്ച് നാൽപ്പതുകൊല്ലത്തിലധികം കാലത്തിനുശേഷവും ഈ കഥ അതിന്റെ വിശദാംശങ്ങളോടെ എന്റെ മനസിൽ മായാതെ നിൽക്കുന്നു. ചെറുകാടിന്റെ ആയതുകൊണ്ടല്ല, കഥയുടെ ഉൾക്കരുത്തുകൊണ്ട്.

നോവലിലും കഥയിലും ഇന്നയിന്ന ചിട്ടവട്ടങ്ങൾ പാലിക്കണമെന്ന യാതൊരു മുൻ ധാരണയും ചെറുകാടിന് ഉണ്ടായിരുന്നില്ല. അധ്യാപക സംഘടനയുടെ യോഗത്തിൽ അവതരിപ്പിച്ച ഒരു പ്രമേയം ഒരധ്യായമാക്കാൻ ഒരുമടിയും ഇല്ല. അന്നൊക്കെ അതിന്റെ പേരിൽ മനസിൽ അതൃപ്തി തോന്നിയിരുന്നു. ചട്ടക്കൂടുകൾ ലംഘിക്കലാണ് സർഗസൃഷ്ടിയെന്നു പിന്നീട് മനസിലായപ്പോൾ അതൊരു ധീരതയാണെന്ന് ഞാൻ തിരിച്ചറിഞ്ഞു. കണ്ടുംകേട്ടും അനുഭവിച്ചുംകൊണ്ട് ജീവിതത്തിന്റെ നെടുംപാതയിൽനിന്ന് വിഭവങ്ങൾ നേടിയെടുത്തതുകൊണ്ടുള്ള ആത്മവിശ്വാസം. അതൊക്കെ സമകാലികരുമായി പങ്കിടേണ്ടത് തന്റെ ഉത്തരവാദിത്വമാണ്എന്ന ഉറച്ച ബോധം. ചെറുകാടിന്റെ രചനകൾ പ്രസക്തമാകുന്നത് അതുകൊണ്ടാണ്.

നമ്മൾ 'സെക്യുലർ സംസ്കാരം' തുടങ്ങിയ പ്രയോഗങ്ങൾ രൂപപ്പെടുത്തിയെടുക്കുന്നതിന് എത്രയോ ശതാബ്ദങ്ങൾക്ക് മുമ്പ് വള്ളുവനാടൻ ജീവിതത്തിന്റെ അന്തർധാരകളിലൊന്നായ ഈ ഉദാരഭാവത്തെ അവിസ്മരണീയമാംവിധം അവതരിപ്പിച്ച ഈ എഴുത്തുകാരനോട് ഞാൻ കടപ്പെട്ടിരിക്കുന്നു.

ചെറുകാടിന്റെ വ്യക്തിത്വം

കെ ടി മുഹമ്മദ്

ചെറുകാടിന്റെ സഹപ്രവർത്തകനും സുഹൃത്തും ആവാൻ കഴിഞ്ഞതിൽ ഞാൻ അഭിമാനംകൊള്ളുന്നു. ചെറുകാട് എന്റെ ചുമലിൽ കൈയിട്ട് ഹൃദയത്തോടടുപ്പിക്കുമ്പോഴും എന്നേക്കാൾ എത്രയോ ഉയരത്തിലാണ് അദ്ദേഹം നിൽക്കുന്നത് എന്ന് എന്റെ ബോധം എന്നെ ഓർമിപ്പിച്ചുകൊണ്ടേ ഇരുന്നു.

ചെറുകാടിനെ കാണുകയും അറിയുകയും ചെയ്ത ആളുകളുടെ മനസിൽ മറക്കാനാവാത്ത പല ചിത്രങ്ങളും തെളിഞ്ഞുവരുന്നത് സ്വാഭാവികം മാത്രം. അമ്പതുകളിൽ നാടക പ്രവർത്തനവുമായി ബന്ധപ്പെടുമ്പോഴാണ് ഞങ്ങൾ അടുത്തറിയുന്നത്. എന്റെ കൂടെ സുഹൃത്തായി, പ്രതിയോഗിയായി, എപ്പോഴും ചെറുകാട് ഉണ്ടായിരുന്നു. ഒരു നാടകകൃത്തെന്നനിലയിൽ എന്തെങ്കിലും വളർച്ച എനിക്കുണ്ടായിട്ടുണ്ടെങ്കിൽ, അതിന്റെ മുഖ്യകാരണങ്ങളിലൊന്ന് ചെറുകാടിന്റെ സാമീപ്യസമ്പർക്കങ്ങളാണ്.

മലബാർ കേന്ദ്രകലാസമിതി കോഴിക്കോട്ടുവെച്ച് നടത്തിയിരുന്ന നാടകോത്സവം നമ്മുടെ ജനകീയ നാടകപ്രസ്ഥാനത്തിന്റെ വളർച്ചയ്ക്ക് നൽകിയ സംഭാവന വളരെ വലുതാണ്. നാടകോത്സവവേദിയിലേക്ക് പുലാമന്തോളിൽനിന്ന് ചെറുകാട് നാടകവുമായി വരുമ്പോൾ ഇപ്പുറത്ത് തിക്കോടിയനും ഞാനുമൊക്കെ ഉണ്ടാവും. ചെറുകാടിനോട് മത്സര മനോഭാവം കലർന്ന ആദരവും സ്നേഹവുമാണ് എനിക്കുണ്ടായിരുന്നത്. തിക്കോടിയന്റെയും നില അതായിരുന്നു. 'നാടകമെഴുത്തിലെ രാക്ഷസൻ' എന്നാണ് തിക്കോടിയൻ തന്റെ സഹജശൈലിയിൽ ചെറുകാടിനെ വിശേഷിപ്പിച്ചിരുന്നത്. ചെറുകാട് എഴുതുന്നതിനേക്കാൾ മികച്ച നാടകങ്ങൾ എഴുതണമെന്നതായിരുന്നു അക്കാലത്ത് എന്റെ വാശി.

ഇത് ഭൂമിയാണ് എന്ന നാടകം കോഴിക്കോട് ടൗൺഹാളിൽ ആദ്യമായി അവതരിപ്പിക്കുന്നത് കാണാൻ ചെറുകാടും ഉണ്ടായിരുന്നു. നാടകം കഴിഞ്ഞപ്പോൾ അണിയറയിലേക്ക് ഓടിവന്ന് എന്നെ കെട്ടിപ്പിടിച്ചുകൊണ്ട് പറഞ്ഞത് "നാടകം ഗംഭീരമായി" എന്നായിരുന്നില്ല. "എടോ....ഇളകിത്തുടങ്ങീ...." എന്നാണ് (മുസ്ലിം സമുദായത്തിലെ അനാചാരങ്ങളുടെ അസ്ഥിവാരം ഇളകിത്തുടങ്ങി എന്നാവണം അദ്ദേഹം ഉദ്ദേശിച്ചത്).

ചെറുകാടുമായി ബന്ധപ്പെട്ട ഒരുപാട് ഓർമകൾ എന്റെ മനസിലുണ്ട്. അതിൽ ചിലതൊക്കെ സ്വൽപ്പം നേരമ്പോക്കുകലർന്നവയുമാണ്. 1954 ൽ ഏഷ്യൻ റൈറ്റേഴ്സ് കോൺഫറൻസിൽ പങ്കെടുക്കാൻ ഡൽഹിയിലേക്കു പോയപ്പോഴുണ്ടായ ഒരു സംഭവം ഓർമവരുന്നു (അന്ന് യാത്രയിലുണ്ടായിരുന്ന ചെറുകാട്, വൈലോപ്പിള്ളി, പൊറ്റക്കാട് തുടങ്ങിയവരൊന്നും ഇന്ന് കൂടെയില്ല. ഞാൻ മാത്രം ഏതാണ്ട് ഒറ്റപ്പെട്ടവനായി യാത്ര തുടരുന്നു). തീവണ്ടിയാത്രയ്ക്കിടയിൽ ഞങ്ങളുടെ കമ്പാർട്ടുമെന്റിൽ കള്ളൻ കയറി. മോഷ്ടിച്ചത് ഒരു നിസ്സാരവസ്തുവായിരുന്നു. ചെറുകാടിന്റെ വെള്ളിച്ചെല്ലപ്പെട്ടി; അത് നഷ്ടപ്പെട്ടതറിഞ്ഞപ്പോൾ ചെറുകാടുണ്ടാക്കിയ കോലാഹലം സ്മരിക്കുമ്പോൾ ഇപ്പോഴും ചിരിവരുന്നു. പകരം മറ്റൊരു വെള്ളിച്ചെല്ലം വാങ്ങിയിട്ടും അദ്ദേഹത്തിന്റെ വിഷമം തീർന്നില്ല. തറവാട്ടുകാരണവരിൽനിന്ന് പാരമ്പര്യമായി ലഭിച്ച ആ വസ്തുവിന്റെ മഹത്വം നിങ്ങൾക്കു മനസിലാവില്ല എന്നതായിരുന്നു ചെറുകാടിന്റെ ഭാവം.

ഒരിക്കൽ ഞാൻ തൃശൂരിൽനിന്ന് കോഴിക്കോട്ടേക്ക് ട്രാൻസ്പോർട്ട് ബസിൽ യാത്രചെയ്യുകയായിരുന്നു. ഷൊർണൂരിനടുത്ത് എവിടെയോ വെച്ച് ചെറുകാട് ബസിൽ കയറി. അദ്ദേഹത്തിന്റെ വേഷം കണ്ട് അക്ഷരാർഥത്തിൽ ഞാൻ ഞെട്ടിപ്പോയി. അലക്കിത്തേച്ച സ്ലാക്ക് ഷർട്ട്, കറുത്ത പാന്റ്, ചുമലിലെ ചുവന്ന സഞ്ചിയും മുറുക്കാൻ കറപറ്റി മുഷിഞ്ഞ ഷർട്ടും അപ്രത്യക്ഷമായിരിക്കുന്നു. മുടി ക്രോപ്പ് ചെയ്ത്, കാടൻമീശ വെട്ടിയൊതുക്കി ഭംഗിയാക്കിവെച്ചിരിക്കുന്നു. ആൾ ഒരു സുന്ദരക്കുട്ടപ്പനായിരിക്കുന്നു. ചെറുകാടിനെ വിളിച്ച് അടുത്ത സീറ്റിലിരുത്തി ഞാൻ അമ്പരപ്പോടെ ചോദിച്ചു: "ചെറുകാടിനെന്തുപറ്റി?" ചുണ്ടിൻകോണിൽ സഹജമായി വിരിയാറുള്ള ആ പുച്ഛച്ചിരിയുമായി ചെറുകാട് ഊന്നിനോക്കി. എന്നിട്ട് പറഞ്ഞു: "ഞാനിപ്പോൾ പഴയ ചെറുകാടല്ല. ഒരു ഗവ.കോളേജിലെ പ്രൊഫസറാണ്. ആ മാറ്റം വേഷത്തിലും കാണിക്കണ്ടേ?"

ഞാൻ മറുപടി പറഞ്ഞില്ല. എന്റെ മനസിൽ എന്തോ വിഷമം പതഞ്ഞു പൊന്തി. സ്വൽപ്പം കഴിഞ്ഞപ്പോൾ ടിക്കറ്റ് കൊടുക്കാൻ കണ്ടക്ടർ സമീപത്തെത്തി. ചെറുകാട് എഴുന്നേറ്റുനിന്ന് പാന്റിന്റെ കീശയിൽ കൈയിട്ട് ഒരു ചുവന്ന മടിശ്ശീല പുറത്തേക്കെടുത്തു. കണിയാന്മാരുടെ കവുടി സഞ്ചിപോലെയുള്ള ആ മടിശ്ശീലയുടെ ചരടഴിച്ച് അതിൽനിന്ന് പൈസ എടുത്ത് കണ്ടക്ടർക്കു കൊടുത്തു. പൊട്ടിവിടർന്ന ആഹ്ലാദത്തോടെ ഞാൻ പറഞ്ഞു: "ഇല്ല, ചെറുകാടേ, ചെറുകാട് മാറിയിട്ടില്ല

ചെറുകാടിന് മാറാൻ കഴിയില്ല...."

പലരും പറയാറുണ്ട്, ചുവന്ന സഞ്ചിയിൽ പുസ്തകങ്ങളും ചുമന്ന് കേരളം മുഴുവൻ ചുറ്റിക്കറങ്ങിയ വ്യക്തിയാണ് ചെറുകാട് എന്ന്. അത് അർധസത്യം മാത്രമാണ്. മദിരാശിയിൽ ഞാൻ താമസിക്കുമ്പോൾ എന്റെ മുറിയിൽ ചെറുകാട് കയറിവന്നത് ആ വേഷത്തിലാണ്. ബോംബെയിലും കൽക്കത്തയിലും ഡൽഹിയിലുമൊക്കെയുള്ള മലയാളികളുടെ അടുക്കൽ ആ സഞ്ചിയും ചുമന്ന് ചെറുകാട് എത്തിയിട്ടുണ്ട്. അതുകൊണ്ട് ഇന്ത്യമുഴുവൻ തന്റെ ചുവന്ന സഞ്ചിയുമായി ചെറുകാട് സഞ്ചരിച്ചു എന്നു പറഞ്ഞാലേ പൂർണസത്യമാവൂ.

പുസ്തകങ്ങളിലൂടെയുള്ള പരിചയംവെച്ച് എഴുത്തുകാരനെത്തേടി ചെല്ലുന്ന പലർക്കും നിരാശ അനുഭവപ്പെടാറുണ്ട്. കൃതികളുടെ പാരായണാനുഭവത്തിലൂടെ നാം സങ്കൽപ്പിച്ചെടുക്കുന്ന വ്യക്തിത്വവും എഴുത്തുകാരന്റെ സഹജമായ വ്യക്തിത്വവും തമ്മിൽ ഒരു സാദൃശ്യവും ഉണ്ടായിരിക്കുകയില്ല. ഇവിടെയും ചെറുകാട് വ്യത്യസ്തനാവുന്നു. എഴുതിയ ഓരോ വാക്കിലും ഓരോ അക്ഷരത്തിലും സ്വന്തം വ്യക്തിത്വം നിറച്ചുവെച്ച എഴുത്തുകാരനാണ് ചെറുകാട്. സാഹിത്യവും ജീവിതവും ആ രചനകളിൽ അഭിന്നമായിത്തീരുന്നു. ഈ ആത്മാർഥതയും ആർജവവും മലയാളത്തിലെ എത്ര എഴുത്തുകാർക്ക് അവകാശപ്പെടാനുണ്ട്?

ചെറുകാടിന്റെ സഞ്ചി

എം ആർ ബി

നരച്ച കുറ്റിത്തല, കൂറ്റൻ മീശ, മുറിക്കയ്യൻ കുപ്പായം, തോളിൽ നിത്യഗർഭയായ ചുവന്ന സഞ്ചി, പോക്കറ്റിൽ പൊണ്ണൻ പേന, കടിച്ചുപിടിച്ച നനുത്ത സംസാരം, ശാന്തതയാർന്ന മുഖം. രൂപത്തിലല്ല ഭാവത്തിലാണ് ശ്രദ്ധ എന്നു തോന്നിക്കുന്ന ഇങ്ങനെയൊരു മനുഷ്യനെ വള്ളുവനാടൻ പ്രദേശങ്ങളിലെ സാമൂഹിക-സാംസ്കാരിക രംഗങ്ങളിലെവിടെയെങ്കിലും നിങ്ങൾ കണ്ടെത്താതിരിക്കുകയില്ല. അദ്ദേഹം സംസാരിക്കുകയോ എഴുതുകയോ ചെയ്യുമ്പോൾ നാം കൂടുതൽ ശ്രദ്ധാലുക്കളാവുന്നു. അദ്ദേഹം ആരാണ്? അടുത്ത ദിവസം അറുപതാം പിറന്നാളുണ്ട സാക്ഷാൽ ചെറുകാടല്ലാതെ മറ്റാരുമല്ല.

വീര്യങ്ങളുടെ വിളനിലം

ചെറുകാടിന്റെ ജന്മഭൂമിയായ പുലാമന്തോളിനെപ്പറ്റി ഞാൻ ഓർമിച്ചു. വള്ളുവനാടിനെ വെള്ളിക്കസവണിയിച്ചുകൊണ്ട് ഒഴുകുന്ന പുഴ, തീരത്തു മധുരഫലങ്ങളേന്തി നിൽക്കുന്ന വൃക്ഷനിര, പാവാട ഞൊറിയുന്ന പരന്ന നെൽപ്പാടങ്ങൾ, വൈദിക-വൈദ്യ-വിപ്ലവ-വീര്യങ്ങൾ ഉൾക്കൊള്ളുന്ന ചെറുമുക്കു-പുലാമന്തോൾ-ഏലംകുളം മനകൾ! ഇതിന്റെ നടുക്കു ഗ്രാമീണഭംഗിയും സംസ്കാരവും വടിച്ചൂട്ടിവളർത്തിയ ചെറുകാട്!

പൂംതണ്ണീര് നിറഞ്ഞ ഈ പുഴവക്ക് മാമരങ്ങൾക്കെന്നപോലെ മഹാന്മാർക്കും വളരാൻപറ്റിയ പ്രദേശമാണെന്നു തോന്നുന്നു. പഴയ ഈ താലൂക്കിന്റെ വടക്കു പൂന്താനവും തെക്കു കുഞ്ചൻനമ്പ്യാരും പാടിയപ്പോൾ ഏത് അനക്ഷരനും അമരത്വം നേടി. കരിഞ്ഞ ഏതു ചെടിയും കതിരണിഞ്ഞു. ഈ തെളിഞ്ഞ അന്തരീക്ഷത്തിൽ തന്റെ പ്രസാദം നിറഞ്ഞ

കാവ്യശൈലിയുമായി ചെറുകാട് കയറിവന്നു. അദ്ദേഹത്തിൽ രണ്ടു ഋഷിമാരെ കണ്ടു, കവിയെയും രാഷ്ട്രീയപ്രവർത്തകനെയും!

പാഴ്ക്കുണ്ടിലെ പടുമുള

1090 ൽ ചെമ്മലശ്ശേരി എന്ന വള്ളുവനാടൻ ഗ്രാമത്തിൽ ചെറുകാട് ജനിച്ചു; പൊളിഞ്ഞ പടിപ്പുരയും നാലുകെട്ടുമുള്ള നിറഞ്ഞ കൂട്ടുകുടുംബത്തിൽ! എന്നാൽ പൂങ്കാവിലെ ചെടിയായിട്ടല്ല, പാഴ്ക്കുണ്ടിലെ പടുമുളയായിട്ടാണ് അദ്ദേഹം വളർന്നുവന്നത്. നിർമ്മാല്യം വാരിയിടുന്ന കുപ്പക്കുണ്ടിൽ ആ കുട്ടി മുളച്ചുപൊന്തി, പ്രതികൂലമായ ചുറ്റുപാടുകളോടു സ്വയം പൊരുതി ഇലയും ഇതളുമണിഞ്ഞുനിന്നു. കാരണവന്മാരുടെ ഇംഗിതത്തിനെതിരായി വിദ്യാലയജീവിതം തുടർന്നു. വിജ്ഞാനത്തിന്റെ പൊതുമാനദണ്ഡമായി അന്നു കരുതിപ്പോന്നിരുന്ന എട്ടാംക്ലാസ് പരീക്ഷ യോഗ്യത നേടിയെടുത്തു. പിന്നീട് മദിരാശി സർവകലാശാലയുടെ വിദ്വാൻ പരീക്ഷയും പാസായി. 13-ാമത്തെ വയസിൽത്തന്നെ സ്കൂൾ മാസ്റ്ററുടെ കുപ്പായമിട്ടു. യഥാകാലം മനസിനിണങ്ങിയ, സാമൂഹ്യ പ്രവർത്തകയും അധ്യാപികയുമായ വധുവിനെയും സമ്പാദിച്ചു. ജീവിതം കനത്തു. കിട്ടിയ ഉപജീവനമാർഗത്തിൽ ഊന്നിനിന്നു. കാരണവന്മാരുടെ കാലടിപ്പാടുകളെ പിന്തുടർന്ന് അലസവും വിരസവുമായ കൂട്ടുകുടുംബത്തിൽ കൂടാൻ കൂട്ടാക്കിയില്ല. വീട്ടിലും നാട്ടിലും വീശിയ പരിവർത്തന ക്കാറ്റ് തന്റെ കിളിവാതിലിലൂടെ കടന്നുവന്ന് ചെറുകാടിൽ ചിറകടിയുണ്ടാക്കി. വളക്കൂറുള്ള വള്ളുവനാടൻ മണ്ണിലും അന്ധവിശ്വാസങ്ങളുടെയും ജന്മിത്തത്തിന്റെയും ചവിട്ടേറ്റു ജീവിതങ്ങൾ കൂമ്പെടുക്കാതെ കുരയ്ക്കുകയായിരുന്നു.

സമരത്തിന്റെ മുന്നിൽ

മലബാറിൽ അധ്യാപകവർഗം തങ്ങളുടെ അവശതകൾക്കെതിരായി സമരം തുടങ്ങി. സമരത്തിന്റെ മുന്നിലേക്കു ചെറുകാടും അലച്ചെത്തി; തുടർന്ന് മറ്റു രാഷ്ട്രീയസമരങ്ങളിലേക്കും. സമരത്തിൽ പങ്കെടുത്തതിനാൽ ജയിലിൽ പോകേണ്ടിവന്നു. തന്മൂലം അധ്യാപകജോലി നഷ്ടപ്പെട്ടു. എങ്കിലും നൈരാശ്യപ്പെടാതെ മുന്നേറി.

ഇന്ത്യയിലെ അന്നത്തെ സ്ഥിതിയെപ്പറ്റി രണ്ടു വാക്കു പറയാൻ ഇവിടെ ഇടമുണ്ടാക്കേണ്ടിയിരിക്കുന്നു. 1931–35 മുതൽ 1954 വരെയുള്ള കാലഘട്ടത്തിൽ ഇന്ത്യയിലെ മറ്റു സംസ്ഥാനങ്ങളെപ്പോലെ കേരളവും വിനാശകാരിയായ വിദേശാധിപത്യത്തിന്റെ കീഴിൽ അമർന്നുഞെരുങ്ങുകയായിരുന്നു. കനത്ത കടഭാരത്താൽ, പടുകൂറ്റൻ പാട്ടത്തോതിനാൽ, കൂലിക്കുറവിനാൽ, ജോലിയില്ലായ്മയാൽ ജനങ്ങളാകെ നാൾപുലരാൻ നരകിക്കുകയായിരുന്നു. ഭക്ഷണം, വീട്, ജോലി എന്നീ അത്യാവശ്യങ്ങൾക്കുവേണ്ടി മുറവിളി കൂട്ടിക്കൊണ്ട് ജനങ്ങൾ മുന്നേറി. എന്നാൽ അവയെ കലയിലൂടെ പ്രതിഫലിപ്പിക്കാനോ, പ്രോൽസാഹിപ്പിക്കാനോ അന്ന് സാഹിത്യകലാപ്രസ്ഥാനങ്ങൾ തുലോം വിരളമായിരുന്നു. ചെറു

കാട് അതിനായി പുനർജന്മംകൊണ്ടു-എതിർപ്പിന്റെ വായിൽ. അദ്ദേഹം തന്റെ കാലഘട്ടത്തിന്റെ നീരൊഴുക്കില്ലായ്മയെ, പഴമയെ, പിന്തിരിപ്പൻ പ്രവണതയെ എല്ലാത്തിനെയും കാവ്യശിൽപ്പങ്ങളിലൂടെ വിമർശിച്ചു. *അന്തഃപുരം* തുടങ്ങിയ കവിതാസമാഹാരങ്ങൾ, *നമ്മളൊന്ന്*, *തറവാടിത്തം* തുടങ്ങിയ നാടകങ്ങൾ, *മണ്ണിന്റെ മാറിൽ*, *മുത്തശ്ശി*, *ദേവലോകം*, *ശനിദശ* തുടങ്ങിയ നോവലുകൾ എന്നിങ്ങനെ നിരവധി കാവ്യശിൽപ്പങ്ങൾ അദ്ദേഹത്തിന്റെ പ്രതിഭയിൽ കായ്ച മധുരഫലങ്ങളത്രെ! വള്ളുവനാട്ടിലും മലബാറിലുമുണ്ടായ ജീവൽസാഹിത്യപ്രസ്ഥാനങ്ങളുടെ ആരംഭം കുറിച്ചത് ചെറുകാടിന്റെ പ്രവർത്തനങ്ങളായിരുന്നു. ജീവൽസാഹിത്യം സാധാരണക്കാരുടെ ആവശ്യങ്ങളുമായി പുരോഗമനസാഹിത്യമായി പൂത്തു വളർന്നു. ചെറുകാടിന്റെ *ജീവിതപ്പാത*യും ഇതുതന്നെയായിരുന്നു.

ചൂഷണത്തിനെതിരെ

അദ്ദേഹം വെറും ഒരു സാഹിത്യകാരൻ മാത്രമായിരുന്നില്ല. സാമൂഹിക-രാഷ്ട്രീയ-സാംസ്കാരിക പ്രവർത്തകൻ കൂടിയായിരുന്നു. മർദനത്തിനും ചൂഷണത്തിനും എതിരായിട്ടുള്ള ഒരു ജീവിതമായിരുന്നു ചെറുകാടിന്റേത്. അദ്ദേഹത്തിന്റെ സഹാനുഭൂതി സാധാരണക്കാരുടെ ജീവിതത്തിലേക്ക്—മർദനത്താലും പട്ടിണിയാലും അടിമത്തത്താലും വീർപ്പുമുട്ടി വിഷാദം കൊള്ളുന്നവരുടെ നേർക്ക്—ഒലിച്ചുചെന്നു. അദ്ദേഹത്തിന്റെ തൂലികയും ഹൃദയവും ചലിച്ചു.

കർഷകരിലെ പഴയ തലമുറയ്ക്ക് മണ്ണിനോടു അടങ്ങാത്ത മോഹവും ദാഹവും! പുതിയ തലമുറയ്ക്കാകട്ടെ അവകാശബോധവും —വള്ളുവനാട്ടിലെ കുടിയാന്മാർക്കിടയിൽ ഉളവായ പരിവർത്തനമാണ് ചെറുകാടിന്റെ *മണ്ണിന്റെ മാറിൽ* എന്ന നോവലിലെ ഉള്ളടക്കം. മണ്ണിന്റെ മാറിൽ സമരവീര്യം ഉഴുത് കർഷകപ്രസ്ഥാനത്തിന്റെ പുതിയ പൂവൽ ഒരുക്കിയതിന്റെ കഥ വികാരോജ്വലമായി ചിത്രീകരിക്കുന്ന ഈ നോവൽ നമ്മുടെ സാഹിത്യ-രാഷ്ട്രീയ വിദ്യാർഥികളുടെ സവിശേഷശ്രദ്ധ അർഹിക്കുന്നുണ്ട്.

*മുത്തശ്ശി*യിലാകട്ടെ, മലബാറിലെ അധ്യാപകർ അനുഭവിച്ചുപോന്ന സങ്കീർണവും സങ്കടകരവുമായ ജീവിതത്തെ അനാവരണം ചെയ്യുന്നു. കുടിയാന്മാരെപ്പോലെ അടിമത്തവും ചൂഷണവും അനുഭവിച്ചുപോന്നവരാണ് ഇവിടത്തെ അധ്യാപകരും. ഇവരുടെ വേദനയും ചോദനയും ആവിഷ്കരിച്ച ഇതുപോലൊരു നോവൽ മലയാളത്തിൽ വേറെ ഉണ്ടായിട്ടില്ല.

യാതനയുടെ പേമുഖം കണ്ടു പ്രസ്ഥാനത്തിൽ നിന്നു പിന്തിരിഞ്ഞ മധ്യവർഗത്തിന്റെ നേർക്കാണ് *ശനിദശ*യിൽ വിരൽചൂണ്ടിയിട്ടുള്ളത്. രാഷ്ട്രീയ പ്രസ്ഥാനത്തിന്റെ ലേബലിൽ പൊന്തിവന്ന്, സ്വന്തം താൽപ്പര്യത്തിനുവേണ്ടി അതു വിറ്റുതിന്ന്, സുഖത്തിന്റെ പിന്നാലെ ഓടുന്നവരോടുള്ള ക്രോധമാണ് *ദേവലോക*ത്തിൽ തിരയടിക്കുന്നത്.

ജീവിതഗായകൻ

സാമൂഹ്യപ്രസ്ഥാനങ്ങളോടു തോളുരുമ്മി നിൽക്കുകയും സാഹിത്യ പ്രവർത്തനത്തിലൂടെ അതിനു ചൈതന്യം നൽകുകയും ചെയ്ത അപൂർവരിൽ ഒരാളാണ് ചെറുകാട് എന്നത് വിസ്മരിക്കാവതല്ല.

സ്വന്തം അനുഭവങ്ങളിൽനിന്ന്, അനുഭൂതികളിൽനിന്ന് വാർന്നുവീണതാണ് അദ്ദേഹത്തിന്റെ കാവ്യശിൽപ്പങ്ങൾ! എന്തുകൊണ്ടെന്നാൽ പരിതഃസ്ഥിതിയാണ് അദ്ദേഹത്തിന്റെ മഷിക്കുപ്പി; അനുഭൂതി തൂലികയും! കേരളീയ ജീവിതം അതിന്റെ തനിമയിൽ മറ്റൊരാളുടെ സാഹിത്യത്തിലും ഇത്ര കാണില്ല. ഇതിന്റെ തുടിപ്പും തുടുപ്പും മിക്ക കൃതികളിലും നീളെ കാണാം. അദ്ദേഹം ഇന്നും മായം ചേർക്കാത്ത മാർക്സിസ്റ്റാണ്. പുഴക്കുത്തേൽക്കാത്ത പുരോഗമന സാഹിത്യകാരനാണ്.

സഞ്ചിക്കുള്ളിൽ സഞ്ചി

ചെറുകാടിന്റെ പാത തിരക്കുപിടിച്ച പല ജീവിതസന്ധികളും കടന്ന് അറുപതാമത്തെ മൈൽക്കുറ്റിയിൽ എത്തുന്നു. കണ്ടുമുട്ടിയവർക്കു കണക്കില്ല. അവരുമായി കൈമാറിയ കനത്തിന് കണക്കില്ല. ഞാൻ തോളിലെ ആ സഞ്ചിയിലേക്ക് നോക്കി: സഞ്ചിക്കുള്ളിൽ സഞ്ചി! അലക്കിയതും അലക്കാനുള്ളതുമായ ഭാണ്ഡം! എഴുതിയതും എഴുതാത്തതും കീറിക്കളഞ്ഞതുമായ കടലാസുകൾ! ചെറുകാട് എഴുതിയതൊന്നും കീറിക്കളയാറില്ലെന്നു തോന്നാം. എന്നാൽ കീറിക്കളഞ്ഞതിലും ചേതോഹരമായ ശിഥിലചേതന ചിതറിക്കാണാം. ചില കൃതികൾ ഇന്നു നമ്മോടൊന്നും സംസാരിക്കാനില്ലാത്ത മട്ടിൽ മുഖം തിരിക്കുമെങ്കിലും *മേനോന്റെ മേനി* തുടങ്ങിയ തുള്ളൽപ്പാട്ടുകളും മറ്റും നമ്മളോർമിക്കുന്നു. നർമബോധവും ശക്തിയും ആ തുള്ളൽപ്പാട്ടിലെ പഞ്ചസാരത്തരികളാണ്.

ദീർഘകാലത്തെ തപസ്യകൊണ്ടു തനതായ ഒരു ശൈലീവിശേഷം വിരിയിച്ചെടുത്ത ഭാഗധേയം ചെറുകാടിന് അവകാശപ്പെടാം. അദ്ദേഹത്തിന്റെ സഞ്ചി വലുതാണെങ്കിലും അതിൽ കട്ടെടുത്ത മുതലുകൾ ഒന്നും ഇല്ല. ആത്മപ്രതിഭയിൽ വിരിഞ്ഞവയാണ് അദ്ദേഹത്തിന്റെ പൂജാപുഷ്പങ്ങൾ. ജീവിതഗാതാവായ ചെറുകാടിന്റെ തോൾസഞ്ചി ഇനിയും കനക്കട്ടെ.

പിതാവ്

എന്റെ ചെറുകാട്

കെ പി ലക്ഷ്മിക്കുട്ടി പിഷാരസ്യാർ

[മിസ്സിസ് ചെറുകാടിന്റെ ഓർമകൾ ശിഥിലമാണ്. എന്നാലും ചെറുകാടിനെപ്പറ്റി ഓർമിക്കുമ്പോൾ അത് ജ്വലിക്കുന്നു, ഇരമ്പി വരുന്നതുപോലെ. ഓർമിപ്പിക്കാൻ പേടിതോന്നുന്നു. എൽ പി, കെ പി എൽ പി എന്ന പേരുകൾ ചെറുകാടിന്റെ ഡയറിയിലെ 'സഖാവേ' എന്ന സംബോധന ഒക്കെ ഓർമിക്കുന്നു. ചെല്ലപ്പെട്ടി തുറന്ന് മുറുക്കാനുണ്ടാക്കിക്കൊടുത്തിരുന്നത്—യാത്ര പുറപ്പെട്ടു പോവുമ്പോൾ ഒരുക്കിക്കൊടുത്തിരുന്നത്—പിന്നെ അതിലും പഴയ കാലങ്ങളിലേക്ക്. ദുരിതങ്ങളുടെ, പട്ടിണിയുടെ, പൊലീസ് അതിക്രമങ്ങളുടെ ദിവസങ്ങളിലേക്ക്—അമ്മ പറഞ്ഞത് ചേർത്തു വെച്ച് മകൾ ചിത്ര തയാറാക്കിയ ലേഖനം.]

ഒക്കെ എഴുതിവെച്ചിട്ടുണ്ടല്ലോ *മുത്തശ്ശിയി*ലും *ജീവിതപ്പാതയി*ലും. തറവാട്ടിൽ നിന്നിറക്കിക്കൊണ്ടു വരാൻ പെട്ടപാട്. കൊണ്ടു വന്നിട്ടോ —എല്ലാ കാര്യങ്ങളും ഞാൻ തന്നെ നോക്കണം. ചെറുകാടിന് വീട്ടുകാര്യങ്ങളൊന്നും കൊണ്ട് നടക്കാനാവില്ല. കുഞ്ചുണ്ണിയും രമണനും മോഹനനും കുട്ടികൾ. അച്ഛനെ കാണാനേ കിട്ടാത്ത ആ ദിവസങ്ങൾ.

ആളൊരു ധിക്കാരിയായിരുന്നു. മറ്റൊരാളേയും വകവയ്ക്കാതെ സ്വയം ശരിയെന്നു തോന്നുന്നത് പ്രവർത്തിക്കും. അതുതന്നെയാണ് മറ്റുള്ളവരെയും ഉപദേശിക്കാറ്. ശരിയും തെറ്റും തെരഞ്ഞെടുക്കുമ്പോൾ ഏറ്റവുമധികം ശ്രദ്ധിക്കണമെന്ന് പറയും. ഒരു തറവാട്ടു കാരണവർ എന്ന നിലയ്ക്കാണ് നാട്ടുകാരോടും പെരുമാറുക. കുടുംബകാര്യങ്ങളിൽ ശ്രദ്ധിക്കാനൊന്നും കഴിയാറില്ല. അവിടെ ഒതുങ്ങി നിൽക്കുന്ന വ്യക്തിയല്ലല്ലോ.

പക്ഷേ, മക്കളെ വളർത്തിയെടുക്കുന്ന കാര്യത്തിൽ ഏറ്റവുമധികം ശ്രദ്ധിച്ചിരുന്നു. തികച്ചും സ്വാതന്ത്ര്യം അനുവദിച്ചിരുന്നെങ്കിലും അതു ദുരുപയോഗപ്പെടുത്താൻ അവരെ ഒരിക്കലും അനുവദിക്കില്ല. ഉഗ്രശാസനക്കാരനായിരുന്നു. അതികർക്കശമാം വിധത്തിലുള്ള ശിക്ഷകളും കൊടുത്തിരുന്നു. എന്നാൽ തൊട്ടുപിന്നിൽ തലോടാൻ ഞാനുണ്ടായിരുന്നൂലോ. വല്യേ ശിക്ഷയ്ക്ക് പിന്നിലും അവർ നന്നാവണമെന്നു കരുതുന്ന അച്ഛന്റെ മനസുണ്ടായിരുന്നു. വേദനിപ്പിക്കണം, തലോടിക്കൂടാ എന്നായിരുന്നു തത്വശാസ്ത്രം.

ചെറുകാട് നല്ലൊരു പ്രസംഗകനായിരുന്നു. പ്രസംഗവേദിയിൽ കയറിയാൽ തനിക്കു പറയാനുള്ളതെല്ലാം തുറന്നു പറയും. സാംസ്കാരിക രംഗത്തായാലും രാഷ്ട്രീയ രംഗത്തായാലും പറയാനുള്ളതെല്ലാം പറയും. ചില ഉറച്ച അഭിപ്രായങ്ങൾ മുഖം നോക്കാതെ പറയും. പതിനായിരങ്ങളെ പടയ്ക്കിറക്കാനുള്ള കഴിവ് തന്റെ പടപ്പാട്ടുകൾക്കുണ്ടായിരുന്നുവെന്ന് അദ്ദേഹം വിശ്വസിച്ചു.

വീടും കുട്ടികളും ഒക്കെ ഞാൻ നോക്കിക്കൊള്ളും എന്നു വിശ്വാസമുണ്ടായിരുന്നു. എവിടെയാണെന്നുതന്നെ അറിയില്ലായിരുന്നു – ചിലപ്പോൾ. ഒക്കെ *ജീവിതപ്പാത*യിലുണ്ടല്ലോ. ഞാനനുഭവിച്ച ദുരിതങ്ങൾ. പിന്നെ കൃഷിനടത്തലും എന്റെ ഉത്തരവാദിത്വം തന്നെ.

എന്തെഴുതുമ്പോഴും എന്റെ അഭിപ്രായം ചോദിക്കും. എന്താണ് തന്റെ അഭിപ്രായം എന്ന്. ഞാനിങ്ങനെയൊക്കെയാണ് എഴുതാൻ പോവുന്നത് എന്നും പറയും. എഴുതിക്കഴിഞ്ഞാൽ വായിച്ചു കേൾപ്പിക്കും. *ദേവലോക*മെഴുതി വായിച്ചു കേട്ടപ്പോൾ എനിക്കിത്തിരി അഭിപ്രായവ്യത്യാസം തോന്നി. പക്ഷേ, ആ കാലത്ത് അങ്ങനെയൊരു നോവൽ വേണം എന്നായിരുന്നു അഭിപ്രായം—ഒക്കെ അതിന്റെ ആമുഖത്തിൽ എഴുതിയിട്ടുണ്ട്.

ഈശ്വര വിശ്വാസമൊന്നുമുണ്ടായിരുന്നില്ല. എന്നാൽ അലോഹ്യവുമില്ല. പക്ഷേ, മൂകാംബികത്തമ്പുരാട്ടിയോടെന്തോ അമ്മയോടെന്നപോലെ ബഹുമാനം. എന്നാലും തൊഴാറൊന്നുമില്ല. എനിക്കെന്തു വേണമെങ്കിലും ചെയ്യാം.

ഭക്ഷണകാര്യം വളരെ ചിട്ടയായിരുന്നു. കൃത്യസമയത്ത് വേണം. ഒരുവിധം നിവൃത്തിയുണ്ടെങ്കിൽ ഞാൻതന്നെ വെച്ചുവിളമ്പിക്കൊടുക്കണം. മക്കളെ അതുപോലെ പഠിപ്പിക്കണമെന്നും പറഞ്ഞിരുന്നു. ഊണ്, ചായ, കാപ്പി—ഒക്കെ ഒരു പ്രത്യേകതയുണ്ടായിരുന്നു. എപ്പോഴും—എവിടേക്കു പോവുമ്പോഴും ഭക്ഷണം, ചുക്കുവെള്ളം ഒക്കെ വേണം. പുറത്തുനിന്നു കഴിക്കാതെ നോക്കും. എങ്ങടെങ്കിലും പോയാൽ പിന്നെ അവിടെ കിട്ടുന്നത്. ഒളിവിൽ എവിടെയൊക്കെ കഴിഞ്ഞതാ. വെക്കാനും ഉണ്ണാനും ഒക്കെ അറിയാം.

പുലാമന്തോളിലെ മോഹൻ ആർട്സ് തിയേറ്ററുമായി ടി പി ഗോപാലനെയും പി സി ദേവകിയെയും ടി നാരായണനെയും വളർത്തിക്കൊ

ണ്ടുവന്ന സി എം എസ് നമ്പൂതിരിപ്പാടിന്റെ നേതൃത്വത്തിലുള്ള ചെറുകാടിന്റെ നാടകക്കളരിയോട് ബന്ധപ്പെട്ടാണ് നാടകത്തിലഭിനയിക്കുന്നത്. *മനുഷ്യഹൃദയ*ങ്ങളിലും *തറവാടിത്ത*ത്തിലുമൊക്കെ ഞാനും അഭിനയിച്ചു. തറവാടിത്തത്തിലെ അമ്മൂമ്മയായി ഞാൻ വെട്ടിത്തിളങ്ങി എന്നാണ് പറയാറ്. *തറവാടിത്ത*ത്തിനു കിട്ടിയ സമ്മാനം ഏറ്റുവാങ്ങുന്നത് ടീച്ചറാവണമെന്നു ടി പി ഗോപാലൻ. അതു വാങ്ങാൻ പോകാൻ ഉടുക്കാനൊരു മുണ്ടും വേഷ്ടിയും കൂടിയില്ല. ചേവൂർ മനയ്ക്കൽ ശങ്കരനാരായണൻ (സി എം എസ്) നമ്പൂതിരിപ്പാട്. ചെറുകാടിന്റെയും ടി പി ഗോപാലന്റെയും നാടകസംരംഭങ്ങളുടെ രക്ഷിതാവാണ്. സി എം എസാണ് അന്നൊരു മുണ്ടും വേഷ്ടിയും എടുത്തു തന്നത്. പിന്നെയൊരിക്കൽ തിക്കോടിയന്റെ *കണ്ണാടി* എന്ന നാടകത്തിലും ചെറുകാടും ഞാനുംകൂടി അഭിനയിച്ചിട്ടുണ്ട്.

മനുഷ്യഹൃദയങ്ങൾ എഴുതുമ്പോൾ അതിലൊരു ഊമക്കുട്ടിയുണ്ട്. അന്നു മകളെന്റെ വയറ്റിലാണ് (മകളാണോ എന്ന് അറിയില്ല). മിണ്ടാത്ത കുട്ടിയാവുമോ എന്നു പേടി. അറം പറ്റിയാലോ. ചോത്രോട്ടി മിണ്ടിക്കേട്ടിട്ടേ സമാധാനമുള്ളൂ എന്നു ടി പി ഗോപാലൻ എപ്പോഴും പറയും (ചിത്രയെ ചോത്രോട്ടി എന്നാണ് ഗോപാലൻ വിളിച്ചിരുന്നത്).

പാർട്ടി നിരോധിച്ചകാലം. ഞങ്ങളുടെ രണ്ടാളുടെയും സർട്ടിഫിക്കറ്റുകൾ സസ്പെന്റ് ചെയ്തു. ചെറുകാടിന്റെ ഭാര്യയല്ലെന്നു പറഞ്ഞാൽ എന്റെ സർട്ടിഫിക്കറ്റ് സസ്പെന്റ് ചെയ്യില്ലെന്നു സബ് ഇൻസ്പെക്ടർ ബാലകൃഷ്ണൻ നായർ. എത്ര ബുദ്ധിമുട്ടിയാലും ഞാനതു പറയില്ലെന്നും പറഞ്ഞു. എത്ര ബുദ്ധിമുട്ടി—അന്നാണ് വിദ്വാൻ പരീക്ഷയ്ക്ക് പഠിച്ചതും (പിന്നെ കുറെക്കാലം കഴിഞ്ഞ് ഒരുദിവസം കോഴിക്കോട്ടേക്ക് പോവുമ്പോൾ ബാലകൃഷ്ണൻ നായരെ ബസിൽ വച്ചു കണ്ടു. ബിസ്ക്കറ്റ് വാങ്ങാൻ പത്തു രൂപ മോൾക്ക് കൊടുത്തു. ഇപ്പോൾ എനിക്കിതൊന്നും ആവശ്യമില്ലെന്നു പറഞ്ഞപ്പോൾ പഴയ കഥകളൊന്നും ഞാനും മറന്നിട്ടില്ലെന്ന് പാവം പൊലീസുകാരൻ). ആർ പി യുമുണ്ട് വിദ്വാന് പഠിക്കാൻ സഹായത്തിന്.

വീട് പാർട്ടി സഖാക്കൾക്കൊരു താവളമായിരുന്നു. ഒളിവിൽ കഴിയുന്നതുവരെ സൂക്ഷിച്ചുനോക്കാൻ ശ്രദ്ധിച്ചിരുന്നു. വെണ്ട, വഴുതിന, പച്ചമുളക് ഒക്കെ കൃഷിചെയ്യും. വിൽക്കും. കാശുണ്ടാക്കും. കട്ടുപ്പാറത്തൊടി ഇരിക്കാൻ സ്ഥലമില്ലാത്ത ഞങ്ങൾക്കു പാലനാട്ടെ നമ്പൂതിരി തന്നതാണ്. ആ മണ്ണിൽ ഞാൻ തന്നെ കൊത്തിക്കിളച്ച് വയ്ക്കും. നാഴി ചീനമുളകിന് അന്ന് രണ്ടണയാണ് വില. അതുകൊണ്ട് ഉപ്പും മുളകും വാങ്ങിയിട്ടുണ്ട്. കുഞ്ചുണ്ണിയാണേ (മകൻ രവീന്ദ്രൻ) ശരിക്കും ത്യാഗം അനുഭവിച്ചത്. പാവം ആ കുട്ടി കുറേ ബുദ്ധിമുട്ടി. കിടക്കയായ കിടക്കയൊക്കെ പൊലീസുകാർ കുത്തിപ്പൊളിക്കും. എല്ലാം വലിച്ചെറിയും. നെല്ലും വിത്തും ഒന്നാക്കും. മക്കരപ്പറമ്പ് ജാഥക്കേസ്. വടക്കുംകര മിശ്ര

ഭോജനം. ചെറുകാടിന് അറസ്റ്റ് വാറന്റുണ്ട്. ചെറുകാടിനെ കിട്ടിയില്ലെങ്കിൽ എന്നെ അറസ്റ്റു ചെയ്യുമെന്ന് ഏതാണ്ട് ഉറപ്പായി. എന്തുവേണം. ചക്കിയുടെ കൈയിലൊരു കത്തു കൊടുത്തയച്ചു. പിറ്റേദിവസം വന്നു. അറസ്റ്റ് ചെയ്തു. വീട്ടിൽ നിന്നടിച്ചില്ല. റോഡിലെത്തിയപ്പോൾ അടിച്ചുത്രെ. എനിക്കു തല്ലൊന്നും കിട്ടിയിട്ടില്ല. ഭാര്യ അപകടത്തിലായാൽ കുട്ടികൾ കഷ്ടത്തിലാവില്ലേ. പാർട്ടിയും സമ്മതിച്ചിട്ടുണ്ടാവണം. ഒളിവിലായിരുന്നപ്പോൾ എത്ര വീട്ടിലായിരുന്നു. ഇടയ്ക്കൊക്കെ കുഞ്ചുണ്ണിയുടെ കൈയിൽ ചോറ് കൊടുത്തയയ്ക്കും. അന്നത്തെ ഡയറിയൊക്കെ നശിപ്പിച്ചു. ഒന്നും പൊലീസിനു കിട്ടിയില്ല. എത്ര പാവങ്ങൾക്കാണ് അന്ന് ചെറുകാടിനെ കിട്ടാതെ പൊലീസിന്റെ തല്ലുകൊള്ളേണ്ടിവന്നത്. പൊലീസ് സർച്ചിനു വരുമ്പോൾ അമ്മമ്മ (എന്റെ അമ്മ) കുട്ടിയെ കാലിന്മേൽ കിടത്തി നാരായണ ജപിക്കുകയാവും. ജപിച്ചിട്ടൊന്നും കാര്യല്യതള്ളേ. മരോൻ ഇങ്ങനെയൊക്കെയായില്ലേ എന്നാണ് പൊലീസുകാർ പറയാറ്.

ട്രെയിനിങ് സ്കൂളിൽ നിന്നു കിട്ടിയ സർട്ടിഫിക്കറ്റ് പിന്നെ ഉപയോഗിക്കേണ്ടിവന്നില്ല (സസ്പെന്റ് ചെയ്തത്). പിന്നെ വിദ്വാൻ പരീക്ഷയുടെ സർട്ടിഫിക്കറ്റേ വേണ്ടിവന്നുള്ളൂ. അതിനുശേഷം മാന്യമായ നിലയിലായി. 1957 ൽ മന്ത്രിസഭ വന്നിട്ടും പെട്ടെന്നൊന്നും സർട്ടിഫിക്കറ്റ് തിരിച്ചു കിട്ടിയില്ല.

ചെറുകാടിന്റെ പിന്നത്തെ ജോലി കോളേജ് ഉണ്ടാക്കലായിരുന്നു (പട്ടാമ്പി ഗവണ്മെന്റ് സംസ്കൃത കോളേജ്). മുളയും ഓലയും പിരിച്ചെടുത്ത് ഷെഡ്ഡുണ്ടാക്കി. മങ്കട കോവിലകത്തെ ഊട്ടുപുരയിൽ വെച്ചുണ്ടു താമസം. നന്നെ പണിപ്പെട്ടു കോളേജിനെ ഇങ്ങനെയാക്കാൻ. ഇ എം എസും കുറേ സഹായിച്ചു.

പിന്നെയാണ് മണ്ണു വാങ്ങലും കിണറുകുത്തലും ചെറിയ വീടുണ്ടാക്കലും ഒക്കെ.

പുസ്തക കച്ചവടത്തിനു ഞാനെതിരായിരുന്നു. ഒരു മനുഷ്യൻ ചെയ്യേണ്ട പണിയല്ലെന്നു പറഞ്ഞു. എന്നിട്ടും കുറേ കൊണ്ടുനടന്നു. കണക്കും കാര്യവും ചെറുകാടിനുണ്ടോ അറിയുന്നു—ശക്തി പബ്ലിക്കേഷൻസ്—പട്ടാമ്പി.

മുറുക്കിന്റെ കാര്യം പറഞ്ഞില്ല. സ്വന്തം അമ്മയുടെ ചെല്ലത്തിൽ നിന്നെടുത്തു മുറുക്കി പഠിച്ചതാണ്. പിന്നെ മുറുക്കുകാരനായി. അതു ഞാനുണ്ടാക്കിക്കൊടുക്കണം. ദേഷ്യപ്പെട്ടാൽ തന്നത്താൻ മുറുക്കും. അതിടയ്ക്കൊക്കെയുണ്ട്. സത്യഗ്രഹം, നിരാഹാരം—എന്തൊക്കെ ബഹളം. ഞാനുണ്ടാക്കിക്കൊടുത്തതു കഴിക്കില്ല.

മക്കളുടെ വിദ്യാഭ്യാസം നന്നെ ബുദ്ധിമുട്ടി. കറന്റ് ബുക്സാണ് ഏറെ സഹായിച്ചത്; കറന്റ് ബുക്സ്, തൃശൂർ തോമസ് മുണ്ടശ്ശേരി, സാക്ഷാൽ ജോസഫ് മുണ്ടശ്ശേരിയുടെ മകൻ സ്ഥാപിച്ചത്. ആദ്യത്തെ

പുസ്തകം *ചെറുകാടിന്റെ ചെറുകഥകൾ*. എ കെ ടി കെ എം വാസുദേവൻ നമ്പൂതിരിപ്പാടാണ് (മംഗളോദയം) കുഞ്ഞുണ്ണിയെ എം എ യ്ക്ക് ചേർക്കാൻ 50 രൂപ തന്നു സഹായിച്ചത്.

ചെറുകാടെന്ന 'സ്ഥാപന'ത്തെക്കൊണ്ടു നടക്കാൻ കുറേ വിഷമിച്ചു. *മുത്തശ്ശി*യിലെ നാണി മിസ്ട്രസ് ഞാൻ തന്നെ. അധ്യാപിക എന്നാണ് ആദ്യം പേരിടാൻ ഒരുങ്ങിയത്. പിന്നെ മുത്തശ്ശിയെന്നാക്കി. *അടിമ*യിലെ കഥാപാത്രവും ഞാൻ തന്നെ. അപ്പുറത്തുനിന്നും ഇപ്പുറത്തുനിന്നും പിടിച്ചു വലിച്ചിരുന്ന എന്റെ ദുരിതം അതു ചെറുകാടിനറിയാമായിരുന്നു.

ചെറുകാടെനിക്കുണ്ടാക്കിത്തന്ന ധൈര്യംകൊണ്ടാണ് അദ്ദേഹം പോയിട്ടും മക്കൾക്കുവേണ്ടി പൊരുതി ജീവിച്ചത്, പുസ്തകങ്ങൾ മാർക്കറ്റിലുണ്ടാവാൻ ശ്രദ്ധിച്ചത്; അദ്ദേഹത്തിന്റെ പേരിൽ അവാർഡ് ഏർപ്പെടുത്തണമെന്നു നിർബന്ധം പിടിച്ചത്. ചെറുകാട് സ്മാരക ശക്തി അവാർഡ്—ചെറുകാട് അവാർഡ് ചെറുകാട് വ്യാപരിച്ച സാഹിത്യശാഖകളിലെ (കവിത, ചെറുകഥ, നോവൽ, നാടകം, ബാലസാഹിത്യം ആത്മകഥ) മികച്ച കൃതികൾക്ക് വർഷംതോറും അവാർഡ് നൽകി വരുന്നു. ഈ മനുഷ്യൻ ആരെന്നറിയണം എന്ന നിർബന്ധമായിരുന്നു. ചെറുകാടിന്റെ *ജീവിതപ്പാത*യ്ക്ക് കേന്ദ്ര സാഹിത്യ അക്കാദമി അവാർഡ് കിട്ടിയപ്പോൾ എനിക്കു തോന്നി 'ഞാൻ മുമ്പെ നടക്കട്ടെ നീ വാങ്ങിപ്പോന്നോ' എന്നു പറയുകയാണെന്ന്. ഇപ്പോൾ വയ്യ. ഒന്നും ഓർമിക്കാനാവുന്നില്ല.

സഖാവിന് ഒരു കത്ത്

ചെറുകാട് ഒരു ഭാരതപര്യടനം നടത്തിയിരുന്നു. ഇൻലെന്റിൽ, പോസ്റ്റ്കാർഡിൽ ഒക്കെ ഓരോ ദിവസവുമെന്നോണം യാത്രയ്ക്കിടെ ചെറുകാട് എഴുത്തയച്ചിരുന്നു—ഭാര്യയ്ക്ക്, മക്കൾക്ക്, ഒരോരുത്തർക്കും മാറിമാറി. അഹമ്മദാബാദിൽനിന്ന് ജീവിതസഖി കെ പി ലക്ഷ്മി പിഷാരസ്യാർക്ക് അയച്ച കത്ത്....

ചെറുകാട്
അഹമ്മദാബാദ്
4–8–70
സഖാവേ,

നിന്റെ സമ്മന്തക്കാരൻ ഇത്രയധികം ബഹുമാന്യനാണെന്ന് ഞാനിപ്പോഴാണ് അറിയുന്നത്. അഹമ്മദാബാദിലൊരു കമ്പനിയുടെ മാനേജർ. മരുതൂർക്കാരൻ ഒരു ശങ്കരൻനായർ. അയാളുടെ ഭാര്യ നിന്റെ ഒരു ക്ലാസ്മേറ്റ് (ട്രെയിനിങ് സ്കൂളിൽ) എഴുവന്തലക്കാരി എം വി കുഞ്ഞിലക്ഷ്മിയമ്മയുടെ മകളാണ്. ഇവിടെ സഖാക്കളോട് 2–ന് വൈകുന്നേരം അയാളെന്നെ ഏറ്റുവാങ്ങി. എന്തുമാത്രം സ്നേഹബഹുമാനം നിറഞ്ഞ സ്വീകരണമായിരുന്നു അയാളുടേതെന്ന് പറഞ്ഞറിയിക്കാൻ വയ്യ: അത്ര ഹൃദ്യം.

ഒരു കൊച്ചു പോക്കറ്റുലാമ്പ്. എഴുത്തു സാമാനങ്ങൾ. ഒരു പാന്റ്. ഒരു മുണ്ട്. മൂന്ന് റെഡിമെയ്ഡ് ഷർട്ടുകൾ. ഒരു ചപ്പൽസ്. രണ്ട് പെഴ്സ്. ഒരു ഡയറി പിന്നെയും പലതും. അവസാനം ഒരു മുപ്പത്തിയഞ്ചുറുപ്പികയും. അയാൾ എനിക്കുവേണ്ടി 101 ക ചെലവാക്കാനൊരുക്കിവെച്ചതു പോലെയുണ്ട്: നിനക്കുവേണ്ടി രണ്ടു പീസ് തുണി വാങ്ങിത്തരാൻ അയാൾ തുടങ്ങി. അതു വേണ്ടെന്ന് ഞാൻ വിലക്കി: അടുത്ത സൗകര്യത്തിൽ നീ മേൽപ്പറഞ്ഞ നിന്റെ ക്ലാസ്മെയ്റ്റിനെയൊന്നു പോയി കാണണം. കണ്ട വിവരം Mrs. V K Sankaran, Production Manager, Niylon Net Plant, Khokhra, Mehemadabad, Ahemmadabad-8 വിലാസത്തിൽ ഒരു കത്തെഴുതണം. ആ സ്ത്രീക്ക് നിന്നെ കാണാൻ പറ്റില്ല. അവർക്ക് കാഴ്ച നഷ്ടപ്പെട്ടിരിക്കുന്നു. അവരുടെ അമ്മയെ ചെന്നു കാണണം. അഭിവാദനം ചെയ്യണം. വെറെ പറയത്തക്ക യാതൊരു വിവരവുമില്ല: 6–ാം തീയതി മറ്റന്നാൾ കാലത്ത് 7 മണിക്ക് ഇവിടെനിന്നു ഡൽഹിക്കു പുറപ്പെടാൻ വണ്ടിക്കു ടിക്കറ്റ് ബുക്കുചെയ്തിട്ടുണ്ട്. 7–ാം തീയതി വൈകുന്നേരത്തേക്ക് ഡൽഹിയിലെത്തും.

ഇന്നലെ ഇവിടെനിന്നു എ കെ ജിയുമായി ഡൽഹിയിലേക്ക് ഫോൺ ബന്ധം വച്ചിരുന്നു: ഇവിടെ എങ്ങും അലഞ്ഞുതിരിയാതെ ഉടനെ നാട്ടിലേക്ക് പോകണമെന്നാണ് പുള്ളി തമാശയായി പറഞ്ഞത്: പൊതുവിൽ ഡൽഹിയിലെ സ്വീകരണമാവും മോശമെന്നുതോന്നുന്നു. കുഞ്ഞാണ്ടനുള്ള കവറിൽ ഒരു രൂപ വച്ചിരുന്നത് ഒരു കുസൃതിയായിരുന്നു: ഒന്നമ്പരപ്പിക്കാൻ. പിന്നെ ഇറിടെ എനിക്ക് കിട്ടുന്ന വിഭവസമൃദ്ധമായ സദ്യകളുടെയും മറ്റാഹാരവസ്തുക്കളുടെയും പേരിൽ പുള്ളി വല്ല മിഠായിയും വാങ്ങിതിന്നുകൊള്ളട്ടെ എന്നു വിചാരിച്ചു: ദൽഹിയിൽ നല്ലൊരു സ്വീകരണം ശരിപ്പെടുത്തിത്തരാൻ തമ്പുരാട്ടിക്ക് കുറച്ച് പഞ്ചസാരപ്പായസം വെച്ചുകൊടുത്തു ശുപാർശ ചെയ്യാൻ കുഞ്ഞാണ്ടനോടു പറയൂ.

തങ്കമ്മയുടെ കത്തിൽ പെന്നു വേണമെന്നു പറഞ്ഞിരുന്നു. സമ്പാദിച്ചുകൊണ്ടു വരുമെന്നു പറഞ്ഞേക്കണം. വിലപ്പെട്ട പെന്നുകളെല്ലാം സെൽഫ് ഫില്ലറുകളാണ്. ആ നിലയ്ക്ക് അവിടെയുള്ള എന്റെ പാർക്കർ പേനതന്നെ പോരെയോ അവൾക്ക്? അതു അവൾക്കുവേണ്ടി സൂക്ഷിച്ചുവച്ചതാണ് ഞാൻ. ഒരു ദിവസത്തെ ആവശ്യത്തിനുള്ള മഷിയതിൽകൊള്ളും. അവളതുപയോഗിക്കണമെന്നാണ് എനിക്കാഗ്രഹം. പരീക്ഷാക്കാലങ്ങളിലേ മറ്റു പേനകളുടെ ആവശ്യം വരൂ, അന്നു മറ്റൊരു പേന ഉപയോഗിക്കാം. അവളതുപയോഗിക്കട്ടെ. മഷി നിറച്ചു വച്ച് വറ്റി കട്ടപിടിച്ച് ഉണങ്ങിവരണ്ട ആ പാരിതോഷികം. 14, 15 കൊല്ലമായി വെറുതെയിരിക്കുകയല്ലേ? എന്റെ മോൾ എന്റെ പേരിൽ അത് വൃത്തിയായി സൂക്ഷിച്ചു ഉപയോഗിച്ചു കാണുന്നതാ എനിക്കിഷ്ടം. ഞാനതുപയോഗിക്കുകയുണ്ടാവില്ല. എനിക്കെന്റെ പഴയ പെന്നുതന്നെ മതി. അത് അച്ഛൻ അവൾക്ക് സ്നേഹപൂർവം ഈ കത്തുവഴി കൊടുക്കുന്നതായി

പറയുകയും നിന്റെ കൈകൊണ്ടു കൊടുക്കുകയും ഒരായുഷ്ക്കാലം മുഴുവനും അതുപയോഗിക്കാൻ ഉപദേശിക്കുകയും ചെയ്യുക.

വേറെ പറയത്തക്ക വിശേഷങ്ങളൊന്നുമില്ല. ഒഴിവനുസരിച്ച് രമണനെയുംകൂട്ടി എഴുവന്തല പോയി എം വി കുഞ്ഞിലക്ഷ്മിയെ കണ്ട വിവരത്തിന് മിസിസ് ശങ്കരനൊരു കത്തയയ്ക്കൂ: മറക്കരുത്, മടിക്കരുത്.

ഇനി ഇപ്പോൾ നിർത്തട്ടെ.

സ്വന്തം

ചെറുകാട്

അച്ഛൻ

സി വിലാസിനി

അകലെയിരുന്നും അടുത്തിരുന്നും എല്ലാംകൂടി എട്ടൊമ്പതു കൊല്ലംമാത്രം അച്ഛന്റെ കൂടെ ജീവിക്കാൻ അവസരം കിട്ടിയിട്ടുള്ള ഈ ഞാൻ, അമ്പതും അറുപതും വർഷം സ്വന്തം അച്ഛനെ നന്നായടുത്തറിഞ്ഞ മക്കളെക്കാൾ സ്വാതന്ത്ര്യമെടുക്കുകയാണോ, ഇതൊരു എടുത്തുചാട്ടമാവുമോ, എന്നൊക്കെയുള്ള ആശങ്കയോടെത്തന്നെയാണ് ഇതെഴുതുന്നത്. ചെറുകാടൊരു വൻ കാടാണെങ്കിൽ, അവിടെയുമിവിടെയും ഓരോന്നു നോക്കിക്കണ്ട്, പേടിച്ചുപേടിച്ച് ചില ചില്ലകളും കൊമ്പുകളും കുറ്റിക്കാടുകളും മാത്രമേ ഞാൻ കണ്ടിട്ടുള്ളൂ. കാടിന്റെ സാഹിത്യത്തിലെ വ്യാപ്തിയോ വിപ്ലവത്തിന്റെ കടുംചുവപ്പോ, സ്നേഹവാത്സല്യങ്ങളുടെ സംഗീതമർമരമോ നൂറിലൊന്നേ ഞാൻ കണ്ടിട്ടുള്ളൂ, അനുഭവിച്ചിട്ടുള്ളൂ, അറിഞ്ഞിട്ടുള്ളൂ. പക്ഷേ, ഒരുപാടൊരുപാട് നേടിയ തോന്നലുണ്ട്.

1976 ഒക്ടോബർ 28–ന് സൂറത്തിൽവെച്ച് അച്ഛന്റെ ഗുരുതരാവസ്ഥയെപ്പറ്റി അറിഞ്ഞപ്പോൾ, നവംബർ അവസാനം എന്റെ ഏട്ടൻ ലണ്ടനിൽനിന്ന് ഇ സി ജി യന്ത്രവുമായി വരുന്നുണ്ട് എന്നും കേട്ടപ്പോൾ, ഒരു വല്ലാത്ത ശൂന്യമായ സ്വാർഥം തോന്നി. കഷ്ടം! അച്ഛന്റെ ഹൃദയത്തിലുണ്ടായ ഈ വിപ്ലവം ഒരു മാസമപ്പുറത്തേക്ക് മാറ്റിവെക്കാമായിരുന്നില്ലേ ആ മേൽവിലാസമില്ലാത്ത മായാജാലക്കാരനെന്ന്! ഇങ്ങനെയൊക്കെ വരുന്നത് വഴിയിൽ തങ്ങുകയുമില്ലല്ലോ.

അച്ഛന്റെ നേരിട്ടും കത്തുകളിലൂടെയുമുള്ള ശകാരവർഷങ്ങളും ഉപദേശങ്ങളും സാധാരണ സംഭാഷണങ്ങളും വീണ്ടും വീണ്ടും ഓർത്തുനോക്കിയാൽ ഓരോ വാക്കിനും കൂടുതൽക്കൂടുതൽ അർഥവ്യാപ്തിയുള്ളതുപോലെ തോന്നും. കത്തുകൾ വീണ്ടും വായിക്കുമ്പോൾ, എഴുതാൻ തുടങ്ങുമ്പോൾ ചെറുതായി പറഞ്ഞ പല കാര്യങ്ങളും വലുതായി തോന്നുന്നു.

കല്യാണം കഴിഞ്ഞ്, ഒരാഴ്ചകൂടി കഴിയുന്നതിനു മുമ്പാണെന്നു തോന്നുന്നു. കട്ടുപ്പാറവെച്ച് അച്ഛന് ചോറുവിളമ്പുകയായിരുന്നു. മറ്റാരൊക്കെയോ കൂടെ ഉണ്ണാനിരിക്കുന്നുണ്ട്. "തന്റെ കറുത്ത കാലിലെന്താ ഈ ചുവന്ന ചായം പൂശിയിരിക്കുന്നത്? കല്യാണത്തിന്റെ തലേന്ന് പൂശിയതായിരിക്കും. നാളെ വിളമ്പാൻ വരുമ്പോൾ ഇതു കാലിൽ കാണരുത്. തന്റെ ചെരുപ്പിനും അൽപ്പം ഉയരം കൂടുതലാണ്. കുഞ്ഞുണ്ണിയെക്കാൾ പൊക്കം കൂടരുത്." രണ്ടിനും ഞാൻ ഉടനെ പരിഹാരം കണ്ടു. അച്ഛനോട് പേടിയും സ്നേഹവും ബഹുമാനവും ഒക്കെക്കൂടി കലർന്ന ഒരു വികാരം ഉള്ളിലൂടെ മിന്നിമറഞ്ഞു; ചുറ്റുമുള്ളവരുടെ മുമ്പിലനുഭവിക്കേണ്ടി വന്ന ജാള്യം കണ്ണൊന്നു നനച്ചുവെങ്കിലും.

തിരുവനന്തപുരത്തായിരുന്നപ്പോൾ, അച്ഛൻ ഒരിക്കലവിടെ വന്നപ്പോൾ അച്ഛന്റെ *മരുമകളെ* എന്റെ കയ്യിൽ കണ്ടു. "എന്റെ മരുമകൾ മകന്റെ ഭാര്യയല്ല. പെങ്ങളുടെ മകളാണ്." "മനസിലായി" ഞാൻ പറഞ്ഞു.

സ്ത്രീ, പുരുഷവിധേയയും വീറുകെട്ടവളുമല്ല. സ്ത്രീ ആണിന്റെ ബലവീര്യം കാണിക്കണം. പീഡനത്തിനെതിരെ സ്ത്രീ കത്തിജ്വലിക്കണം എന്നീ സങ്കൽപ്പങ്ങളിൽ കഥാനായികമാരെ സൃഷ്ടിച്ചിരുന്ന അച്ഛൻ 'സനുഷ'യെക്കുറിച്ച്—എന്നെയും എന്റെ അനിയത്തിമാരെയും കുറിച്ച്—എന്തായിരിക്കും വിഭാവനം ചെയ്തിട്ടുണ്ടാവുക എന്നത് അച്ഛന്റെ കഥകളിൽ കുറെ പരതിനോക്കിയിട്ടും എനിക്കു കിട്ടിയില്ല. *ദേവലോക*ത്തിലെ ലളിത മനസിലില്ലാതെയല്ല ഇതെഴുതിയത്. പക്ഷേ, 1967 ഒക്ടോബർ മാസം തൊട്ട് 1976 ഒക്ടോബർ മാസംവരെ, പലപ്പോഴായി എനിക്കെഴുതിയ ഹ്രസ്വവും ദീർഘവുമായ കത്തുകളിലൂടെ ഞാനെന്താവണമെന്ന്, എങ്ങനെ പെരുമാറണമെന്ന്, എങ്ങനെ ജീവിക്കണമെന്ന് ഒരു കഥ പറയുമ്പോലെ പറഞ്ഞു തന്നിരുന്നു.

8–11–1967. "ആദ്യം നിങ്ങളൊരു കാര്യമുറപ്പിക്കുക; നിങ്ങളൊന്നാണെന്ന്. പിന്നെ *നമ്മളൊന്നാ*ണെന്ന്. ഈ *നിങ്ങളൊന്നിൽ* അമ്പതുശതമാനമല്ല. പലപ്പോഴും നൂറുശതമാനം തന്നെ അച്ഛൻ പൂർണസ്വാതന്ത്ര്യം എനിക്കു തീറെഴുതിത്തന്നിരിക്കുന്നു. കാരണം, അച്ഛന്റെ മോൻ വളരെ വളരെ ദൂരത്തായിരുന്നു, നാഴികകൾകൊണ്ട്. ഈ അലിഖിത സ്വാതന്ത്ര്യം ദുരുപയോഗപ്പെടുത്താൻ ഞാനൊരിക്കലും തുനിഞ്ഞിട്ടില്ല. എന്റെ അച്ഛനെക്കാൾ, ഏട്ടന്റെ അച്ഛൻ ഒരു റിമോട്ട് കൺട്രോൾ ഉപയോഗിച്ച്, ബാംഗ്ലൂരിൽ മക്കളും ഞാനുംകൂടി ഒറ്റയ്ക്ക് കഴിഞ്ഞിരുന്നപ്പോൾ എന്നെ നിയന്ത്രിച്ചിരുന്നു. അച്ഛൻ തപാൽവഴി ഉണ്ടാക്കിത്തന്ന ധൈര്യം മറ്റെന്തിനേക്കാളും എനിക്കു വലുതായിരുന്നു. മകൻ വരുമ്പോൾ, മനസിൽ കെട്ടിയൊതുക്കിയിരുന്ന അണ ചിലപ്പോൾ പൊട്ടിയൊഴുകുമെന്നിരിക്കിലും. ഒറ്റയ്ക്കായിരുന്നപ്പോഴൊക്കെയും അങ്ങനെ തോന്നാൻ അച്ഛനുമമ്മയും സമ്മതിച്ചിരുന്നില്ല. *നമ്മളൊന്ന്* നാടകത്തിന്റെ സന്ദേശം

അധ്വാനിക്കുന്ന മനുഷ്യജാതി മുഴുവൻ അനീതിക്കെതിരെ ഒന്നാവണമെന്നാണെങ്കിൽ എനിക്കുള്ള *നമ്മളൊന്ന്* കൂട്ടുകുടുംബത്തിന്റെ നിലനിൽപ്പിനെ ഉദ്ദേശിച്ചായിരുന്നു. ഞാനായിട്ടത് തകർക്കരുതെന്നതാക്കിയതായിരിക്കാം. എഴുത്തുകാരി ഗീത പറയുന്നതുപോലെ "ആണും പെണ്ണും സ്വതന്ത്രരാവുകയും അവർക്കിടയിൽ നന്മ നിറഞ്ഞ പാരസ്പര്യങ്ങൾ ഉടലെടുക്കുകയും ചെയ്യുന്ന ഒരു പുതിയ കുടുംബ സാന്നിധ്യം" അച്ഛന്റെ കഥകളിൽ നിറഞ്ഞുനിൽക്കുന്നുണ്ട്.

എന്റെ അച്ഛൻ ഒരു സാധാരണ സ്കൂൾ മാസ്റ്ററും (കഴകക്കാരനും) എന്റെ മാതൃത്വം നാടുവാഴിത്തത്തിലും ജന്മിത്തത്തിലും വേരൂന്നിയതുമായിരുന്നു. കടം വാങ്ങിയിട്ടെങ്കിലും പോരായ്മകൾ നികത്തി പേരും പെരുമയും പൊങ്ങച്ചം കാട്ടി നിലനിർത്തുന്നതായിരുന്നു കുടുംബാന്തരീക്ഷം. കല്യാണത്തിനു മുമ്പുതന്നെ അച്ഛനമ്മമാരുമായും ഭാവിവരനുമായും സഹോദരങ്ങളുമായും ആശയവിനിമയങ്ങളുണ്ടായിരുന്നതുകൊണ്ട് 1968 ജനുവരി 26–ന് ഞാൻ കട്ടുപ്പാറെ വീട്ടിൽ ചെന്നുകയറിയത് ഒരപരിചിതയായിട്ടായിരുന്നില്ല. "പാട്ടമൊന്നും കിട്ടാനില്ല. കഴിഞ്ഞുകൂടണ്ടേ" എന്ന് ചെറുകരെ നിന്നും "കൃഷിഭൂമി കൃഷിക്കാർക്ക്" എന്ന് കട്ടുപ്പാറെ നിന്നും രണ്ടു ചെവിയിലും മുഴങ്ങി. ജീവിതത്തിന്റെ പല ചുറ്റുപാടുകളിലും പല സംഭവങ്ങളിലും പല വഴിത്തിരിവുകളിലും എന്നെ അങ്ങോട്ടും ഇങ്ങോട്ടും പിടിച്ചുവലിക്കുന്ന ഈ അവസ്ഥ വളരെയേറെ വേദനിപ്പിച്ചിരുന്നു. ചുണ്ടനക്കാൻ പറ്റില്ലായിരുന്നു. പക്ഷേ, ഞാൻ ജയിച്ചുവെന്നഭിമാനിക്കുന്നു. എന്നിൽ ഞാനുണ്ടാക്കിയ ഞാനും എന്റെ ഉള്ളിലുണ്ടായിരുന്ന എന്റെ അച്ഛനുമമ്മയും എനിക്കു രണ്ടാമതായി കിട്ടിയ രക്ഷിതാക്കളും എന്നെ ജീവിക്കാൻ പഠിപ്പിച്ചു. ഇത് അഹങ്കാരംകൊണ്ടു പറയുകയല്ല; അച്ഛനെപ്പറ്റി ഓർക്കുമ്പോൾ, എന്തെഴുതുമ്പോഴും എപ്പോളെഴുതുമ്പോഴും എങ്ങനെയെഴുതുമ്പോഴും കണ്ണുനീർ വാർക്കാതെ കരഞ്ഞുകൊണ്ടെഴുതുന്ന ഒരു പരമമായ സത്യം മാത്രം. അച്ഛനോട് എനിക്കത്ര കടപ്പാടുണ്ട്, സ്നേഹമുണ്ട്.

"വേല ചെയ്തവരേക്കാളും വേല ചെയ്യിക്കുന്നതേ
ശീലമാം തറവാടിൻ സുകൃതക്കൊടിയാം നീ"

എന്ന് ഒരുപാട് കേട്ടിട്ടുണ്ട്; ഞാനതർഹിച്ചിരുന്നെങ്കിലും.

സ്ത്രീ പീഡനങ്ങളുടെ കഥകൾ നാലുപുറങ്ങളിൽനിന്നും കേൾക്കുമ്പോൾ, ഈയിടെയായി പലപ്പോഴും ഒരു കാര്യമോർക്കാറുണ്ട്. അച്ഛൻ ജീവിച്ചിരിക്കുന്നുണ്ടെങ്കിൽ ഇന്നത്തെ ചുറ്റുപാടിൽ, പുരുഷമേധാവിത്വത്തോടായിരിക്കില്ല പ്രതികരിക്കുകയെന്നു തോന്നുന്നു. "തന്റേടം" (താൻ നിൽക്കുന്ന, തനിക്കവകാശപ്പെട്ട ഇടമേതെന്നു മനസിലാക്കുന്ന അവസ്ഥ) കാണിക്കാത്ത, ആണിന്റെ ബലവീര്യം കാണിക്കാത്ത, മുഖത്ത് മീശയുണ്ടെന്ന് ഭാവിക്കാൻ കഴിയാത്ത, സ്ത്രീസൗന്ദര്യത്തിനെ പുരുഷന് അമ്മാനമാടാനുള്ള ഒരു വസ്തുവായി വലിച്ചെറിയുന്ന സ്ത്രീ സമൂഹത്തി

നെയായിരിക്കും ആഞ്ഞടിക്കുന്നത്. പുരുഷമേധാവിത്വത്തിനും സ്ത്രീസ്വാതന്ത്ര്യത്തിനും ഇടയിൽ ന്യായം കൊണ്ടളന്നു വേലികെട്ടാൻ അച്ഛനിനിയും ജനിക്കേണ്ടി വരുമോ!

അച്ഛനെപ്പറ്റി ഒരു മരുമകൾ ഇതിലധികം വാചാലയായിക്കൂടല്ലോ. അച്ഛൻ ചെറിയൊരു വീടൊരുക്കുന്ന ചുവന്ന സഞ്ചി ഒന്ന് ഞങ്ങളോടൊപ്പമുണ്ട്. മണ്ണിന്റെ മാറിൽ അമ്മയോടൊപ്പം നിതാന്തവിശ്രമം കൊള്ളുന്ന അച്ഛൻ ഈ കൊച്ചുലേഖനം കണ്ടാൽ ദേഷ്യം വന്ന് നെറ്റിചുളിച്ച് എന്നെ തറപ്പിച്ചു നോക്കുമോ? എന്തോ!

മരിക്കാത്ത അച്ഛൻ

കെ പി മോഹനൻ

മരിക്കാത്ത അച്ഛൻ എന്നത് അച്ഛന്റെ തന്നെ ഒരു കവിതയുടെ തലവാചകമാണ്.

അച്ഛൻ എറണാകുളത്ത് *നവലോക*ത്തിലും കോഴിക്കോട്ട് *ദേശാഭിമാനി*യിലുമായി കഴിഞ്ഞുപോന്ന പഴയ കാലത്തെന്നോ, അച്ഛന്റെ ഫോട്ടോ സഹിതം *നവലോക*ത്തിൽ പ്രസിദ്ധീകരിക്കപ്പെട്ട ഒരു കവിത —അശിക്ഷിതമായ എന്റെ ബാലമനസിലെവിടെയോ ഒരു മായാത്ത മുദ്രയായി അതു കിടന്നു—എന്നോടൊപ്പം വളരുകയും ചെയ്തു. ആ ആശയം ഇന്ന് എന്നെ വളരെയേറെ വേദനിപ്പിക്കുകയും ചെയ്യുന്നു.

കഴിഞ്ഞ ഒക്ടോബർ 29 ന് കാലത്ത് പത്രത്തിൽ വാർത്ത കാണുമ്പോഴും, കറുത്ത തണുത്ത അക്ഷരങ്ങളിൽ ആ ക്രൂരസത്യത്തിന് അവതരിക്കാൻ കഴിയും എന്ന് ഞാൻ വിശ്വസിച്ചിരുന്നില്ല. ഇന്ന് ഞങ്ങൾ അതു വിശ്വസിക്കാൻ നിർബന്ധിതരായിത്തീരുന്നു.

ഞങ്ങളുടെ വീട്ടിൽ അച്ഛൻതന്നെ തീർത്ത "ശ്രീഭഗവതി"ക്കൂട്ടിൽ അച്ഛന്റെ നിത്യോപയോഗസാധനങ്ങൾ സ്മാരകങ്ങളായി മാറിയിരിക്കുന്നതു കാണുമ്പോൾ,

മുകളിലെ മുറിയിൽ നിന്നു നോക്കിയാൽ തെക്കേ കണ്ടത്തിൽ 'മണിക്കുട്ടന്റെ പേരിൽ വെച്ച തൈത്തെങ്ങിന്റെ ഇളനീർക്കുലകൾക്കു താഴേ അമ്മ കൊണ്ടുപോയി വെച്ച പുതു പൂക്കളും ഉലർന്ന ചുകന്ന മണ്ണും കാണുമ്പോൾ,

ഞങ്ങൾ എത്ര നിസ്സഹായരും അനാഥരുമാണെന്ന വേദന മനസിലുരുണ്ടു കൂടുന്നു. "കുഞ്ഞിപ്പെണ്ണേ" എന്ന വിളി ഓർത്തു വിതുമ്പുന്ന അനിയത്തിയെയും ഏതോ സ്ഥിരഭാവംകൊണ്ട് രാവിലെ നാലുമണിക്ക് അച്ഛന്റെ വിളികേട്ട് ഞെട്ടി ഉണരുന്ന അനിയനെയും ഇനി ഒരിക്കലും

ഞങ്ങളുടെ പടി കയറിവരാത്ത ആ കാൽവെപ്പുകളോർത്ത് തേങ്ങുന്ന അമ്മയെയും കാണുമ്പോൾ.

പത്താംതരം വരെയുള്ള മക്കളുടെ സ്കൂൾ വിദ്യാഭ്യാസം അമ്മയുടെ വകുപ്പാണ്. അച്ഛനെ സംബന്ധിച്ചിടത്തോളം ഒട്ടും തന്നെ ഭദ്രമല്ലാത്ത സാമ്പത്തികാവസ്ഥയും അസ്ഥിരമായ കുടുംബജീവിതവും ആ കാലത്ത് അമ്മയെ വല്ലാതെ പരീക്ഷിച്ചിട്ടുണ്ട്. ഈ കാലത്തിനിടയ്ക്കെന്നോ ഏതാനും മാസങ്ങൾ വാടാനാംകുറിശ്ശിയിൽ അച്ഛനോടൊത്ത് ഞാനും എന്റെ ഏട്ടനും താമസിച്ചിട്ടുണ്ട്. ദേഹമാസകലം ചിരങ്ങായിരുന്ന ഞങ്ങൾക്ക് അച്ഛൻ നേരിട്ടു നടത്തിയ ഒരു ആയുർവേദ ചികിൽസയാണ് എന്നെ സംബന്ധിച്ചിടത്തോളം ആ ദിവസങ്ങളെ അവിസ്മരണീയമാക്കുന്നത്—വാട്ടിയ കുരുമുളകു വള്ളി തേച്ചുള്ള കുളി; കാലത്തെഴുന്നേറ്റാൽ കഴിക്കാനുള്ള മാണിഭദ്രം ലേഹ്യത്തിന്റെ ചവർപ്പ്; സർവോപരി, ഉഗ്രശാസനനായ അച്ഛന്റെ സാന്നിധ്യം—അമ്മ അടുത്തില്ലാത്ത ഞങ്ങൾക്ക് ആ കാലങ്ങളിലെ ആനന്ദം അവിചാരിതമായി കടന്നുവരാറുള്ള അതിഥികളും അച്ഛന്റെ കൂടെ നടന്ന് പങ്കെടുത്തിട്ടുള്ള യോഗങ്ങളുമായിരുന്നു.

1957 ൽ കമ്യൂണിസ്റ്റ് മന്ത്രിസഭ അധികാരത്തിൽ വന്നതിനുശേഷം പുലാമന്തോളിൽ ഒരു ഹൈസ്കൂൾ വരികയും അമ്മ അവിടെ അധ്യാപികയായി നിയമിക്കപ്പെടുകയും ചെയ്തതോടെയാണ് ഞങ്ങളെല്ലാവരും ചേർന്ന ഒരു കുടുംബത്തെക്കുറിച്ചുണ്ടായിരുന്ന സ്വപ്നം സാക്ഷാൽക്കരിക്കപ്പെടുന്നത്. അക്കാലമായപ്പോഴേക്കും അച്ഛൻ പട്ടാമ്പി കോളേജിൽ അധ്യാപകനായി കഴിഞ്ഞിട്ടുണ്ടായിരുന്നു. വായിക്കാനും വളരാനും സഹായിക്കുന്ന പത്രമാസികകളും പുസ്തകങ്ങളും; മാസത്തിലൊരിക്കലെങ്കിലും ഒന്നിച്ചുകൂടാറുള്ള കുടുംബചർച്ചകൾ, വർഷത്തിലൊരിക്കൽ എല്ലാവരും ചേർന്നിരുന്ന് നടത്തുന്ന കുടുംബ ബഡ്ജറ്റു ചർച്ചകൾ; വർഷം പോകുന്ന പോക്കിൽ തൊടിയിൽ മുളച്ച തൈകളെല്ലാം വേരോടെ പറിച്ച് പുറം തൊടിയിൽ നട്ടുവളർത്തുന്ന വനമഹോത്സവങ്ങൾ; വേനലിലെ കായ്ക്കറിപ്പണികൾ—അങ്ങനെ ജീവിതത്തിന് നിയതമായ ഒരു താളക്രമമുണ്ടായിരുന്നു. ജീവിതത്തിൽ ഞങ്ങൾക്കെന്തെങ്കിലുമാകാൻ കഴിഞ്ഞിട്ടുണ്ടെങ്കിൽ, അത് ഈ സ്വച്ഛനിർമലമായ കുടുംബാന്തരീക്ഷം കാരണമാണ്. മക്കളോളം തന്നെ അച്ഛൻ വാത്സല്യം പ്രകടമാക്കിയിരുന്ന ചില ശിഷ്യന്മാർകൂടി വന്നു ചേരുമ്പോൾ ഞങ്ങളുടെ കുടുംബാന്തരീക്ഷത്തിലുണ്ടാകാറുള്ള സന്തോഷം എത്ര വലുതായിരുന്നു!

പ്രമാണി, മരുമകൾ എന്നിങ്ങനെ പല പ്രധാന നോവലുകളുടെയും കാലം ഇതായിരുന്നു. കാലത്ത് രണ്ടു മണിക്ക് അച്ഛനെഴുന്നേൽക്കും—ഞങ്ങളെ എല്ലാവരെയും വിളിച്ചെഴുന്നേൽപ്പിക്കുകയും ചെയ്യും. *നളിനി, ലീല, ബന്ധനസ്ഥനായ അനിരുദ്ധൻ* എന്നിങ്ങനെ അച്ഛൻ കൊണ്ടുതരുന്ന പല ഖണ്ഡകാവ്യങ്ങളിൽ നിന്നുമായി ദിവസേന രണ്ടു ശ്ലോകം

കാണാതെ പഠിച്ച് അച്ഛനെ ചൊല്ലിക്കേൾപ്പിക്കണമെന്ന ഒരു നിർബന്ധമുണ്ടായിരുന്നു— ശ്ലോകം പഠിക്കാനും ചൊല്ലിക്കേൾപ്പിക്കാനുമുള്ള സമയം— ഞങ്ങളെ ഉപദേശിക്കാനുള്ള സമയം, തനിക്കെഴുതാനുള്ള സമയം... പ്രഭാതത്തിന്റെ ആദ്യമണിക്കൂറുകളെ അച്ഛനതിനെല്ലാം ഉപയോഗിച്ചിരുന്നു. കാലത്ത് എട്ടുമണിക്കു തന്നെ വീടു പൂട്ടി എല്ലാവരും പുറത്തിറങ്ങേണ്ടിയിരുന്ന ഞങ്ങളുടെ കുടുംബത്തെ സംബന്ധിച്ചിടത്തോളം ഇതൊരവശ്യകാര്യവുമായിരുന്നു. പരമാവധി മൂന്നു പ്രാവശ്യം ചൊല്ലുമ്പോഴേക്ക് ഒരു ശ്ലോകം മനഃപാഠമാക്കാൻ കഴിയണമെന്ന് അച്ഛൻ ഞങ്ങളെ ഉപദേശിക്കാറുണ്ടായിരുന്നു.

സ്വയം പര്യാപ്തി

'അച്ഛന്റെ സഞ്ചിയിൽ ഒരു കുടുംബത്തിനു വേണ്ടതെല്ലാമുണ്ടാകും' എന്ന് പലരും തമാശയായി പറയാറുണ്ടായിരുന്നു—ഇതൊട്ടൊക്കെ സത്യവുമാണ്. പലപ്പോഴും അച്ഛൻ നടത്താറുള്ള 'തീർഥയാത്ര'കളിൽ വെച്ചുണ്ണാനുള്ള അരി മാത്രമല്ല, വെക്കാനുള്ള സ്റ്റൗവും സ്റ്റൗവിലൊഴിക്കാനുള്ള മണ്ണെണ്ണപോലും വീട്ടിൽ നിന്നു തന്നെ കരുതിക്കൊണ്ടു പോകുന്ന സ്വഭാവം ഞങ്ങളെ അമ്പരിപ്പിക്കാറുണ്ട്. ഒരിക്കൽ മാസങ്ങളോളം നീണ്ടു നിൽക്കുന്ന രീതിയിൽ ആസൂത്രണം ചെയ്യപ്പെട്ട ഒരഖിലേന്ത്യാപര്യടനത്തിന്റെ ഒരുക്കങ്ങൾക്കിടയിൽ ഒരു വൈകുന്നേരം കാതുകെട്ടി ഇരുമ്പു കമ്പികൊണ്ട് പിടിവെച്ച ഒരു ബ്രൂക്ക്ബോണ്ട് ചായപ്പെട്ടി വീട്ടിലെത്തി. അന്വേഷിച്ചപ്പോഴാണ് അതു പര്യടനവേളയിലെ തന്റെ 'മൊബൈൽ അടുക്കള' യാണെന്ന് ഞങ്ങളറിഞ്ഞത്. ആ അടുക്കള വേണ്ടെന്നു വെപ്പിക്കാൻ കുറെയേറെ പറഞ്ഞിട്ടേ ഞങ്ങൾക്കു കഴിഞ്ഞുള്ളൂ. ഈ 'സ്വയം പര്യാപ്തി' ഞങ്ങളും അനുസരിക്കണം എന്ന് അച്ഛൻ നിർബന്ധം പിടിക്കും. കോളേജുവിദ്യാഭ്യാസക്കാലത്തുടനീളം ഞങ്ങൾ സ്വയം ചോറു വെച്ചുണ്ടു താമസിക്കണമെന്നും, കൃത്യമായി ഒരു ടൈംടേബിളനുസരിച്ച് ജീവിതം ചിട്ടപ്പെടുത്തണമെന്നും, മാസത്തിലൊരിക്കൽ വരവുചെലവു കണക്കുകൾ അച്ഛനെ ബോധ്യപ്പെടുത്തണമെന്നും ആയിരുന്നു കരാർ. ഞങ്ങളെവിടെയായിരുന്നാലും, അച്ഛനിൽ നിന്നെത്ര ദൂരെയായിരുന്നാലും, കത്തുകളിലൂടെ അച്ഛൻ ഞങ്ങളെ നിയന്ത്രിക്കുമായിരുന്നു. ഏതു തിരക്കിലും പെറുക്കിയെടുക്കാവുന്ന കൈപ്പടയും പേറിവരുന്ന ആ കത്തുകൾ ഒരുൾക്കിടിലത്തോടെയല്ലാതെ ഞങ്ങൾക്കു പൊളിച്ചു നോക്കാൻ കഴിയുമായിരുന്നില്ല—ഉള്ളിലെഴുതിയത് 'അച്ഛന്റെ കുട്ടി' എന്നാണോ 'കടിഞ്ഞാണില്ലാത്ത കുതിരക്കുട്ടി' എന്നാണോ! ജീവിതത്തിന്റെ പുതിയ ദശാസന്ധികളിലേക്കു കടക്കുന്ന മക്കൾക്ക് സുദീർഘങ്ങളും, ജീവിതവീക്ഷണമടങ്ങുന്നതുമായ സുന്ദരൻ കത്തുകൾ അയയ്ക്കുക എന്നത് അച്ഛന്റെ സ്വഭാവമായിരുന്നു. ഞാൻ മയ്യഴിയിൽ ജോലിയിൽ ചേരുമ്പോൾ അച്ഛൻ അഖിലേന്ത്യ പര്യടനത്തിനിടയിൽ വാരാണസിയിലായിരുന്നു.

"തള്ള വാലാട്ടുമിടമുലകം പൂച്ചക്കുട്ടി-
ക്കില്ലം വിട്ടിറങ്ങുമ്പോൾ വല്ലഭമുണ്ടായ് വരും"

എന്നൊരു വരിയെഴുതി വരാവുന്ന 'വല്ലഭങ്ങൾ' ക്കെതിരെ ഒരു താക്കീതും സ്നേഹപൂർണമായ ഉപദേശങ്ങളുമടങ്ങുന്ന ഒരു കത്ത് എനിക്കു കിട്ടുകയുണ്ടായി. വീട്ടിലുള്ളതിനെക്കാൾ വലിയ നില കാണിക്കരുത് എന്നായിരുന്നു അന്ന് അൽപ്പമൊരു പരിഷ്കാരഭ്രമക്കാരനായിരുന്ന എനിക്കു കിട്ടിയ താക്കീത്.

ഒഴിവുദിവസങ്ങൾ

അച്ഛന്റെ ഒഴിവു ദിവസങ്ങളാണ് ഞങ്ങളെപ്പോഴുമോർക്കുന്ന മറ്റൊരു കാര്യം. ഒഴിവുദിവസങ്ങൾ അച്ഛനൊരു സൊല്ല തന്നെ. ഒന്നുകിൽ വാച്ചു തൂക്കാൻ കമ്പി വളച്ച് വട്ടക്കണ്ണികൾ ഉണ്ടാക്കുക; പാള വിശറികൾ ഉണ്ടാക്കുക; അരംകൊണ്ട് മടവാളുകളും കത്തികളുമണച്ച് മൂർച്ചകൂട്ടുക തുടങ്ങിയ പണികൾ; അല്ലെങ്കിൽ കുലച്ചു നിൽക്കുന്ന വാഴയ്ക്ക് ഒരു മുട്ടു കൊടുക്കൽ; കിണറ്റിലിട്ട വിത്തു തേങ്ങകൾ എടുത്തു മുളപ്പിക്കാൻ വെക്കൽ; അടുത്തു വെച്ച മൂവാണ്ടൻ മാവിന്മേൽ ഒരു മുല്ലവള്ളി പടർത്തൽ തുടങ്ങിയ പണികൾ—വെറുതെയിരിക്കുക എന്നത് അവസാന നിമിഷം വരെ അച്ഛനു പറഞ്ഞ കാര്യമല്ലല്ലോ. ഏതു പണിക്കും അച്ഛനൊരു പരികർമി വേണം—പലപ്പോഴും പരികർമിയുടെ നില പരുങ്ങൽ തന്നെ. ഞങ്ങളെ വല്ലാതെ കുഴയ്ക്കുന്ന ചില കടുംപിടുത്തങ്ങളും വാശികളുമുണ്ടായിരുന്നു അച്ഛന്. ഒരു കാലത്ത് കിണറുകൾ കുഴിക്കലായിരുന്നു അച്ഛന്റെ കമ്പം. പിന്നെ വീടുകൾ കെട്ടലായി; പുസ്തകപ്രസിദ്ധീകരണമായി, പ്രസ് വാങ്ങണമെന്ന ചിന്തയായി. ഇത്തിരി എതിർപ്പുകൾ ആസൂത്രണത്തിന്റെ കാര്യത്തിൽ ക്രാന്തദർശിയായ അച്ഛന്റെ പദ്ധതികളുടെ മുമ്പിൽ പരാജയപ്പെടുത്തുന്ന കാര്യത്തിൽ ഞങ്ങളെ വളരെയേറെ സഹായിച്ചിട്ടുണ്ട്. 'ചെറുകാടിന് മാർക്സിസം ഒരന്ധവിശ്വാസം മാത്രമായിരുന്നു' എന്ന് സി പി ശ്രീധരനെഴുതി—മാർക്സിസം മാത്രമല്ല അച്ഛന്റെ വിശ്വാസപ്രമാണങ്ങളെല്ലാം അന്ധമെന്ന തോന്നലുളവാക്കുന്നത്ര ദൃഢമായിരുന്നു. എന്റെ മകളെ ആദ്യമായി എന്റെ താമസസ്ഥലത്തേക്കു കൂട്ടിക്കൊണ്ടു പോരുമ്പോൾ അവളുടെ കയ്യിൽ കിടന്ന ഒരു കരിവള ഊരിയെടുത്ത് മൂകാംബികയുടെ ഒരു ലോക്കറ്റ് രൂപത്തിനു ചാർത്തിയത് ഇന്നും ഞാൻ വേദനയോടെ ഓർക്കുന്നു.

ആത്മാർഥത

ജീവിതത്തിലുടനീളം താൻ പ്രകടിപ്പിച്ചു പോന്നിട്ടുള്ള ആത്മാർഥതയുടെ കാര്യത്തിൽ അണുപോലും നഷ്ടം വരുന്നത് അച്ഛൻ സഹിക്കുമായിരുന്നില്ല—കൊടുക്കുന്ന അളവിൽ തന്നെ അത് തിരിച്ചുകിട്ടണം എന്ന നിർബന്ധം അച്ഛനുണ്ടായിരുന്നു. അത് കുടുംബത്തിലായാലും പൊതുരംഗത്തായാലും. അച്ഛൻ ആവശ്യപ്പെട്ടു വാങ്ങുകയും ചെയ്യും. ഒരിക്കൽ അച്ഛൻ വളരെ മോഹിച്ചു തുടങ്ങിയ ശക്തി പബ്ലിക്കേഷൻസിന്റെ ഒരു

ഷെയർ പിരിവു പുസ്തകം പ്രമുഖനായ ഒരു വക്കീലിനെ ഏൽപ്പിച്ചിരുന്നു. കാലമേറെ ചെന്നിട്ടും അതിന്ന് യാതൊരു പ്രതികരണവും കാണാഞ്ഞന്വേഷിച്ചു ചെന്നപ്പോൾ അത് അദ്ദേഹത്തിന്റെ കിന്റർഗാർട്ടനിൽ പഠിക്കുന്ന കുട്ടിയുടെ കളിക്കോപ്പായി മാറിക്കഴിഞ്ഞിട്ടുണ്ടായിരുന്നു. അന്നാ പൊതു പ്രവർത്തകനോട് അച്ഛൻ പറഞ്ഞ വാക്കുകൾ ഒരുപക്ഷേ അദ്ദേഹം മറന്നിട്ടുണ്ടാവില്ല. കലവറ കൂടാത്ത ആ പെരുമാറ്റത്തിലെ പാരുഷ്യം അച്ഛനെ അടുത്തറിയാത്തവർക്ക് അച്ഛനോടു വിരോധം തോന്നാനേ സഹായിക്കുമായിരുന്നുള്ളൂ. ജീവിതത്തിലായാലും സാഹിത്യത്തിലായാലും മൂല്യത്തകർച്ച അച്ഛനു സഹിക്കാനാകുമായിരുന്നില്ല. അടുത്ത കാലത്ത് സാഹിത്യഅക്കാദമിയുടെ ഔദാര്യം ലഭിച്ച അച്ഛൻ കേശവദേവിൽനിന്ന് അവാർഡു വാങ്ങുന്നതിന്റെ ഫോട്ടോ നോക്കി നിന്ന് പറയുകയുണ്ടായി; "പങ്കജാക്ഷ കൃപ സ്വീകരിക്കുന്ന കുചേലൻ" എന്ന്.

സംഭവങ്ങളുദാഹരിക്കുന്നത് ഞാൻ മന:പൂർവം ഒഴിവാക്കുന്നു. ഒന്നോ രണ്ടോ സംഭവങ്ങളല്ലല്ലോ. ഞങ്ങളെ സംബന്ധിച്ചിടത്തോളം ഇന്നെല്ലാം വേദനിക്കുന്ന ഓർമകൾ മാത്രം. ഓർമകളിൽ ഒരേ ഒരാലംബമായിട്ടുള്ളത് തന്റെ കരുത്തു മുഴുവൻ അച്ഛനിലേക്കു പകർന്ന് അച്ഛനെ കൂടുതൽ കരുത്തനാക്കിയ അമ്മ മാത്രം— അമ്മ ഇന്നു പ്രകടിപ്പിക്കുന്ന തന്റേടം മാത്രം. ഒന്നുമാത്രം ഞങ്ങളാഗ്രഹിക്കുന്നു—ആ കുനിയാത്ത ശിരസും പതറാത്ത ആവേശവും തുളുമ്പുന്ന ആത്മാർഥതയും ഞങ്ങളുടെ ജീവിതപ്പാതയിൽ മാർഗനിർദേശകങ്ങളാകട്ടെ!

സഖാവും പിതാവും

സി പി ചിത്ര

അച്ഛനെപ്പറ്റിയുള്ള ഓർമ എവിടെ തുടങ്ങുന്നു. ആ വലിയ വയറിനുമുകളിൽ പറ്റിപ്പിടിച്ച് കിടന്നിരുന്നതോ, കൂടെ ആ സഞ്ചിയിൽ തൂങ്ങി നടന്നിരുന്നതോ, പ്രസംഗിക്കുമ്പോൾ മൈക്കിന്റെ വയർ പിടിച്ചു വലിച്ച് വികൃതി കാണിച്ചിരുന്നതോ-അവിടെയൊക്കെയാണതു തുടങ്ങുന്നത്. അച്ഛന്റെ കൂടെ 21 വർഷം മാത്രം. പക്ഷേ, നേടിയെടുത്തതെത്രയാണ്.

ഒഴിവുകാല ജീവിതവും ദുരിതങ്ങളും തീർന്ന് അച്ഛന്റെ പാർട്ടി കേരളത്തിലെ ജനങ്ങളുടെ വിശ്വാസം നേടുന്ന കാലത്താണ് ഞങ്ങൾ അവസാനത്തെ മൂന്നുപേർ പിറന്നു വീഴുന്നത്. ഏട്ടന്മാർ പറയുംപോലെ പ്രൊഫസർ ചെറുകാടിന്റെ മക്കൾ. ഓർമകൾ തുടങ്ങുമ്പോൾ പെരുമുടിയൂർക്കുള്ള വഴി ഇരുപുറത്തും കരിമ്പനകൾ. റെയിൽ കടന്നാൽ കോളേജ്. ഞാൻ പഠിച്ചിരുന്ന ചേലക്കാട്ടെ മാപ്പിള സ്കൂളിന് വെള്ളിയാഴ്ച അവധിയാണ്. അന്നെന്നെ നോക്കാൻ കൊണ്ടുപോവുന്നത് അച്ഛനാവും. കോളേജിൽ ക്ലാസിലും വരാന്തയിലും തീവണ്ടി കണ്ടും തിരിച്ചു പോരുമ്പോൾ എത്ര കഥകളാണ് പറഞ്ഞു തരാറ്.

ലോകത്തെ പരിചയപ്പെടുന്നത്.

മനുഷ്യനെ പരിചയപ്പെടുന്നത്.

അവന്റെ ദുരിതങ്ങളെപ്പറ്റി ധാരണയുണ്ടാകുന്നത്.

കമ്യൂണിസം എന്തെന്നതിന്റെ പ്രാഥമികധാരണയുണ്ടാകുന്നത് ആ യാത്രകളിലാണ്.

പട്ടാമ്പി ഗവണ്മെന്റ് സംസ്കൃത കോളേജ് അച്ഛന്റെ പ്രവർത്തന സമയത്തിലധികവും പിടിച്ചെടുക്കുന്നത് ആ കാലത്താണ്. കോളേജിൽത്തന്നെ രാവും പകലും രാത്രി ഏറെ വൈകി വീട്ടിലെത്തുന്ന ദിവസങ്ങൾ. എന്നാലും വീട്ടിലെത്തിയാൽ പിന്നെ തുണയ്ക്കാളുവേണം

എന്തിനും. കമ്പിറാന്തലും പോക്കറ്റ് ലാമ്പുമൊക്കെയായി കുളത്തിലേക്ക്. കുളിക്കാൻ തുണയ്ക്ക് അമ്മയും ഞങ്ങളും കൂടെ. ചിലപ്പോൾ അമ്മ പോരില്ല. അന്നു നടന്ന കാര്യങ്ങൾ—പിന്നെ തിരിച്ചു പോരുമ്പോൾ ഉണ്ടായ കാര്യങ്ങൾ ഒക്കെ പറയുന്നതപ്പോഴാണ്. പ്രകൃതിയെപ്പറ്റിയും പൂക്കളെപ്പറ്റിയും നക്ഷത്രങ്ങളെപ്പറ്റിയും ഒക്കെ അച്ഛനെന്തൊക്കെപ്പറയുമായിരുന്നു. കുളത്തിനടുത്ത് നട്ടുനനച്ചുണ്ടാക്കിയ റോസ്ച്ചെടി ദിവസേന നിറയെ പൂക്കും. രണ്ടോ നാലോ പൂവ് അറുക്കും. ഒന്ന് എന്നും അമ്മയ്ക്ക്. രാത്രി കുറെ മുല്ലമൊട്ടും. ഇതൊക്കെ അച്ഛന്റെ നോവലുകളിൽ മനോഹരമായി കടന്നുവന്നിട്ടുണ്ട്.

'വനമഹോത്സവം' ആഘോഷിക്കൽ—മഴ പെയ്തു കഴിഞ്ഞാൽ നിറയെ മുളയ്ക്കുന്ന ചെടികൾ. മാവിൻതൈ, പ്ലാവിൻതൈ, അങ്ങനെ കിട്ടുന്ന നല്ല തൈകളൊക്കെ പറിച്ച് കാട്ടിലെ—ചെമ്മലശ്ശേരിയിലെ—മണ്ണിലേക്കൊരു യാത്രയുണ്ട്. *മണ്ണിന്റെ മാറിലെ* പശ്ചാത്തലം അവിടെയാണ്. മണ്ണിനെ സ്നേഹിക്കുന്ന കൃഷിക്കാരന്റെ മുഖം. മഴയുടെ ചന്തം. രാവിലെ ഉണരുന്നത് അച്ഛനെഴുതുന്ന നോവലോ കഥയോ കവിതയോ അമ്മയ്ക്ക് വായിച്ചു കേൾപ്പിക്കുന്നത് കേട്ടാണ്. അമ്മയാണ് അച്ഛന്റെ ആദ്യ വായനക്കാരി. അമ്മയോടുള്ള പിണക്കങ്ങൾ—മൂന്നും നാലും ദിവസം നേരിട്ടു സംസാരമില്ല. ഇടനിലക്കാരാണ് ഞങ്ങൾ. നല്ല രസമാണത്. അപ്പോഴൊക്കെ വലിയ ഗൗരവത്തിലാവും. പിന്നെ എത്ര പെട്ടെന്നാണത് തീരാറ്. അച്ഛനിടയ്ക്ക് അടുക്കളയിൽ കടക്കും. അസിസ്റ്റന്റുമാരായി ഞങ്ങളും. അടുക്കളയാകെ മാറ്റിമറിക്കുന്ന ദിവസങ്ങൾ—നന്നായി വെക്കാനും നന്നായി ഉണ്ണാനും പഠിക്കണമെന്ന പക്ഷക്കാരനായിരുന്നു അച്ഛൻ. അതിരാവിലെ നാലര മണിക്ക് എഴുന്നേൽക്കണം. അച്ഛന്റെ കൂടെയാണ് കാപ്പി. അച്ഛന് വലിയ കപ്പ്. ഞങ്ങൾക്ക് ചെറിയ കപ്പുകൾ. അമ്മ കെറ്റിലിൽ കൊണ്ടുവന്നു വയ്ക്കുന്ന കാപ്പി അച്ഛൻതന്നെ ഒഴിച്ചുതരും. അതു കുടിക്കുന്നതിലടക്കം ചിട്ട. അതുകഴിഞ്ഞാൽ നിർബന്ധമായും നാല് ശ്ലോകം കാണാതെ പഠിക്കണം. വള്ളത്തോൾ, ആശാൻ, നാലപ്പാട്ടു നാരായണമേനോൻ എല്ലാവരെയും പരിചയപ്പെടുന്നത് ആ സമയങ്ങളിലാണ്. ചിലപ്പോൾ പഠിക്കാനുള്ളത് വിശദീകരിച്ചുതരും. അതപ്പോഴേ പഠിക്കും. പഠിച്ചാലും പോരാ എഴുതിവയ്ക്കണം. നേരെ ചെയ്തില്ലെങ്കിൽ അടി ഉറപ്പ്. ആ നിർബന്ധിതശിക്ഷകൊണ്ട് ഇപ്പോഴും വിദ്യാർഥികളുടെ മുന്നിൽനിന്നു പൊറുക്കാനാവുന്നു. കാണാതെ പഠിക്കാനും ഓർക്കാനുമുള്ള കഴിവ് ഉറപ്പിക്കാനായിരുന്നു ആ ശിക്ഷ; അന്ന് ഏറെ ദേഷ്യം തോന്നിയെങ്കിലും.

അച്ഛന്റെ അധ്യക്ഷതയിൽ നടന്നിരുന്ന ഗൃഹസദസുകൾ—കാര്യങ്ങൾ തുറന്നുപറയാനും ചർച്ച ചെയ്യാനും പഠിപ്പിക്കുന്നതായിരുന്നു. കമ്യൂണിസ്റ്റ് ജീവിതരീതിയിലേക്ക് കുടുംബത്തെ മാറ്റിയെടുക്കാൻ അച്ഛൻ ശ്രമിച്ചിരുന്നു. ഉയർന്ന ചിന്തയും എളിയ ജീവിതവും തുറന്ന പെരുമാറ്റവും ചർച്ചയും—അങ്ങനെയെന്തൊക്കെ. അച്ഛന്റെ വ്യക്തിജീവിതത്തിൽ സ്വകാര്യതകൾക്കേറെ സ്ഥാനമുണ്ടായിരുന്നില്ല. അതുകൊണ്ടുതന്നെ നിറഞ്ഞ

സൗഹൃദം—എല്ലാവർക്കും അഭിമതനാക്കുന്ന-സാധാരണക്കാർക്ക് പ്രത്യേകിച്ചും- ശുദ്ധത അച്ഛന്റെ ഏറ്റവും വലിയ നേട്ടമായിരുന്നു. എല്ലാവരിലുംനിന്ന് ഒഴിഞ്ഞുമാറിനിന്ന് നോക്കിക്കാണാനുള്ള കരുത്തുണ്ടായിരുന്നു. ഏറെ വിഷമിപ്പിക്കുന്ന സന്ദർഭങ്ങളിൽ ചെല്ലം തുറന്ന് 'ഞാനൊന്നു മുറുക്കട്ടെ' എന്നു പറയാനുള്ള സമചിത്തത.

കോട്ടയത്തെ കറന്റ് ബുക്സിന്റെ ഉദ്ഘാടനമാണ്. പതിവുപോലെ എന്നെയും കൂട്ടിയിട്ടുണ്ട്. അമ്മ വിലക്കിയിട്ടും. ഗംഭീരമായ ഉദ്ഘാടന സമ്മേളനം, അതിനുശേഷം ഗംഭീരമായ സദ്യ, എല്ലാ വിഭവങ്ങളും. കേരളത്തിലെ പ്രശസ്തരായ സാഹിത്യനായകന്മാരൊക്കെ ആ വിരുന്നിലുണ്ട്. യാതൊരു പ്രലോഭനത്തിലും വീഴാതെ എല്ലാം തമാശയോടെ നോക്കിക്കാണുന്ന, എന്റെ അച്ഛനെ—ചെറുകാടെന്ന കമ്യൂണിസ്റ്റ് സാഹിത്യകാരനെ അത്ഭുതാദരവുകളോടെ കണ്ടത് അന്നാണ്.

സാഹിത്യസമിതിയുടെ ക്യാമ്പുകൾ—അവിടെയൊക്കെ സജീവമായി പങ്കെടുക്കാനുള്ള അവസരം. ഉപ്പും ഉപ്പിലിട്ടതും വിളമ്പി—സാഹിത്യകാരന്മാരെ കണ്ട്—ചർച്ചകൾ കേട്ട്—മനസിനെ വലുതാക്കുന്ന എത്ര അവസരങ്ങളാണ് അച്ഛനൊരുക്കിതന്നിരുന്നത്. സ്വതന്ത്രമായി നടക്കാനും വലുതാവാനും. അവിടെവെച്ചൊന്നും പ്രത്യേകം ശ്രദ്ധിക്കില്ല. പക്ഷേ, തിരിച്ചു പോകുമ്പോഴും വീട്ടിലെത്തിയാലും അതിനെപ്പറ്റി അച്ഛന്റെ അഭിപ്രായങ്ങളും അവിടെ നിന്നെന്തുകിട്ടി എന്ന ചോദ്യങ്ങളും. സാഹിത്യക്യാമ്പുകളുടെ—ഓർമയ്ക്കുപോലും തെങ്ങിൻതൈയും, മാവിൻതൈയും ഒക്കെ വച്ചു പിടിപ്പിക്കും, തിരിച്ചു വന്നാൽ. ദേശാഭിമാനി സ്റ്റഡിസർക്കിളിന്റെ കുമരകം ക്യാമ്പാണ് അച്ഛന്റെകൂടെ അനുഭവിക്കുന്ന അവസാനത്തെ സാഹിത്യസദസ്സ്.

മോഹൻ ആർട്സ് തിയേറ്ററിന്റെ നാടകപ്രവർത്തനങ്ങൾ—അവിടെ നാടകം ഉണ്ടാവുകയായിരുന്നു. ടി പി ഗോപാലൻ മാഷ്, ദേവകിടീച്ചർ, സി എം എസ്, അച്ഛൻ, അമ്മ. കുറച്ചുദിവസം ജീവിതം അങ്ങനെയാണ്. അവനെക്കൊണ്ടാവുന്നത് എല്ലാവരും ചെയ്യുന്ന കൂട്ടായ്മ. പ്രോലിറ്റേറിയൻ ജീവിതവീക്ഷണം ഉരുത്തിരിഞ്ഞുവരുന്ന ദിവസങ്ങൾ. കുട്ടിപ്പിടിച്ചുകൊണ്ട് അച്ഛനങ്ങനെ നിറഞ്ഞു നിൽക്കും. *നമ്മളെന്നും തറവാടിത്തവും മനുഷ്യഹൃദയങ്ങളും അടിമയും സ്വതന്ത്രയും വാൽനക്ഷത്രവും*- അവിടെ ഒത്തുചേരുന്നവർ തന്നെയായിരുന്നുവല്ലോ, അതിലെ കഥാപാത്രങ്ങൾ. പള്ളത്തിന്റെ ഇല്ലത്തുള്ള നാടക റിഹേഴ്സലുകളും—ആര്യാപള്ളത്തോട് വലിയ ബഹുമാനമായിരുന്നു അച്ഛന്, മാതൃകയായി കാട്ടിത്തരും.

അഞ്ച് ആൺമക്കൾക്കും കൊടുത്ത അതേ വ്യക്തിത്വം, സ്വാതന്ത്ര്യം, പെണ്ണായ എനിക്കും. പെണ്ണായി പിറന്നതിൽ ഒരു കുറവും എനിക്കു തോന്നിയിട്ടില്ല. കേരളത്തിന്റെ തെക്കുമുതൽ വടക്കുവരെ കൂടെ നടത്തി ജീവിതം പരിചയപ്പെടുത്തിത്തന്നു. കേരളത്തിലെ കമ്യൂണിസ്റ്റ് പാർട്ടിയുടെ ചരിത്രവുമായി ബന്ധപ്പെടുത്തിയായിരുന്നു ആ കാഴ്ചകളെ

പ്പോഴും—ആ യാത്രകളെയും കാഴ്ചകളെയും അവബോധമാക്കി, ആവേശമാക്കി മാറ്റാൻ അച്ഛനു കഴിഞ്ഞു. കുട്ടനാടും പുന്നപ്രയും വയലാറും കയ്യൂരും കരിവള്ളൂരും, സഖാവ് കൃഷ്ണപിള്ളയെ പാമ്പുകടിച്ച വീടും—അങ്ങനെ എത്രയെത്ര സ്ഥലങ്ങൾ.

താൻ വിശ്വസിക്കുന്ന പ്രസ്ഥാനത്തിന്റെ കൂടെ അതിനെ തിരിച്ചറിഞ്ഞ് മക്കളും വരണമെന്നായിരുന്നു അച്ഛന്റെ മോഹം. വിദ്യാർഥിപ്രസ്ഥാനത്തിന്റെ പ്രവർത്തനങ്ങൾക്ക് സ്വതന്ത്രമായി വിടുന്നുവെന്നു തോന്നിക്കുമ്പോഴും കയറിന്റെ തുമ്പ് ആ കയ്യിൽതന്നെയായിരുന്നു. ഇടയ്ക്കൊക്കെ അതിന്റെ വലിവ് അനുഭവിച്ചിരുന്നു. തരുന്ന സ്വാതന്ത്ര്യത്തെ ദു:സ്വാതന്ത്ര്യമാക്കി മാറ്ററുതെന്ന നിർബന്ധം—അമ്മ തടയുമ്പോഴും—ആണിന്റെ ബലവീര്യം കാട്ടണമെന്ന് ഉപദേശിച്ച് പ്രവർത്തനങ്ങൾക്ക് പറഞ്ഞയച്ചിരുന്നത്.

അച്ഛന്റെ സ്ത്രീകഥാപാത്രങ്ങളെപ്പോലെ ഈ നാട്ടിലെ പെൺകുട്ടികൾ വളരണമെന്ന മോഹം—ഏറെ അസ്വതന്ത്രകളായ ഏറനാടൻ മുസ്ലിം പെൺകുട്ടികളെപ്പോലും ആ സ്വാതന്ത്ര്യത്തിന്റെ മേഖലയിലേക്ക് *പ്രമാണി*യിൽക്കൂടി ഉയർത്തിയിട്ടുണ്ട്. അണിയാത്ത, ഒരുങ്ങാത്ത ചന്തത്തിലാണ് താൽപ്പര്യം. പെണ്ണിന്റെ സൗന്ദര്യം തന്റേടത്തിലാണെന്നാണ് അച്ഛൻ പറയാറ്. *ദേവലോക*ത്തിലെ രാജമ്മയോട് പാപ്പച്ചൻ പറയുന്നതും കുട്ടിരാമൻ മേസ്ത്രി (*ഭൂപ്രഭു*) പാർവതിയോട് പറയുന്നതും ഞാനെത്രയോ തവണ കേട്ട കാര്യങ്ങൾ. അവരിലൊക്കെ അച്ഛൻ കണ്ടത് എന്നെയും കേരളത്തിലെ പെൺമക്കളെയുമാണ്. പ്രേമം ബൂർഷ്വാസിയുടെ ഹോബിയാണെന്നാണ് പറയാറ്. ഇടയ്ക്കൊന്നും എനിക്കു മനസിലായിരുന്നില്ല—കാൽപ്പനിക പ്രേമസങ്കൽപ്പത്തോട് തീരെ താൽപ്പര്യമില്ലായിരുന്നതുകൊണ്ടാവാം വ്യക്തിയുടെ പ്രേമവും ദാമ്പത്യവും കുടുംബവും സമൂഹജീവിതത്തിന് മുതൽക്കൂട്ടാകണമെന്ന സങ്കൽപ്പം—അമ്മയെ 'സഖാവേ' എന്നു സംബോധന ചെയ്തിരുന്നതിന്റെ വലുപ്പവും അവിടെയാണ്. "പ്രേമം ഒരു കടമയാണ്, ഈ ലോകത്തോടുള്ള കടമ;" വികാരങ്ങളെ ജയിക്കുന്നവരാണ് ധീരർ. ഇതൊക്കെ എനിക്കുതന്ന ഉപദേശങ്ങൾ. ശരത്കാലത്തെ ചെന്താമരപ്പൂവാണ് നാണിമിസ്ട്രസെന്നും ഹേമന്തശിശിരകാലഘട്ടത്തിലെ ഇലകൊഴിഞ്ഞ മരച്ചില്ലകളിൽ കിളിർത്തുവരുന്ന തളിരുകളാണ് രാജമ്മയെന്നും അദ്ദേഹംതന്നെ പറയുന്നു. തങ്കമ്മയും തിരുമാളുക്കുട്ടിയും കുഞ്ഞാമിനയും—അച്ഛന്റെ സങ്കൽപ്പത്തിലെ സ്ത്രീ എന്നും ഉജ്വലയാണ്. തന്റേടമുള്ള പെണ്ണ്, എന്തും ചെയ്യാൻ കരുത്തുള്ളവൾ.

പരുക്കനായ ചില പെരുമാറ്റങ്ങളും ഓർമ വരികയാണ്. അടിയന്തരാവസ്ഥയുടെ കാലം. കോളേജിൽ പ്രകടനം നടത്തിയതിന്റെ പേരിൽ അനിയൻ ചിത്രഭാനുവും സഖാക്കളും അറസ്റ്റിലായി. വീട്ടിലെത്തി അച്ഛനോട് പറയുമ്പോൾ യാതൊരു പരിഭ്രമവുമില്ല. 'ജയിലൊക്കെ കണ്ട് പഠിച്ചുവരട്ടെ' എന്നാണ് പ്രതികരണം. അതിലും പരുക്കനായ പെരുമാറ്റങ്ങൾ വലിയ ഏട്ടന്മാർ ഓർക്കാറുണ്ട്.

1976 മലയാളം എം എ യ്ക്ക് സബ്സിഡിയറി സംസ്കൃതത്തിന് *രഘുവംശം* 14–ാം സർഗമായിരുന്നു പഠിക്കാനുണ്ടായിരുന്നത്. രാവിലെ അച്ഛന്റെ വക ക്ലാസാണ്. ഒന്നാം വർഷം തന്നെ സീതയുടെ സ്വഭാവം എത്ര ഭംഗിയായി വർത്തമാനകാലത്തിലേക്കാവാഹിച്ച്—പരീക്ഷയ്ക്ക് അതെഴുതുമ്പോഴേക്ക് അച്ഛൻ പോയിരുന്നു. ആ വർഷം ജനുവരി ഒന്നിന് തിരുവനന്തപുരത്തുനിന്നു വരുമ്പോൾ എനിക്കു വാങ്ങിക്കൊണ്ടുതന്ന പുതുവത്സരസമ്മാനം മാക്സിം ഗോർക്കിയുടെ *അമ്മ*യായിരുന്നു. അവസാനത്തെ സമ്മാനത്തിന്മേൽ To Chithra Cherukat, By Cherukat എന്നെഴുതിയിരിക്കുന്നു. ഒരിക്കലും എന്നെ ആ പേരിൽ വിളിച്ചിരുന്നില്ല. കുഞ്ഞിപ്പെണ്ണേന്നോ, തങ്കമ്മേയെന്നോ ഒക്കെ അല്ലാതെ.

വ്യക്തിജീവിതത്തെ സമൂഹജീവിതവുമായി ഇഴുകിച്ചേർത്ത ഒരു മനുഷ്യനെക്കുറിച്ച് ഇതിലധികം സ്വകാര്യചിന്തകളായിക്കൂടാ. ജീവിത രീതികളിൽ ആകാവുന്നിടത്തോളം അനുകരിക്കാൻ ശ്രമിക്കയല്ലാതെ.

പ്രകാശഗോപുരം

സി പി ചിത്രഭാനു

മുപ്പതുവർഷങ്ങൾക്കു മുൻപുള്ള ആ ആത്മബന്ധത്തെ ഓർത്തെടുക്കാൻ ഇന്നും പ്രയാസമില്ല. വികാരത്തേക്കാൾ വിചാരത്തിനാണ് മേൽക്കൈ എന്നു മാത്രം. കാലം നൽകുന്ന പാഠങ്ങൾ ഉൾക്കൊള്ളാൻ ആ ഓർമകൾ ഏറെ സഹായകവുമാണ്. തികച്ചും ആത്മനിഷ്ഠമായ ഈ അനുസ്മരണത്തിന് അതിനപ്പുറം പ്രസക്തിയുമില്ല.

അച്ഛനെ നഷ്ടപ്പെടുന്ന സമയത്ത്, ഞാൻ യൗവനത്തിലേക്ക് കാലുന്നുകയായിരുന്നു. പ്രായത്തിനൊത്ത അവിവേകം അതിനു മുൻപുതന്നെ കടന്നു വന്നിരുന്നു. കുടുംബത്തിൽ എല്ലാവർക്കും സർക്കാർ ജോലിയുള്ളതിന്റെ ധനസമ്പത്തും, ചെറുകാടിന്റെ മകൻ എന്ന പ്രഭുത്വവും ചേർന്ന് 'തലകുത്തിമറിയാൻ' വെമ്പിനിൽക്കുമ്പോഴാണ് ജീവിതത്തിലെ ഏറ്റവും വലിയ ഒരു യാഥാർഥ്യത്തിനു മുൻപിൽ ഞാൻ പകച്ചു നിന്നുപോയത്. ദൂരയാത്രകൾ അച്ഛന് പ്രിയപ്പെട്ടതായിരുന്നു. പ്രസംഗിക്കാനായി സംഘാടകർ അച്ഛനെ വാഹനവുമായി വന്ന് കൂട്ടിക്കൊണ്ട് പോകാറുമുണ്ടായിരുന്നു. മക്കളിൽ ആരെങ്കിലും ഒരാളെ ഈ യാത്രകളിൽ ഒപ്പം കൊണ്ടുപോകുക അച്ഛന്റെ പതിവായിരുന്നു. എന്നാൽ അന്നത്തെ ആ സായാഹ്നത്തിൽ, നല്ലൊരു ചായ കുടിച്ച് നന്നായൊന്നു മുറുക്കി ഞങ്ങൾക്ക് കാണാൻ കഴിയാത്ത ഒരാൾക്കൊപ്പം അച്ഛൻ പുറപ്പെട്ടിറങ്ങിയപ്പോൾ അമ്മയും ഞാനും പഴയ 'ശക്തി'യുടെ ചെറിയ മുറിയിൽ അന്തംവിട്ട് ഇരുന്നുപോയി.

"വെറുതേ പഴകിയ വീട്ടുസാമാനങ്ങൾ തൻ
മുറികെട്ടുവാൻ നോക്കാതിങ്ങോട്ടു പോരൂവേഗം."

എന്ന് അമ്മയോട് അച്ഛൻ പറഞ്ഞിരുന്നുവോ? പറയാൻ സാധ്യത കുറവായിരുന്നു. കർമനിരതനാകുക എന്നു തന്നെയായിരുന്നു എപ്പോഴും

അച്ഛന്റെ ഉപദേശം. എങ്കിലും കണ്ണീർച്ചാലിന്റെ മുൾവേലിക്കപ്പുറവും ഇപ്പുറവുമിരുന്ന് അവർ പലപ്പോഴും സംവദിച്ചിരുന്നു, തീർച്ച. ഇരുത്തം വരാത്ത ഞാനാകട്ടെ, കുറേക്കാലം അച്ഛനെ പലതരത്തിൽ സ്വപ്നം കണ്ടു. മുറുക്കാൻ മണക്കുന്ന ഒരുമ്മയായി, മീശകുത്തിതറയ്ക്കുന്ന വാരിപ്പുണരലായി, വേനൽ കായ്ക്കറിക്കുനനയ്ക്കുന്ന വെള്ളച്ചാലിലേക്ക് മൺകട്ടകൾ തട്ടിയിട്ട് ആവിപൊങ്ങുന്നത് നോക്കി രസിക്കുമ്പോൾ അറിയാതെ പിന്നിൽ നിന്നും വരുന്ന ചെവി തിരുമ്മലായി, ശ്ലോകം പഠിക്കാതെ കാടുകാട്ടി നടന്ന ബാല്യത്തിനുള്ള ശിക്ഷകളായി, ശരാശരി മാർക്ക് പോലും കിട്ടാതെ പ്രോഗ്രസ് കാർഡിൽ ഒപ്പുവാങ്ങാൻ നിൽക്കുന്ന മന്തന്റെ നേരെയുള്ള പരിഹാസമായി, യാത്രാക്ഷീണംകൊണ്ട് സദസിലിരുന്ന് ഉറക്കം തൂങ്ങുമ്പോൾ വേദിയിൽനിന്നും കടന്നു വരുന്ന തീ പാറുന്ന നോട്ടമായി, അടിയന്തരാവസ്ഥയിൽ ഡി ഐ ആർ തടവുകാരനായി റിമാൻഡിൽ കഴിഞ്ഞ് ഭയാശങ്കകളോടെ വീട്ടിലെത്തുമ്പോൾ വാത്സല്യവും അഭിമാനവും കലർന്ന സ്വീകരണമായി, നല്ല നടപ്പിന് ശിക്ഷിക്കപ്പെട്ടപ്പോൾ, ആഴ്ചതോറും പൊലീസ് സ്റ്റേഷനിൽ ഒപ്പുവെച്ചില്ലേ? എന്ന് അന്വേഷിക്കുന്ന രക്ഷാകർത്തൃത്വമായി. ഏതോ ബസ് സ്റ്റാന്റിലോ റെയിൽവെസ്റ്റേഷനിലോ പേപ്പർ വിരിച്ച് എന്നെ ഇരുത്തി 'ഇപ്പോൾ വരാം' എന്നു പറഞ്ഞ് നടന്നു നീങ്ങിയ അച്ഛനെകാത്ത് പലതവണ പേടിച്ച് വിറച്ച് ഞാൻ കാത്തിരുന്നിട്ടുണ്ട്. ദൂരെ ആൾക്കൂട്ടത്തിനിടയിൽ നിന്ന് തലയുയർത്തിപ്പിടിച്ച് നടന്നുവരുന്ന അച്ഛനെകാണുമ്പോൾ ഉണ്ടായിരുന്ന ആ ആശ്വാസം ഇനി തിരിച്ചു കിട്ടാത്തതാണെന്നു മനസിലാക്കാൻ ഏറെ വൈകി.

പിതൃവാത്സല്യത്തിന്റെ അവസാനതുള്ളിയും ഊറ്റിക്കുടിക്കാൻ എനിക്കു കഴിഞ്ഞു. ജീവിതപ്പാതയിലെ നിമ്നോന്നതികളെ താണ്ടിമുന്നേറുന്നതിനിടയിൽ, അച്ഛന്, എന്റെ ജ്യേഷ്ഠസഹോദരന്മാർക്ക് സ്നേഹവാത്സല്യങ്ങൾ പകർന്നു നൽകാൻ അവസരം കുറവായിരുന്നു. അവരെല്ലാം ചേർന്ന് സുസ്ഥിതിയിലെത്തിച്ച സ്നേഹസമ്പന്നമായ ഒരു കുടുംബാന്തരീക്ഷത്തിലാണ് ഞാൻ ജനിച്ചു വളർന്നത്. അന്നേക്ക് അച്ഛൻ കേരളത്തിലെ അറിയപ്പെടുന്ന ഒരു സാഹിത്യകാരനായി വളർന്നിരുന്നു; ഒരു കോളേജ് പ്രൊഫസറായി അംഗീകരിക്കപ്പെട്ടിരുന്നു. സ്വന്തമായി വീടും കൃഷിയുമെല്ലാമുള്ള നാട്ടുകാരണവരായിരുന്നു. 'ചുടുകാട്' എന്ന് വിളിച്ച് ആക്ഷേപിച്ചിരുന്ന കമ്യൂണിസ്റ്റ് വിരുദ്ധർപോലും ബഹുമാനിക്കാൻ തുടങ്ങിയിരുന്നു. പുരോഗമനാശയഗതിക്കാരായ ചെറുപ്പക്കാർ അച്ഛനെ ആവേശപൂർവം വായിച്ചിരുന്നു, വിമർശിച്ചിരുന്നു. ഇതിലെല്ലാം ഞാൻ സ്വകാര്യമായി അഹങ്കരിച്ചിരുന്നു. അച്ഛന്റെ ഒളിവു ജീവിതത്തെക്കുറിച്ച്–അതു വളരെ കുറച്ചുകാലമേ ഉള്ളൂ–ആളുകൾ പറഞ്ഞുവന്ന അതിശയോക്തി കലർന്ന കഥകൾ കേട്ട് ഞാൻ അഭിമാനംകൊണ്ടിരുന്നു. ജീവിതത്തിന്റെ നാനാതുറകളിൽ പരക്കം പായുമ്പോൾ തന്നെ ഒരെഴുത്തുകാരന്റെ സ്വകാര്യലോകം സ്വയം സൃഷ്ടിച്ചെടുത്ത് ഏകാഗ്രതയോടെ എഴുതുന്ന

അച്ഛനെ അന്ന് (ഇന്നും) ഞാൻ അത്ഭുതത്തോടെ നോക്കി നിന്നിട്ടുണ്ട്. 'മുട്ടയായി, പുഴുവായി, ചട്ടറ്റ പൂമ്പാറ്റയായി' മാറുന്നതിനിടയിലുള്ള പ്രക്രിയ അടുത്തറിയാൻ ശ്രമിച്ച് പരാജയപ്പെട്ടിട്ടുണ്ട്.

അതെ, മറ്റെല്ലാം മാറ്റിനിർത്തി എന്നും ഞാൻ അച്ഛനെ ആദരിക്കുന്നത് മഹാനായ ഒരെഴുത്തുകാരൻ എന്ന നിലയിലാണ്. നവകേരളത്തിന്റെ സൃഷ്ടിയും സ്രഷ്ടാവുമായിരുന്ന ആ കലാകാരനെ മറ്റുള്ളവർക്കൊപ്പം നിന്ന് ഞാൻ ഇന്നും വായിക്കുന്നു.

ഒരു മഹത്തായ ആശയത്തിന്റെ തണലിലേക്ക് ഞങ്ങളെ കയറ്റി നിർത്തിയത് അച്ഛനാണ്. മാർക്സിസവും മനുഷ്യസ്നേഹവും പരസ്പര പൂരകമാണെന്ന് വാക്കിലും പ്രവൃത്തിയിലും അച്ഛൻ കാണിച്ചുതന്നു. ഒരുവന്റെ ജന്മം, അവന്റെ വംശസമുന്നതിക്ക് പ്രയോജനപ്പെടണമെന്ന് ഉരുവിട്ട് പഠിപ്പിക്കുമ്പോഴും, രഘുവംശ രാജാക്കന്മാരുടെ 'പരോപകാരങ്ങളെ' പരിഹസിക്കുമ്പോഴും (സോഹം, ആജന്മശുദ്ധനാം എന്നു തുടങ്ങുന്ന ശ്ലോകം) അച്ഛന്റെ വ്യാഖ്യാന പാടവം ഞാൻ തിരിച്ചറിയുന്നു. ആർത്തലച്ച് അണപൊട്ടിയൊഴുകുന്ന ഒരു ജാഥയിൽ അണിചേരുമ്പോൾ ഞാൻ അച്ഛനെ മറ്റൊരർഥത്തിൽ വായിക്കുന്നു (അടിയന്തരാവസ്ഥക്കാലത്താണ് അച്ഛൻ മരിക്കുന്നത്. മരണത്തിന് ഏതാനും ദിവസം മുൻപ്, ഒളിവിൽകഴിയുന്ന സഖാക്കൾ പി വി കുഞ്ഞിക്കണ്ണനും, പാലോളിയും പങ്കെടുത്ത പാർട്ടിയുടെ പെരിന്തൽമണ്ണ താലൂക്ക് കമ്മിറ്റി യോഗത്തിനായി തന്റെ മുകളിലെ മുറി ഒഴിഞ്ഞു കൊടുത്ത് താഴെ ജാഗ്രതയോടെ കാവലിരുന്ന അച്ഛനെ *മുത്തശ്ശി* എന്ന നോവലിൽ ഞാൻ ഇന്നും കണ്ടുമുട്ടുന്നു).

അച്ഛനില്ലാത്ത ലോകത്ത് ഞാൻ ബഹുദൂരം പിന്നെയും സഞ്ചരിച്ചു. താണും, വീണും, പിടഞ്ഞ് എഴുന്നേറ്റുമെല്ലാം. ഇന്ന് അച്ഛൻ എപ്രകാരമാണ് നിനവിൽ വരുന്നത്?

ഉയർന്ന ശമ്പളം വാങ്ങി, 'നെയ്യലുവതുണ്ടു' പോലുള്ള ജീവിതം അണമാറ്റി ചവയ്ക്കുമ്പോൾ ലജ്ജ തോന്നാറുണ്ട്.

പൊള്ളയായ വാക്കുകൾകൊണ്ട് അർഥമില്ലാത്ത കാര്യങ്ങൾ പറയുന്ന ഒരുവനായി, അമർഷം അഭിനയിക്കുന്നവരുടെ പ്രശ്നപരിസരങ്ങളിൽ അലയുമ്പോൾ അറപ്പുതോന്നാറുണ്ട്.

അംഗത്വംകൊണ്ട് പുരോഗമനപക്ഷത്തും മനസുകൊണ്ടും പ്രവൃത്തികൊണ്ടും മറുപക്ഷത്തും നിന്ന് 'അഹന്ത' സംസാരിക്കുമ്പോൾ വിസമ്മതം പറയാൻ കഴിയാതെ വീർപ്പുമുട്ടാറുണ്ട്. അപ്പോഴെല്ലാം ഞാൻ *ദേവലോക*ത്തിലെ ആമുഖത്തിൽ പറയുന്ന വരികളിലൂടെ അച്ഛനെ ഒപ്പം നിർത്തുന്നു.

"എന്റെ കരളിടിക്കുന്നു, കണ്ണുകൾ നിറയുന്നു. വിചാരിക്കുമ്പോൾ അസ്വസ്ഥനാകുന്നു" എന്നു തുടങ്ങിയ വിമർശനത്തിന്റെ 'മടങ്ങിവായോ' എന്ന കേണപേക്ഷയിൽ ഞാൻ തട്ടിത്തടയുന്നു, മാപ്പ്.

2

കാഴ്ച

ചെറുകാടിനെ പഠിക്കുക

എം എൻ കുറുപ്പ്

ഭാവി തലമുറയോട് ചെറുകാട് പറഞ്ഞു: "ഒരു കമ്യൂണിസ്റ്റ് സാഹിത്യകാരൻ എന്ന നിലയ്ക്ക് നിങ്ങൾ എന്നെ മനസിലാക്കുക."

മനസിലാക്കണമെങ്കിൽ അദ്ദേഹത്തിന്റെ കൃതികളിലൂടെ മാത്രം സഞ്ചരിച്ചാൽ പോരാ. ആ കൃതികൾ രചിക്കുന്നതിന്, അദ്ദേഹം താണ്ടിയ വഴികളിലൂടെയും നടക്കണം. നടന്നാൽ മാത്രം പോരാ, സ്വന്തം കൃതികളിലും, സ്വന്തം ജീവിതത്തിലും ചെറുകാട് നിറച്ചുവെച്ച അനുഭവങ്ങളും പഠിക്കണം. *ജീവിതപ്പാത* കുറച്ച് സഹായിക്കും. പക്ഷേ, അതപൂർണമാണ്. വള്ളുവനാട്ടിലാകെ ചെറുകാടിന്റെ *ജീവിതപ്പാത* നിറഞ്ഞുകിടക്കുകയാണ്. പാർട്ടിയെ വളർത്തുന്നതിൽ അദ്ദേഹം എന്തുചെയ്തു; ചെയ്തതിനിടയ്ക്ക് കമ്യൂണിസ്റ്റ് സാഹിത്യകൃതികൾ രചിക്കുന്നതിനദ്ദേഹം തെരഞ്ഞെടുത്ത അനുഭവങ്ങൾ എന്തൊക്കെ ഇതെല്ലാം വ്യവച്ഛേദിച്ചും ഒപ്പംവെച്ചും പഠിക്കുകയും എഴുത്തുകാരാണെങ്കിൽ ഒരു കമ്യൂണിസ്റ്റ് സാഹിത്യകാരനായി അറിയപ്പെടണമെങ്കിൽ ചെറുകാട് സാഹിത്യത്തിന്റെ ശിൽപ്പതന്ത്രം എന്തെന്ന് മനസിലാക്കുകയും അത്യാവശ്യമാകുന്നു. ചെറുകാട് കൃതികൾ ആസ്വദിക്കണമെങ്കിൽ വെറും സാമൂഹ്യബോധം മാത്രം പോരാ, ചരിത്രബോധവും വേണം. ചരിത്രപരവും വൈരുധ്യാത്മകവുമായ ഭൗതികവാദത്തിന്റെ അടിസ്ഥാനത്തിൽ ചെറുകാട് കൃതികളെ വീണ്ടും പഠിക്കുകയും ഭാവി തലമുറയ്ക്ക് ബോധ്യപ്പെടുത്തിക്കൊടുക്കുകയും ചെയ്യേണ്ടത് അത്യാവശ്യമാകുന്നു.

ഇക്കാര്യത്തിൽ ചെറുകാടിന് നിർബന്ധം ഉണ്ടായിരുന്നു. ഷഷ്ടിപൂർത്തിയാഘോഷങ്ങളോടനുബന്ധിച്ച് നൽകിയ വിവിധ സ്വീകരണസമ്മേളനങ്ങളിൽ പങ്കെടുക്കവേ ഓരോ കൃതിയും രചിക്കുന്നതിന് തനിക്കും പ്രേരണ നൽകിയ സാമൂഹ്യ രാഷ്ട്രീയ സംഭവങ്ങൾ ചെറുകാട് വിവരി

ക്കുന്നത് കേട്ടിട്ടുണ്ട്. എന്തുകൊണ്ട് *നമ്മളൊന്ന്* എഴുതി, എപ്പോഴാണ് തറവാടിത്തമെഴുതിയത്, *സ്വതന്ത്ര* എഴുതുവാൻ കാരണമെന്ത് എന്നൊക്കെ ചെറുപ്പക്കാരോട് ചെറുകാട് സരസമായി പറയുന്നത് കേട്ടിട്ടുണ്ട്. കൊയിലാണ്ടിയിൽവെച്ചാണെന്നു തോന്നുന്നു; ഒരു ചെറുപ്പക്കാരൻ ചോദിച്ചു: "അത്യന്താധുനികരെ അങ്ങ് വിമർശിച്ചല്ലോ; അങ്ങയുടെ *മനുഷ്യഹൃദയ*ങ്ങളിൽ അശ്ലീലമില്ലേ?"

ചുണ്ടൊന്നു തുടച്ചിട്ട് ചെറുകാട് പറഞ്ഞു: ആ നാടകത്തിൽ ഇതിനുള്ള മറുപടി അന്നേ ഞാൻ എഴുതിവെച്ചിട്ടുണ്ട് ഒന്നുകൂടി വായിച്ചു കൊള്ളൂ. "ഇതിൽ അശ്ലീലമുണ്ടാവാം. നമ്മുടെ ഹൃദയങ്ങളിൽ ഇതിലും വലിയ അശ്ലീലങ്ങൾ കട്ടിപിടിച്ചുകിടപ്പില്ലേ? അതൊക്കെ പുറത്തുകളയേണ്ടതുമാണ്. ഒരു വിരേചനൗഷധത്തിലെ കടുക്കയ്ക്കും തൃകോൽപ്പക്കൊന്നയ്ക്കും ചവർപ്പുണ്ടെങ്കിൽ സഹിക്കണം. മധുരവും ചൂടുമുള്ള കാപ്പികുടിച്ച് മൂടിപ്പുതച്ചുകിടക്കണം."

അത്യന്താധുനികരുടെ കൃതികളും, ചെറുകാടിന്റെ *മനുഷ്യഹൃദയങ്ങളും* ഇനി ഒപ്പം വായിച്ചു പഠിക്കുന്നത് കൊള്ളാം.

ഈയിടെ ഒരു സുഹൃത്ത് പരിതാപത്തോടെ പറഞ്ഞു: "ശ്രദ്ധിക്കുന്നുണ്ടോ ഈയിടെയായി ആദർശപ്രേമം നഷ്ടപ്പെട്ടുകൊണ്ടിരിക്കുന്നത്. കേരളത്തിൽ ആദ്യകാലത്ത് കമ്യൂണിസ്റ്റുപാർട്ടിയുടെ വളർച്ചയും, ശക്തിയും വ്യാപരിച്ചപ്പോൾ കമ്യൂണിസ്റ്റുകാരനെ എത്രയെത്ര യുവതികളാണ് പ്രേമിച്ചുവന്നത്. എത്ര പ്രേമവിവാഹങ്ങളാണ് അക്കാലത്തു നടന്നിട്ടുള്ളത്. ഇന്നിപ്പോൾ അങ്ങനെ കാണുന്നതും, കേൾക്കുന്നതും അത്യപൂർവമായിക്കൊണ്ടിരിക്കുന്നു. കാരണം ചിന്തിച്ചിട്ടുണ്ടോ! പ്രേമംപോലും ആദർശവൽക്കരിക്കാൻ വയ്യാത്തവിധം വ്യവസ്ഥാപിതത്വം സ്വാധീനിച്ചിരിക്കുകയാണ്. എന്താദർശം, എന്തു പ്രേമം എന്നുവരെ ഇതുമൂലം തോന്നിത്തുടങ്ങിയിട്ടുണ്ട്. ഒട്ടാലോചിച്ചാൽ, നമ്മുടെ അത്യന്താധുനിക സാഹിത്യകാരന്മാരുടെ ലൈംഗികാഭാസകൃതികൾ ഇതിനൊരു കാരണമാകാം. പ്രേമത്തെ ആഭാസകരമായി ലൈംഗികവൽക്കരിച്ചതിന്റെ ഫലമായി പ്രേമത്തിനുപോലും വിലയില്ലാതായിരിക്കുന്നു. യുവതികൾ പ്രേമസ്വപ്നങ്ങൾക്കുപകരം, ലൈംഗിക സ്വപ്നങ്ങളല്ലേ കാണുക എന്നു സംശയിച്ചുപോകുന്നു. ആദർശ ധീരത, സ്വതന്ത്രചിന്ത, വിപദിധൈര്യം, സമഭാവന, സ്ത്രീകളോടുള്ള മാന്യമായ പെരുമാറ്റം, ശിരസ്സുകുനിക്കാത്ത പ്രകൃതം, അനീതിയോടുള്ള സന്ധിയില്ലായ്മ ഇതൊക്കെയായിരിക്കണമല്ലോ കമ്യൂണിസ്റ്റുകാരനെ പ്രേമിക്കാൻ യുവതികളെ പ്രേരിപ്പിച്ചിട്ടുള്ളത്. ധനത്തേക്കാൾ, അയാളുടെ ആദർശധീരതയ്ക്കായിരുന്നു യുവതി മുൻതൂക്കം നൽകിയത്. കമ്യൂണിസ്റ്റുകാരനുമായുള്ള വിവാഹജീവിതം സുരക്ഷിതമായിരിക്കുമെന്ന് അവൾ ഉറച്ചു ധരിച്ചിരുന്നു."

ചെറുകാട് *സ്വതന്ത്ര*യെ അവതരിപ്പിച്ചുകൊണ്ട് പറഞ്ഞു: "കേരളത്തിൽ കമ്യൂണിസ്റ്റുകാരുണ്ട്. ഏതു സാമുദായിക സാമൂഹ്യരംഗങ്ങളിലും പറിച്ചുകളയാനാവാത്തവിധം അവരാണ്ടിറങ്ങിയിരിക്കുന്നു. *സ്വതന്ത്ര*യ്ക്ക്

ഒരു കമ്യൂണിസ്റ്റുകാരനെ സ്നേഹിക്കണമെന്നു തോന്നിപ്പോയി. അവളുടെ ജ്യേഷ്ഠൻ രജിസ്ട്രാർ പത്മനാഭൻ കൊടുവാൾ എടുത്തു നടന്നിട്ടും അവൾ ആ വാശിവിട്ടില്ല. അവസാനം അവളുടെ അച്ഛൻ അധികാരി അതിന് സമ്മതിക്കുകയാണുണ്ടായത്."

*സ്വതന്ത്ര*യുടെ-പത്മാവതിയുടെ-ആ വാശിയുണ്ടല്ലോ അതാണ് മർമം. കമ്യൂണിസ്റ്റുകാരനെ സ്നേഹിക്കുക എന്ന വാശി, അതിന്റെ പിന്നിൽ അദമ്യമായ ആദർശ പ്രേമമാണുള്ളത്. വൃത്തികെട്ട ലൈംഗികതയല്ല. കാൽനൂറ്റാണ്ടിന് മുമ്പാണ് ചെറുകാടിന്റെ *സ്വതന്ത്ര* എഴുതപ്പെട്ടത്. അന്ന് കാലം അതായിരുന്നു.

മൂന്നുകൊല്ലമാകുന്നു അദ്ദേഹം നിര്യാതനായിട്ടെങ്കിലും, ചെറുകാടിന്റെ കാലൊച്ച ഇപ്പോഴും അനുഭവപ്പെടുന്നതായി തോന്നുന്നു. ആ സഞ്ചിയുടെ ചെമപ്പ് നരച്ചിട്ടില്ല. ആ പേനയിൽ ഇപ്പോഴും മഷിയുണങ്ങിയിട്ടില്ല. ആ ചെല്ലത്തിൽ ഇപ്പോഴും നിറയെ വെറ്റിലയും പുകയിലയും, തൊണ്ടുകളഞ്ഞ ഉരുളൻ പാക്കും പാലക്കാടൻ നൂറുമുണ്ട്. പ്രിയപ്പെട്ട ചെറുകാടേ, സഖാവിനെ ഇനിയും ഞങ്ങൾ പഠിച്ചു കഴിഞ്ഞിട്ടില്ല.

എവിടെ ചെറുകാടിന്റെ പിന്തുടർച്ചക്കാർ?

ഡോ. കെ എൻ പണിക്കർ

ജീ*വിതപ്പാത*യുടെ ആമുഖത്തിൽ ചെറുകാട് ഇങ്ങനെ രേഖപ്പെടുത്തുകയുണ്ടായി: "ഒരാൾക്ക് മാത്രമായി ഒരു കഥയില്ലെന്നാണ് എന്റെ അഭിപ്രായം. ജനിച്ചു വളർന്ന നാടും അവിടെയുള്ള ജനതയുമായി ബന്ധപ്പെട്ടതാണ് ഓരോ ആളുടെ കഥയും." ഈ തത്വം ചെറുകാടിന്റെ ജീവിതകഥയ്ക്ക് മാത്രമല്ല, അദ്ദേഹം രചിച്ച സാഹിത്യകൃതികൾക്കൊക്കെ പ്രയോഗക്ഷമമാണ്. വ്യക്തിയെക്കാളേറെ സമുദായം, സമുദായത്തിന്റെ ഭാഗധേയം നിർണയിക്കുന്ന പ്രസ്ഥാനങ്ങൾ, ആ പ്രസ്ഥാനങ്ങളുടെ ശക്തിയിലും സ്വാധീനത്തിലും വളരുകയും തളരുകയും ചെയ്യുന്ന വ്യക്തി. സമുദായാധിഷ്ഠിതമായ ഈ വീക്ഷണകോണമാണ് ചെറുകാടിന്റെ സാഹിതീസപര്യയുടെ മുഖ്യസ്വഭാവം. ഇരുപതാം നൂറ്റാണ്ടിന്റെ പൂർവാർധത്തിൽ കേരളത്തിലാകെ ശക്തിയാർജിച്ച സാമൂഹ്യ രാഷ്ട്രീയ പ്രസ്ഥാനങ്ങൾ സാഹിത്യപ്രമേയവും. ചെറുകാടിന്റെ കൃതികളുടെ ശക്തിയും പ്രേരണയും ഇവയാണ്; ദൗർബല്യവും അവതന്നെ.

ചെറുകാട് ഒരു ഇടതുപക്ഷ സാഹിത്യകാരനായിരുന്നു. ഒരു മാർക്സിസ്റ്റ് സാഹിത്യകാരനായിരുന്നു. അദ്ദേഹത്തിന്റെ സാഹിത്യകൃതികൾ പുരോഗമന സാഹിത്യത്തിന്റെയും ഇടതുപക്ഷ സാഹിത്യത്തിന്റെയും വളർച്ചയിൽ വ്യക്തമായ ഒരു ഘട്ടത്തെ പ്രതിനിധാനം ചെയ്യുന്നു. അവയെ വിലയിരുത്തുന്നതും അവയുടെ നന്മതിന്മകളെ തട്ടിച്ചുനോക്കുന്നതും ഒരു മാർക്സിസ്റ്റ് സാഹിത്യകാരന്റെ കൃതികൾ എന്ന നിലയ്ക്കായിരിക്കണം. കൂടാതെ മലയാളത്തിൽ പ്രോലിറ്റേറിയൻ സാഹിത്യം എങ്ങനെ വളർത്തിയെടുക്കാമെന്ന അന്വേഷണത്തിന്റെ ഭാഗവുമായിരിക്കണം.

അമ്പതുകളിലെയും അറുപതുകളിലെയും ഇടതുപക്ഷപ്രസ്ഥാനത്തിന് ഉണർവും ആവേശവും പകർന്നുകൊടുക്കാൻ കഴിഞ്ഞു എന്നതിൽമാത്രം അടങ്ങിനിൽക്കുന്നില്ല, ചെറുകാടിന്റെ കൃതികളുടെ പ്രാധാന്യം. ചെറുകാടുതന്നെ വിപ്ലവപ്രസ്ഥാനത്തിന്റെ സന്തതിയാണ്. പക്ഷേ, രാഷ്ട്രീയ പ്രചാരണാംശമല്ല ചെറുകാടിന്റെ സാഹിത്യകൃതികളെ മാർക്സിസ്റ്റ് സാഹിത്യമാക്കി ഉയർത്തുന്നത്. പ്രചാരണാംശമില്ലെന്നോ പ്രചാരണം കലയുടെ ധർമമല്ലെന്നോ ഇവിടെ വിവക്ഷയില്ല. എല്ലാ കലകളും ഒരർഥത്തിൽ പ്രചാരണമാണ്. വെറും പ്രചാരണോദ്ദേശ്യം മാത്രം വെച്ചുകൊണ്ട് കെട്ടിച്ചമയ്ക്കുന്ന വികൃതകൃതികൾ കാലത്തിന്റെ ഒഴുക്കിൽപ്പെട്ട് നാമാവശേഷമായിപ്പോകുന്നു. ചെറുകാടിന്റെ കൃതികൾക്ക് അത്തരമൊരു ദൗർഭാഗ്യം കൈവരികയുണ്ടായിട്ടില്ല ഇതുവരെ. അവ ഇന്നും ആസ്വദിക്കപ്പെടുകയും പഠനവിധേയമാകുകയും ചെയ്യുന്നു. ഇതിനു പ്രധാനകാരണം മാർക്സിസ്റ്റ് സാഹിത്യത്തിന്റെ മൗലിക സ്വഭാവം ഉൾക്കൊള്ളുന്ന സർഗാത്മക സാഹിത്യരചനയാണ് അവയിൽ പലതും എന്നതാണ്.

ഈ മൗലിക സ്വഭാവം എന്താണ്? എന്തിനെപ്പറ്റി എഴുതുന്നു എന്നതാണോ, എങ്ങനെ എഴുതുന്നു എന്നതാണോ? ഇടതുപക്ഷ രാഷ്ട്രീയ പ്രസ്ഥാനത്തെക്കുറിച്ച്, കമ്യൂണിസ്റ്റുകാർക്കും അവരുടെ അനുഭാവികൾക്കും ഭരണവർഗങ്ങളിൽനിന്ന് നേരിടേണ്ടിവന്ന കഷ്ടനഷ്ടങ്ങളെക്കുറിച്ചു പരാമർശിക്കുന്നതോ പാവപ്പെട്ടവരുടെ പട്ടിണിയെയും പാപ്പരത്തത്തെയും വരച്ചുകാണിക്കുന്നതോ പൊലീസ് മർദനത്തെ മനസിൽ തട്ടുംവിധം ചിത്രീകരിക്കുന്നതോ ആണോ? അത്തരം സാഹിത്യ പരിശ്രമങ്ങൾ ഇടതുപക്ഷപ്രസ്ഥാനത്തിന് സഹായകമായി തീർന്നാൽപ്പോലും അവ മാർക്സിസ്റ്റ് സാഹിത്യമായിക്കൊള്ളണമെന്നില്ല. ഈ കർമങ്ങളൊക്കെ (function) ചെറുകാടിന്റെ സാഹിത്യം നിറവേറ്റിയെന്നത് അവിതർക്കിതമാണ്. പക്ഷേ, മാർക്സിസ്റ്റ് സ്വഭാവനിർണയത്തിനുപയോഗിക്കേണ്ട അളവുകോൽ വൈരുധ്യാത്മകവും വർഗാധിഷ്ഠിതവുമായ ഒരു സമീപനം ഉണ്ടോ എന്നതാണ്. ഒരു മാർക്സിസ്റ്റ് സാഹിത്യകാരനായ ചെറുകാടിന്റെ സാഹിത്യസംഭാവനയെക്കുറിച്ച് പരാമർശിക്കുമ്പോൾ കണക്കിലെടുക്കേണ്ടുന്ന ഏറ്റവും പ്രധാനപ്പെട്ട ചോദ്യവും അതാണ്.

ഈ ചോദ്യത്തിന് ഒരുത്തരം തേടുന്നതിനുമുമ്പ് യാഥാസ്ഥിതികത്വവും അന്ധവിശ്വാസങ്ങളും വളച്ചുകെട്ടി നിർത്തിയ ഒരു പിഷാരത്ത് ജനിച്ചുവളർന്ന ഗോവിന്ദപ്പിഷാരടി എങ്ങനെ പുരോഗമനാശയങ്ങളുടെ വക്താവായ ഒരു സാഹിത്യകാരനായിത്തീർന്നു എന്ന് അന്വേഷിക്കേണ്ടിയിരിക്കുന്നു. അതേപോലെ അദ്ദേഹം ജീവിച്ച കാലഘട്ടത്തിൽ മുഖ്യപ്രവണതകളെക്കുറിച്ചും മനസിലാക്കേണ്ടിയിരിക്കുന്നു. ഈ പശ്ചാ

ത്തലമറിയാതെ അദ്ദേഹത്തിന്റെ സാഹിത്യകൃതികളെ അവയുടെ ശരിയായ മാനങ്ങളിൽ ആസ്വദിക്കാനോ വിലയിരുത്താനോ കഴിഞ്ഞെന്നുവരികയില്ല. സമുദായത്തിന്റെയും കാലഘട്ടത്തിന്റെയും പ്രവണതകളുമായി ബന്ധമില്ലാത്ത സാഹിത്യമില്ലല്ലോ. സാഹിത്യകൃതികളെ അവ രചിക്കപ്പെട്ട ബൗദ്ധികമണ്ഡലത്തിൽനിന്നും സാമുദായിക പരിതഃസ്ഥിതികളിൽനിന്നും വേർതിരിച്ചുനിർത്തി കാണുക വയ്യ. ഈ പൊരുളിന് മലയാള സാഹിത്യ വിമർശനത്തിൽ അതർഹിക്കുന്ന അംഗീകാരം സിദ്ധിച്ചിട്ടുണ്ടോ എന്നത് സംശയാസ്പദമാണ്. കൊളോണിയൽ-നിയോകൊളോണിയൽ പ്രത്യയശാസ്ത്രങ്ങളുടെ നീരാളിപ്പിടുത്തത്തിൽ നിന്ന് ഇനിയും വിമോചിതരാവാത്ത നമ്മിൽ പലരും നമ്മുടെ സമുദായത്തെയും സാഹിത്യത്തെയും നോക്കിക്കാണുന്നത് പാശ്ചാത്യ പണ്ഡിതന്മാരിൽ നിന്നും വായ്പ വാങ്ങിയ കണ്ണടയിലൂടെയാണ്. വിദേശപണ്ഡിതന്മാരുടെ ഉദ്ധരണികളിൽ മുങ്ങി ശ്വാസംമുട്ടിക്കിടക്കുന്ന മലയാള സാഹിത്യവിമർശകരിൽ ചിലരെ ഓർമിക്കുക. ഉത്തമസാഹിത്യത്തിന് സ്ഥലകാല പരിമിതികളില്ലെന്ന് വിശ്വസിക്കുന്ന ഇക്കൂട്ടർ സാഹിത്യകാരന്മാരെയും അവരുടെ കൃതികളെയും ത്രിശങ്കുസ്വർഗത്തിൽ തൂക്കിയിടുകയാണ് പതിവ്.

കുറച്ച് ആയുർവേദവും സംസ്കൃതവും മാത്രമായിരുന്നു ഒരു മരുമക്കത്തായ തറവാട്ടിലെ അംഗമായ ഗോവിന്ദപ്പിഷാരടിക്ക് ആർജിക്കാൻ കഴിഞ്ഞ ബുദ്ധിപരമായ കൈമുതൽ. വ്യവസ്ഥാപിത താൽപ്പര്യങ്ങളെ ചോദ്യം ചെയ്തുകൊണ്ടുള്ള സാഹിത്യസൃഷ്ടിക്ക് സഹായകമായ കരുക്കൾ ഈ രണ്ട് സ്രോതസ്സുകളിൽനിന്നും കിട്ടിയിരിക്കാനിടയില്ല. കൂട്ടുകുടുംബത്തിലെ യാതനകൾ ബാല്യത്തിൽത്തന്നെ ചെറുകാടിന്റെ മനസിൽ എതിർപ്പിന്റെ വിത്തുകൾ പാകിയിരുന്നു. അനീതികളോടുള്ള വിദ്വേഷം ചെറുകാടിൽ രൂപംകൊണ്ടത് അവിടെ നിന്നായിരിക്കണം; കുടുംബത്തിലായാലും വിദ്യാലയത്തിലായാലും അനീതിക്കെതിരായി ശബ്ദമുയർത്താൻ ചെറുകാട് മടിച്ചില്ല. പക്ഷേ, എതിർപ്പും വിദ്വേഷവുമാണ് ഗോവിന്ദപ്പിഷാരടിയെ ചെറുകാടാക്കി മാറ്റിയതെന്നു തോന്നുന്നില്ല. ബാല്യകാലത്തെ ബുദ്ധിപരമായ പരിശീലനം പുരോഗമനസാഹിത്യരചനയ്ക്ക് പര്യാപ്തമായിരുന്നില്ലെങ്കിലും നവീനാശയങ്ങൾ ഉൾക്കൊള്ളാനും അവയുടെ വെളിച്ചത്തിൽ ജീവിതയാഥാർഥ്യങ്ങളെ നോക്കിക്കാണാനും ആ യാഥാർഥ്യങ്ങൾക്ക് സാഹിത്യരൂപം കൊടുക്കാനും ചെറുകാടിന് കഴിഞ്ഞു. ചെറുകാടിന്റെ വ്യക്തിവൈശിഷ്ട്യങ്ങളും കേരളത്തിന്റെ ബുദ്ധിമണ്ഡലങ്ങളിൽ വികസ്വരമായ പുരോഗമനാശയങ്ങളും ഈ കഴിവിന് ഉപോൽബലകമായ ശക്തികളായിരുന്നു. മലയാള സാഹിത്യത്തിൽ ഇന്നിതുവരെ എഴുതപ്പെട്ടിട്ടുള്ള ആത്മകഥകളുടെ മുൻപന്തി

യിൽ നിൽക്കുന്ന *ജീവിതപ്പാത*യിൽനിന്ന് ചെറുകാടെന്ന വ്യക്തിയുടെ ഒരു സജീവചരിത്രം നമുക്ക് ലഭിക്കുന്നുണ്ട്. ഇ എം എസ് ആമുഖത്തിൽ പറഞ്ഞപോലെ, ഒരു കഥാപുസ്തകംപോലെ വായിച്ചുപോകാവുന്ന ഈ ജീവിതകഥ ചെറുകാടിനെ ഉള്ളുതുറന്നു നമ്മുടെ മുന്നിൽവെക്കുന്നു.

ചെറുകാടെന്ന മനുഷ്യൻ വികാരതരളിതമായ ഒരു ഹൃദയത്തിന്റെ ഉടമയായിരുന്നു. മറ്റുള്ളവരുടെ വേദന കാണാൻ വയ്യാത്ത ഒരു ലോല ഹൃദയനും മനുഷ്യസ്നേഹിയുമായിരുന്നു. തന്റെ കുറ്റം തലയുയർത്തി നിന്ന് സമ്മതിക്കാനും ദൗർബല്യങ്ങൾ പരസ്യമായി കുമ്പസാരിക്കാനും കഴിവുള്ള തന്റേടിയായിരുന്നു. എതിരാളികളോടുപോലും പൊളിപറയാൻ കഴിയാത്ത സത്യസന്ധനായിരുന്നു. സ്നേഹിക്കുന്നവർക്കുവേണ്ടി എന്തു ത്യാഗവും സഹിക്കുവാൻ തയാറുള്ള നിസ്വാർഥനായിരുന്നു. സർവോപരി അഹംബോധത്തെ കീഴടക്കാൻ കഴിവുള്ള ശക്തനായിരുന്നു. ഈ വ്യക്തിവൈശിഷ്ട്യങ്ങളെ ഉദാഹരിക്കുന്ന എത്രയോ സംഭവങ്ങൾ *ജീവിതപ്പാത*യിൽ കാണാൻ കഴിയും.

ചെറുകാടിന്റെ വ്യക്തിത്വത്തിന്റെ സുപ്രധാനമായ ഒരു വശത്തേക്ക് വെളിച്ചംവീശുന്നതാണ് അദ്ദേഹത്തിനു കുഞ്ഞമ്മാമനുമായുള്ള ബന്ധം. കുഞ്ഞമ്മാമൻ തറവാട്ടുകാരണവരും കൈകാര്യകർത്താവുമായിരുന്നു: സഹോദരിയെയും മരുമക്കളെയും ഉണ്ണാനും ഉടുക്കാനുംകൂടി കൊടുക്കാതെ വിഷമിപ്പിച്ച സ്വാർഥി. മരുമകൻ അമ്മാമനെ എതിർത്തു. അവകാശങ്ങൾ പിടിച്ചുപറ്റി. അമ്മാമനും മരുമകനും തമ്മിൽ ഇടഞ്ഞു. അന്യോന്യം സംസാരിക്കുകപോലുമില്ലെന്ന പതനത്തിലെത്തി. മരുമകനെ ശത്രുവായാണ് അമ്മാമൻ കണക്കാക്കിയത്. കുടുംബബന്ധങ്ങളും സ്നേഹബന്ധങ്ങളും അപ്പാടെ ഉലഞ്ഞുപോയി എന്നർഥം. അപ്പോഴാണ് കുഞ്ഞമ്മാമൻ രോഗബാധിതനായി ആശുപത്രിയിൽ പോയത്. ബന്ധുക്കളും സിൽബന്തികളും കയ്യൊഴിച്ച ആ നിസ്സഹായനായ മനുഷ്യനെ പരിചരിക്കാൻ ആരും ആവശ്യപ്പെടാതെതന്നെ ചെറുകാട് തയാറായി. മൂന്നാഴ്ചകളോളം രാവും പകലുമില്ലാതെ ശുശ്രൂഷിച്ച് സുഖക്കേടു ഭേദമാക്കി: അമ്മാമന്റെ മനം കവർന്നെടുത്തു. അമ്മാമനും മരുമകനും കെട്ടിപ്പിടിച്ചുകരഞ്ഞു. ലോകത്തിൽ ആരെയും കൂസാൻ തയാറില്ലാത്ത, തനിക്കുതാൻപോരിമയുള്ള ചെറുപ്പക്കാരനാണ് സ്വയംമറന്ന് അമ്മാമനടിയറ വെച്ചത്. നിസ്സഹായരായ പ്രതിയോഗികളെ സഹായിക്കാൻ പലരും മുതിർന്നെന്നുവരും. അത്തരം സന്ദർഭങ്ങളിൽ ഒരു ഉൽക്കർഷബോധമാണ് സാധാരണക്കാരിൽ കാണുക പതിവ്. ഈ ഭാവത്തിൽനിന്ന് മുക്തനായിരുന്നു ചെറുകാട്. അഹം അടക്കിനിർത്താനുള്ള അപാരമായ കഴിവും, സംസ്കൃതവിദ്യാലയത്തിലെ അധ്യാപകരുമായുണ്ടായ ഏറ്റുമുട്ടലിൽ പരാജയം സ്വീകരിക്കുവാനും സ്കൂളിൽ വിദ്യാർഥികളുടെ

മുന്നിൽവെച്ച് കൈവണ്ണയിൽ അടിവാങ്ങാനുമുള്ള സന്നദ്ധതയും ഇതേ സ്വഭാവവിശേഷത്തെതന്നെയാണ് ചൂണ്ടിക്കാട്ടുന്നത്. ഈ വ്യക്തിവൈഭവം ചെറുകാടിലെ കലാകാരനെ വളർത്തിയെടുക്കാൻ സഹായകമായിരിക്കണം എന്നുവേണം കരുതാൻ.

ചെറുകാടിന്റെ സാഹിതീസപര്യയിൽ ഏറ്റവും നിർണായകമായ സ്വാധീനം ചെലുത്തിയത് ആയിരത്തി തൊള്ളായിരത്തി മുപ്പതുകൾ മുതലുണ്ടായ രാഷ്ട്രീയബൗദ്ധിക പരിവർത്തനങ്ങളാണ്. മലബാറിലെ സ്വാതന്ത്ര്യസമര പ്രസ്ഥാനം വ്യവസ്ഥാപിതതാൽപ്പര്യക്കാരായ വലതുപക്ഷ കോൺഗ്രസുകാരുടെ കയ്യിൽനിന്ന് സോഷ്യലിസ്റ്റ് ആശയക്കാരായ നേതാക്കന്മാരുടെ സ്വാധീനത്തിലായി. അതോടുകൂടി വർഗാധിഷ്ഠിതമായ സംഘടനകളും പ്രസ്ഥാനങ്ങളും നിലവിൽവന്നു. അധ്യാപകരും കർഷകരും തൊഴിലാളികളും സംഘടിതരായി. ഗ്രാമങ്ങളിൽ വായനശാലകൾ സ്ഥാപിതമായി. ഉറങ്ങിക്കിടന്നിരുന്ന ഉൾനാടുകളിൽ സമത്വത്തിന്റെയും സ്വാതന്ത്ര്യത്തിന്റെയും ശബ്ദം മുഖരിതമായി. നൂറ്റാണ്ടുകളായി മനുഷ്യമനസിനെ ചങ്ങലയ്ക്കിട്ടു നിർത്തിയിരുന്ന ആശയങ്ങൾ വെല്ലുവിളിക്കപ്പെട്ടു. സാമ്പത്തിക-സാമൂഹിക ചൂഷണത്തിനെതിരായി ശബ്ദമുയർന്നു. ഈ പ്രസ്ഥാനങ്ങളുടെ ചരിത്രവുമായി ചെറുകാടിന്റെ ജീവിതം കെട്ടുപിണഞ്ഞുകിടക്കുന്നു. ആദ്യം ദേശീയ പ്രസ്ഥാനത്തിന്റെയും പിന്നീട് ഇടതുപക്ഷ പ്രസ്ഥാനത്തിന്റെയും ഭാഗമായി അദ്ദേഹം; ഈ പ്രസ്ഥാനങ്ങൾ പ്രതിനിധീഭവിച്ച രാഷ്ട്രീയ സാമൂഹ്യവീക്ഷണങ്ങൾ ഉൾക്കൊള്ളുകയും സമുദായബോധമുള്ള ഒരു ബുദ്ധിജീവിയായി വളരുകയും ചെയ്തു.

മുപ്പതുകളിലും നാൽപ്പതുകളിലും കേരളത്തിലെ ധിഷണാമണ്ഡലത്തിലുണ്ടായ പരിവർത്തനങ്ങൾ വിപ്ലവാത്മകങ്ങളായിരുന്നു. ഈ കാലഘട്ടത്തിൽ ആഞ്ഞുവീശിയ പുരോഗമനാശയങ്ങൾ ഒരു തലമുറയുടെ ആകെ സാമുദായിക വീക്ഷണത്തെ കരുപ്പിടിപ്പിച്ചു. നിലവിലിരുന്ന സാമൂഹ്യബന്ധങ്ങൾ നിശിതമായ വിമർശനത്തിന് വിധേയമായി. മനുഷ്യനിർമിതങ്ങളായ അസമത്വങ്ങൾ ചോദ്യം ചെയ്യപ്പെട്ടു. സമുദായസമ്പത്ത് തനതാക്കി വെച്ചിരുന്നവരുടെ അധികാരം വെല്ലുവിളിക്കപ്പെട്ടു. ഒരു നവചേതനയുടെ നാമ്പുകൾ ഉയർന്നുവന്നു. ഈ ചേതനയുടെ ബഹിർസ്ഫുരണമായിരുന്നു ഒരർഥത്തിൽ പുരോഗമനസാഹിത്യപ്രസ്ഥാനം. സാധാരണ പറഞ്ഞുവരാറുള്ളതുപോലെ, സാഹിതീദേവിയെ സമ്പന്നരുടെ മണിമേടകളിൽനിന്ന് അർധപട്ടിണിക്കാരുടെ കുടിലുകളിലെത്തിച്ചുവെന്നതോ കോരനും ചിരുതയും പപ്പുവും കല്യാണിയുമൊക്കെ നായികാനായിന്മാരായി എന്നതോ അവരുടെ പട്ടിണിയും പ്രണയവുമൊക്കെ സാഹിത്യവിഷയങ്ങളായി എന്നതോ അല്ല പുരോഗമന സാഹിത്യപ്ര

സ്ഥാനത്തിന്റെ നേട്ടം. പ്രത്യുത ചിന്താമണ്ഡലത്തിലും ബൗദ്ധികജീവിതത്തിലും ഒരു വിടവ് (intellectual break) സൃഷ്ടിച്ചു എന്നതാണ്. സമുദായത്തിന്റെ പ്രശ്നങ്ങളെ ഒരു പുതിയ കാഴ്ചപ്പാടിൽനിന്ന് നോക്കിക്കാണാനുള്ള കഴിവുണ്ടാക്കിയതും ഈ നവചേതനതന്നെ. ഈ ധിഷണാവിപ്ലവമാണ് ചെറുകാടിനെപ്പോലുള്ള ഒരു സാഹിത്യകാരന് ജന്മമേകിയത്.

പുരോഗമനസാഹിത്യത്തിന്റെ ആരംഭം സാഹിത്യരചനയിൽ വ്യക്തമായ വ്യതിയാനം കുറിച്ചുവെങ്കിലും ബഹുഭൂരിപക്ഷം എഴുത്തുകാർക്കും വർഗാധിഷ്ഠിതമായ ഒരു കാഴ്ചപ്പാടുണ്ടായിരുന്നില്ല. പുതിയ ആശയങ്ങൾ അവർ കൈകാര്യം ചെയ്തു; ചൂഷിതരുടെയും മർദിതരുടെയും കഥകളെഴുതി; സമുദായത്തിലെ നെറികേടുകളെപ്പറ്റി പാടി. പക്ഷേ, ഇവരിൽ പലരും സാമുദായിക രാഷ്ട്രീയപ്രസ്ഥാനങ്ങളിൽനിന്ന് ഒറ്റപ്പെട്ടു നിൽക്കുകയാണുണ്ടായത്. കേരളത്തിൽനിന്ന് വളർന്നുവന്നിരുന്ന വർഗചേതനയിൽനിന്നും വർഗസംഘട്ടനത്തിൽനിന്നും ഉത്തേജനം കൊള്ളാനും അവയ്ക്ക് സാഹിത്യരൂപം കൊടുക്കാനും പലർക്കും കഴിയാതെപോയി. പക്ഷേ, ചെറുകാടിന്റെ കൃതികളുടെ ആത്മാവും ജീവനാഡിയുമാണ് വർഗവീക്ഷണം. വർഗാധിഷ്ഠിതമായ ഒരു സമീപനം ബോധപൂർവം സ്വീകരിച്ചുകൊണ്ട് വർഗമൂല്യങ്ങളെയും വർഗചേതനയെയും വർഗസംഘട്ടനങ്ങളെയും പ്രമേയമാക്കിയാണ് ചെറുകാട് സാഹിത്യരചന നടത്തിയത്. പുരോഗമനസാഹിത്യചരിത്രത്തിൽ ചെറുകാടിന്റെ കൃതികൾ ഒരു നാഴികക്കല്ലാവാനുള്ള കാരണവും അതുതന്നെ.

തീക്ഷ്ണമായ ജീവിതാനുഭവങ്ങളുടെ തീച്ചൂളയിൽ ചൂഷിതരുടെ മനസിൽ നിർണായക സ്വാധീനം ചെലുത്തുന്ന മൂല്യങ്ങളും വിശ്വാസങ്ങളും തളർന്നുപോകുന്നതിന്റെയും വർഗചേതന വളർന്ന് ശക്തിയാർജിക്കുന്നതിന്റെയും സുന്ദരമായ ചിത്രീകരണമാണ് ചെറുകാടിന്റെ കൃതികൾ. ഒരു സമുദായത്തിന്റെ പുരോഗതിയെ ഭൂതകാലത്തിന്റെ മൂല്യങ്ങളും മേൽക്കോയ്മാവർഗത്തിന്റെ പ്രത്യയശാസ്ത്രങ്ങളും കടിഞ്ഞാണിട്ടുപിടിക്കുന്നു. ഒരു പുതിയ സമുദായ വ്യവസ്ഥിതിക്കുവേണ്ടി പൊരുതാനും സംഘടിതമായി മുന്നേറാനുമുള്ള കഴിവിനെ അവ സാരമായി ബാധിക്കുകയും ചെയ്യുന്നു. ഈ ശക്തികളെ മല്ലിട്ടു തോൽപ്പിക്കുകയും അവയുടെ സ്വാധീനവലയത്തിൽനിന്ന് വിമുക്തരാവുകയും ചെയ്യാതെ വർഗതാൽപ്പര്യങ്ങൾക്കുവേണ്ടി സമരം ചെയ്യാനുള്ള കഴിവ് ആർജിക്കാൻ സാധ്യമായെന്നു വരില്ല. ചെറുകാടിന്റെ കൃതികൾ ഈ യാഥാർഥ്യം ഉൾക്കൊള്ളുന്നവയാണ്. ഫ്യൂഡൽ സമുദായമൂല്യങ്ങളുടെ മാറാപ്പേറി നടക്കുകയും ജീവിതാനുഭവങ്ങളുടെ വെളിച്ചത്തിൽ ആ ഭാരം വഴിക്കിറക്കി ഒരു പുതിയ ജീവിതപ്പാത സ്വായത്തമാക്കുകയും ചെയ്യുന്ന കഥാ

പാത്രങ്ങളുടെ സജീവ ചിത്രങ്ങൾ ചെറുകാടിന്റെ കൃതികളിൽ ഉടനീളം കാണാം. *മുത്തശ്ശി*യിലെ മുത്തശ്ശി, *മണ്ണിന്റെ മാറിലെ* അയ്യപ്പൻ, *നമ്മളൊന്നി*ലെ പങ്ങൻനായർ, *തറവാടിത്ത*ത്തിലെ ചാച്ചുണ്ണിനായർ തുടങ്ങി എത്രയെത്ര ഉദാഹരണങ്ങൾ.

മുത്തശ്ശിയുടെ മനസ്സ് ജന്മി നാടുവാഴിത്ത വ്യവസ്ഥയുടെ എല്ലാ മൂല്യങ്ങളും ആദർശങ്ങളും തിങ്ങിനിൽക്കുന്നതായിരുന്നു. നിലവിലുള്ള എല്ലാ ആചാരങ്ങളും അനാചാരങ്ങളും അവർ ന്യായീകരിച്ചു. ജന്മിത്തമ്പുരാനോട് ഭയഭക്തി ബഹുമാനാദികളോടെ പെരുമാറി, കൽപ്പനകൾ ശിരസ്സാവഹിച്ച് നിറവേറ്റി. തന്റെ പേരക്കിടാവായ നാണിയെ ജന്മിയുടെ കാര്യസ്ഥന്റെ കാമാസക്തിക്ക് കീഴടക്കിക്കൊടുക്കുന്നതിൽപ്പോലും അവർ തെറ്റുകണ്ടില്ല. അതേപോലെ *മണ്ണിന്റെ മാറിലെ* അയ്യപ്പനും ഇട്ടിച്ചിരിയും ജന്മിത്തത്തിന്റെ മുന്നിൽ തലയുയർത്താത്തവരായിരുന്നു. തമ്പുരാന് പാട്ടം കൊടുക്കാതിരിക്കുന്നതിൽപ്പോലും ഇട്ടിച്ചിരിക്ക് വിഷമം തോന്നി. തമ്പുരാൻ പട്ടിണിയായാലോ എന്നാണവൾക്കു ഭയം. നമ്മളൊന്നിലെ പുങ്ങൻനായരും *തറവാടിത്ത*ത്തിലെ ചാച്ചുണ്ണിനായരും. മേൽക്കോയ്മ വർഗമൂല്യങ്ങളുടെ വരുതിയിൽ കിടന്നുഴലുന്നവരാണ്. ചെറിയചെറിയ സംഭവങ്ങളിലൂടെയും ചടുലമായ സംഭാഷണങ്ങളിലൂടെയും അധീശമനസുകളെ തളച്ചുനിർത്തുന്ന പ്രത്യയശാസ്ത്രങ്ങളുടെ അധീനതയെ ചെറുകാട് വരച്ചുകാണിക്കുന്നു.

വർഗമൂല്യങ്ങളുടെ ചിത്രീകരണം മലയാളസാഹിത്യത്തിൽ പുതുമയല്ല. ചെറുകാടിനുമുമ്പ് പലരും ഈ കാര്യം പ്രത്യക്ഷമായും പരോക്ഷമായും കൈകാര്യം ചെയ്തിട്ടുണ്ട്. ചന്തുമേനോന്റെ *ഇന്ദുലേഖ*യും തകഴിയുടെ *തോട്ടിയുടെ മകനും* നോക്കുക. പക്ഷേ, ഇവരിൽനിന്ന് ചെറുകാട് വേറിട്ടുനിൽക്കുന്നതിനു കാരണം ചെറുകാടിന്റെ സമീപനം വൈരുധ്യാധിഷ്ഠിതമാണ്. വർഗമൂല്യങ്ങളുടെ ചിത്രീകരണമല്ല, പ്രത്യുത അവയുടെ തളർച്ചയും അവയിൽനിന്ന് ഉരുത്തിരിയുന്ന പുതിയ മൂല്യങ്ങളുടെ വളർച്ചയുമാണ് ചെറുകാടിന്ന് പ്രധാനം. ഈ സാമൂഹ്യപരിവർത്തനം കഥാപാത്രങ്ങളുടെ വളർച്ചയുമായി ബന്ധപ്പെട്ടു നിൽക്കുന്നു. മുത്തശ്ശിയും പങ്ങൻനായരും ചാച്ചുണ്ണിനായരും മറ്റും ഇതിനുദാഹരണങ്ങളാണ്.

ഭൂതകാലത്തിന്റെ കാറ്റും വെളിച്ചവും കടക്കാത്ത ഇരുട്ടറകളിൽ മനുഷ്യനെ കെട്ടിവരിഞ്ഞുനിർത്തി ദുർബലനും നിസ്സഹായനുമാക്കുന്ന ശക്തികളുടെ യഥാർഥമായ ചിത്രീകരണമല്ല ചെറുകാടിന്റെ ലക്ഷ്യം. ഈ ശക്തികൾക്കെതിരായി പോരാടി ജയിക്കുന്ന മനുഷ്യന്റെ വീരഗാഥയുടെ ആഖ്യാനമാണ്. ഈ പോരാട്ടം സുസാധ്യമാക്കുന്നത് സാമൂഹ്യചേതനയുടെയും വർഗചേതനയുടെയും വളർച്ചയാണല്ലോ. സ്വാഭാവി

കമായും ചെറുകാടിന്റെ കൃതികളിലെ പ്രധാനപ്പെട്ട ഒരംശമാണിത്. മിക്കവാറും എല്ലാ കൃതികളിലും കാണുന്ന ഈ പ്രമേയം ഏറ്റവും സുശക്തമായി പ്രത്യക്ഷപ്പെടുന്നത് *മുത്തശ്ശി*യിലാണ്. *മുത്തശ്ശി* വാസ്തവത്തിൽ മുത്തശ്ശിയുടെ കഥയല്ല. അവരുടെ ജീവിതത്തെക്കുറിച്ച്-ബാല്യത്തെ, യൗവനത്തെ, പ്രേമത്തെ, ദാമ്പത്യത്തെക്കുറിച്ച്-കഥാകൃത്ത് എഴുതുന്നതേയില്ല. *മുത്തശ്ശി*യുടെ സിംഹഭാഗവും *മുത്തശ്ശി*യെക്കുറിച്ചല്ലതന്നെ. മലബാറിലെ ഉൾനാടൻ സമൂഹത്തിന്റെ വളർന്നുവികസിച്ച വർഗചേതനയെ പ്രതിഫലിപ്പിക്കാനുള്ള ഒരു മാധ്യമം മാത്രമാണ് *മുത്തശ്ശി*. ഫ്യൂഡൽ സമുദായത്തിന്റെ ആശയാദർശങ്ങളിൽ മുങ്ങിമുഴുകി ജീവിച്ചിരുന്ന ഒരു നാടൻ സ്ത്രീയായിരുന്നു മുത്തശ്ശി. യാഥാസ്ഥിതികത്വമായിരുന്നു അവരുടെ മുഖമുദ്ര. രാഷ്ട്രീയത്തിന്റെ ആദ്യാക്ഷരങ്ങൾ അവർക്കറിയാമായിരുന്നില്ല. മേൽക്കോയ്മാവർഗത്തിന്റെ നിഷ്ഠുരതയും ഭരണകൂടത്തിന്റെ മർദനങ്ങളും ഇടതുപക്ഷരാഷ്ട്രീയത്തിന്റെ ശക്തിയും അവരിൽ സമൂലമായ പരിവർത്തനങ്ങൾ വരുത്തി. ജന്മിത്തമ്പുരാനെ ചെറുത്തുനിന്ന് ജീവിക്കാമെന്ന് അവർ പഠിച്ചു. ഭരണകൂടത്തിന്റെ കാവൽക്കാരിൽനിന്ന് ഭയപ്പെട്ട് ഓടേണ്ടിവരില്ലെന്ന് അവർ മനസിലാക്കി. അവസാനം ജയിലിൽ പോകുകയും പൊതുയോഗത്തിൽ പ്രസംഗിക്കുകയും സഖാക്കളെ മുഷ്ടി ചുരുട്ടി അഭിവാദ്യംചെയ്യുകയും ചെയ്യുന്നു. മുത്തശ്ശിയിലുണ്ടായ ഈ പരിവർത്തനം സമുദായത്തിൽ പ്രത്യക്ഷമായ വർഗചേതനയുടെയും അതിന്റെ പരിണതഫലമായ വർഗസംഘട്ടനങ്ങളുടെയും പ്രതിഫലനമാണ്.

ഈ സാമൂഹ്യപ്രക്രിയയെ ചെറുകാട് പകർത്തിവെച്ചിരിക്കുന്നത് വളരെ പരന്ന ഒരു ക്യാൻവാസിലാണ്. അധ്യാപകപ്രസ്ഥാനത്തെ കേന്ദ്രബിന്ദുവാക്കി മലബാറിലെ രാഷ്ട്രീയചരിത്രത്തെ മുത്തശ്ശിയുടെ ജീവിതവുമായി കോർത്തിണക്കിയിരിക്കുന്നു. രാഷ്ട്രീയ ജീവിതത്തിൽ വളരെയേറെ പ്രാധാന്യമുണ്ടായിരുന്ന രണ്ടു പ്രസ്ഥാനങ്ങളുടെ പ്രതിനിധികൾ മുത്തശ്ശിയുടെ വീട്ടിൽ തന്നെയുണ്ട്. അധ്യാപക കർഷകപ്രസ്ഥാനങ്ങളുടെ നേതാക്കളായ നാണിയും ബാലനും. മലബാറിലെ സ്വാതന്ത്ര്യസമരത്തിന്റെയും കമ്യൂണിസ്റ്റുപ്രസ്ഥാനത്തിന്റെയും അവിഭാജ്യഘടകങ്ങളാണല്ലോ ഈ രണ്ടു പ്രസ്ഥാനങ്ങളും. ഈ പ്രസ്ഥാനങ്ങളുടെ ഗതിവിഗതികളാണ് *മുത്തശ്ശി*യുടെ ഇതിവൃത്തം. ഈ പ്രസ്ഥാനങ്ങളുടെ വളർച്ചയ്ക്കുവേണ്ടി ജീവിതമർപ്പിച്ച മനുഷ്യരുടെ കഥ. ഒരർഥത്തിൽ *മുത്തശ്ശി* ഒരു ചരിത്രനോവലാണ്. ഇരുപതാം നൂറ്റാണ്ടിന്റെ സത്യസന്ധമായ രാഷ്ട്രീയ ചരിത്രത്തിന്റെ പശ്ചാത്തലത്തിൽ എഴുതപ്പെട്ട നോവൽ. *മുത്തശ്ശി* ചെറുകാടിന്റെ ഏറ്റവും നല്ല നോവൽ മാത്രമല്ല, മലയാള നോവൽ സാഹിത്യത്തിലെ ഒരു നാഴികക്കല്ലുകൂടിയാണ്.

*മുത്തശ്ശി*യിലെ ഈ കാഴ്ചപ്പാട് ചെറുകാടിന്റെ മറ്റെല്ലാ കൃതികളിലും വ്യത്യസ്ത രൂപഭാവങ്ങളിൽ പ്രത്യക്ഷപ്പെടാറുണ്ട്. മുമ്പുപറഞ്ഞ പോലെ, ഈ കാഴ്ചപ്പാട് വർഗാധിഷ്ഠിതമായ വൈരുധ്യാത്മക സമീപനമാണ്. സർഗാത്മകമണ്ഡലത്തിൽ അനായാസമായി സ്വായത്തമാക്കാവുന്ന ഒരു സമീപനമല്ല ഇത്. പല പടുകുഴികളും പതിയിരിക്കുന്ന പന്ഥാവാണ്. അവയിൽനിന്ന് പൂർണമായും രക്ഷപ്പെടാൻ ചെറുകാടിന് കഴിഞ്ഞിട്ടില്ല, അതിൽ അത്ഭുതപ്പെടാനൊട്ടില്ലതാനും. പല മഹാരഥന്മാരും കാലുതെറ്റി വീണ കുഴികളാണവ. പ്രമേയത്തിലുള്ള വിരസതയും പാത്രഘടനയിലുള്ള യാന്ത്രികതയുമാണ് ഇവയിൽ പ്രധാനപ്പെട്ടവ.

ചെറുകാടിന്റെ കൃതികളുടെ പശ്ചാത്തലം രാഷ്ട്രീയപ്രസ്ഥാനങ്ങളാണെന്ന് മുമ്പ് സൂചിപ്പിക്കുകയുണ്ടായി. പലപ്പോഴും പ്രസ്ഥാനങ്ങളുടെ ചരിത്രവും ഗതിവിഗതികളും അരങ്ങത്തുവന്നു നായകത്വം വഹിക്കുന്നതായി കാണാം. സ്വാഭാവികമായും കഥാപാത്രങ്ങളും ജീവിതബന്ധങ്ങളും പശ്ചാത്തലത്തിലേക്ക് ഒഴിഞ്ഞുമാറുകയും ചെയ്യുന്നു. തൽഫലമായി സംഭവങ്ങളെക്കാൾ കൂടുതൽ വിവരണങ്ങൾക്കും ജീവിതബന്ധങ്ങളെക്കാൾ കൂടുതൽ ആശയാവിഷ്കരണത്തിനും പ്രാധാന്യം ലഭിക്കുന്നു. വൃഥാ സ്ഥൂലതയുടെയും ആവർത്തന വിരസതയുടെയും ഉറവിടവും ഇതു തന്നെ.

ചെറുകാടിന്റെ കഥാപാത്രങ്ങളിൽ ഭൂരിഭാഗവും ടൈപ്പുകളായാണ് പ്രത്യക്ഷപ്പെടുന്നത്. മിക്കവാറും കഥാപാത്രങ്ങൾ വർഗതാൽപ്പര്യങ്ങളെയോ രാഷ്ട്രീയ പ്രസ്ഥാനങ്ങളെയോ പ്രതിനിധീഭവിക്കുന്നവരാണ്. അതുകൊണ്ട് അവരുടെ സ്വഭാവവും പെരുമാറ്റവുമൊക്കെ അച്ചിലിട്ടു വാർത്തപോലെയായിപ്പോകുന്നു. മനുഷ്യസ്വഭാവത്തിന്റെ വൈവിധ്യമാർന്ന താരള്യം അവരിൽ പലരിലും ദൃശ്യമാകുന്നില്ല; ജീവിതബന്ധങ്ങളുടെ വികാരാംശം ചോർന്നുപോയ മനുഷ്യജീവികളായി അവർ അവശേഷിക്കുന്നു. ചെറുകാടിന്റെ ഏറ്റവും നല്ല കഥാപാത്രമായ നാണിമിസ്ട്രസിനുപോലും ഈ ദൗർബല്യത്തിൽനിന്ന് രക്ഷപ്പെടാൻ കഴിഞ്ഞിട്ടില്ല. *മുത്തശ്ശി*യിലും *മണ്ണിന്റെ മാറി*ലും *ശനിദശ*യിലും *ദേവലോക*ത്തിലുമൊക്കെ പ്രാതിനിധ്യസ്വഭാവമുള്ള കഥാപാത്രങ്ങൾ നിറഞ്ഞുനിൽക്കുന്നു–ജന്മിയും കർഷകനും കോൺഗ്രസുകാരനും കമ്യൂണിസ്റ്റുകാരനും മറ്റും മറ്റും. വർഗസ്വഭാവത്തിന്റെ പ്രോക്രസ്റ്റിയൻ കട്ടിലിൽ കിടത്തി മുറിച്ചുവെച്ച മനുഷ്യർ.

ശിൽപ്പത്തിന് ചെറുകാട് വലിയ പ്രാധാന്യം കൽപ്പിച്ചിരുന്നുവെന്ന് തോന്നുന്നില്ല. പാർട്ടിയുടെയും പ്രസ്ഥാനത്തിന്റെയും ആവശ്യങ്ങൾ നിറവേറ്റുന്നതിനുവേണ്ടി ഒരുപക്ഷേ, ധൃതിപ്പെട്ടെഴുതേണ്ടിവന്നിരിക്കുന്നതുകൊണ്ട് മിനുക്കുപണികൾ നടത്താനുള്ള സമയവും സൗകര്യവും കിട്ടി

യിരിക്കാനിടയില്ല. കാരണമെന്തായിരുന്നാലും ചെറുകാടിന്റെ കൃതിക ളുടെ പല ഭാഗങ്ങളും പിരിമുറുക്കമില്ലാതെ കുത്തഴിഞ്ഞുകിടക്കുന്നു.

മേൽപ്പറഞ്ഞ ദൗർബല്യങ്ങൾ ചെറുകാടിന്റെ കൃതികൾക്ക് മലയാള സാഹിത്യത്തിലുള്ള സുപ്രധാനമായ സ്ഥാനത്തെ സാരമായി ബാധി ക്കുന്നു എന്നു വിവക്ഷയില്ല. കെ ദാമോദരന്റെ *പാട്ടബാക്കി*യും തകഴി യുടെ ആദ്യകാല നോവലുകളും വയലാറിന്റെയും ഒ എൻ വി യുടെയും കവിതകളും തോപ്പിൽഭാസിയുടെ നാടകങ്ങളുംപോലെ ചെറുകാടിന്റെ കൃതികൾ മലയാളസാഹിത്യത്തിലെ ആരോഗ്യകരമായ ഒരു പ്രവണ തയെ പ്രതിനിധീഭവിക്കുന്നു. പക്ഷേ, അദ്ദേഹത്തിന് ശക്തന്മാരായ പിൻതുടർച്ചക്കാർ എന്തുകൊണ്ടില്ലാതെ പോയി എന്നത് ഇടതുപക്ഷ ബുദ്ധിജീവികൾ ഗൗരവമായി ചിന്തിക്കേണ്ട വിഷയമാണ്. ചെറുകാടിന്റെ കൃതികളുടെ ശക്തിയെയും പരിമിതികളെയും കുറിച്ചുള്ള ചർച്ച ഇടതു പക്ഷ സാഹിത്യത്തിന്റെ വളർച്ചയെ സഹായിക്കുമെന്ന് നമുക്കാശിക്കുക.

വേനൽക്കായ്കറികൾ

ചെറുകാടിന്റെ കഥകളെക്കുറിച്ച് ഒരു വിലയിരുത്തൽ

കെ പി ശങ്കരൻ

എന്റെ കുട്ടിക്കാലത്തെല്ലാം പാടത്ത് ഇരുപ്പുവിളയെടുക്കുക എന്നതായിരുന്നു പൊതുവെ പതിവ്. പക്ഷേ, മകരക്കൊയ്ത്തിനെത്തുടർന്ന് രണ്ടുമൂന്നു മാസം പാടം വെറുതെ ഇടുകയില്ല. പിന്നെയോ, വെള്ളം കിട്ടാൻ പഴുതുള്ളേടത്തൊക്കെ വേനൽക്കായ്ക്കറിയുണ്ടാകും. നെൽവിളയോളം പ്രധാനമാവില്ല ഇതിന്റെ നേട്ടം. എന്നാലും നിത്യജീവിതത്തിനു പ്രയോജനകരമായ വിഭവങ്ങൾ സ്വയം വിളയിച്ചെടുക്കുന്നതിൽ കൃതാർഥരായിരുന്നു അന്നത്തെ കൃഷിക്കാർ. നോവലും കഥയും മാറിമാറി എഴുതിപ്പോന്ന നമ്മുടെ നവോത്ഥാനകാലത്തെ ചില പ്രശസ്തരുടെ രീതി ഈ ഏർപ്പാടിനു സമാന്തരമായി വിചാരിക്കും. ലാഭം എന്ന പ്രമാണം അന്ന് അവരെ ഇന്നത്തെപ്പോലെ അടിപ്പെടുത്തിക്കഴിഞ്ഞിരുന്നില്ല. അതിനാൽ ആണ്ടോടാണ്ട് നോവലിന്റെ പെരുവിളയിൽ മാത്രം തളരാതെ, അപ്പപ്പോൾ കഥയുടെ ചെറുവിളയിൽ മുഴുകാനും അവർ സമയം കണ്ടെത്തിയിരുന്നു. ഇരിക്കട്ടെ; ഈ ആശയം ഇപ്പോൾ കൂടുതൽ വിസ്തരിക്കുന്നില്ല. ചെറുകാടിന്റെ കഥകളെ വിലയിരുത്താൻ തുനിയുമ്പോൾ ഇത് കൊള്ളാവുന്ന ഒരവതാരികയായി തോന്നി എന്നു മാത്രം. സാഹിത്യത്തിന്റെ കാർഷികവൃത്തിയിൽ വിളയിച്ചെടുത്ത നല്ല നാടൻ കായ്ക്കറികളായേ, ഈ വലിയ എഴുത്തുകാരന്റെ താരതമ്യേന എളിയ ഇനമായേ കഥകളെ കണക്കാക്കേണ്ടൂ എന്നതാണ് എന്റെ പക്ഷം; നോവലുകൾക്കും നാടകങ്ങൾക്കും പിന്നിൽ അവയ്ക്കു സ്ഥാനം കൽപ്പിക്കയാവും സമഞ്ജസം. വൈലോപ്പിള്ളിയുടെ ആകർഷകമായ ഒരു ഗീതകമുണ്ട്– *വേനൽപച്ചകൾ*, ഈ ആശയത്തിന്റെ കാര്യത്തിൽ ഞാൻ ആ ഗീതകത്തോടു കടപ്പെട്ടിരിക്കുന്നു. മഹാകവികളുടെ വാഴ്ചയ്ക്കുശേഷം മറ്റൊരു

വിതയും കാത്തുകിടക്കുന്ന സാഹിത്യത്തിന്റെ വയലിൽ തന്നെപ്പോലു ള്ളവർ ലഘുയത്നങ്ങൾ നടത്തിനോക്കുന്നു; ഇവയിൽനിന്നും ഉണ്ടായി ക്കൂടെന്നില്ല, ഉപകാരപ്രദമായ വിളകൾ–ഇങ്ങനെ സംഗ്രഹിക്കാം ആ ഗീതകത്തിലെ ചിന്താധാരയെ. ചെറുകാട് സ്വന്തം കഥകളെക്കുറിച്ചു സദൃ ശമായ എന്തെങ്കിലും പറഞ്ഞിട്ടുണ്ടോ? എനിക്കറിഞ്ഞുകൂടാ. എന്തു പറ യുമായിരുന്നു എന്ന് ഊഹിക്കയേ ചെയ്യാനാവൂ. ഏതായാലും വേണ്ടതി ലേറെ ഒരു വിനയമോ വിശ്വാസക്കുറവോ ഒന്നും, ചെറുകാടിന്റെ ആത്മാ വലോകനത്തിൽ ഉണ്ടാവാനിടയില്ല. വൈലോപ്പിള്ളിയുടെ ഗീതകത്തിലെ ചില വിശേഷപ്രയോഗങ്ങളുടെ ഇഴപേർത്ത്, അവയിലെ വിവക്ഷകളു മായി തന്റെ കഥകളെ സംബന്ധിച്ചിടത്തോളം ചെറുകാട് എങ്ങനെ വിയോജിച്ചേക്കും എന്ന അംശം അൽപ്പം വിസ്തരിച്ചുകൊള്ളട്ടെ.

വടക്കേമുറ്റവും മുരിങ്ങച്ചോടും

> "വേനലാൽ വറ്റിത്തീരുമെൻ കിണറ്റിനെ ഞാന–
> ധ്വാനശീലത്താൽ കൊണ്ടു കമിഴ്ത്തി തടങ്ങളിൽ"

എന്നാണ് *വേനൽപച്ച*കളിൽ വൈലോപ്പിള്ളിയുടെ വാക്യം. സാഹിത്യ ത്തിന്റെ പേരിൽ ഇപ്രകാരം അനന്യമായ ഒരർപ്പണമോ അധ്വാനശേഷി യുടെ ആകെ തർപ്പണമോ ചെറുകാടിനെ ആവേശം കൊള്ളിച്ചിരുന്ന തായി കരുതാൻ വയ്യ. പാരിനെയുടുപ്പിക്കാനുള്ള പച്ചകൾ മറ്റുചിലതിൽ നിന്നുകൂടി വേണം പടരാൻ എന്നദ്ദേഹം വിശ്വസിച്ചു. എന്തോ ആവട്ടെ, "വേനലാൽ വറ്റിത്തീരുന്ന കിണറ്റിനെ അധ്വാനശീലത്താൽ തടങ്ങളിൽ കൊണ്ടുപോയി കമിഴ്ത്തുക" എന്നൊക്കെ അവകാശപ്പെടാൻ തക്ക വണ്ണം ഈ പരുക്കനെഴുത്തുകാരൻ തന്റെ കഥകൾക്കുമേലെ പൊരു ന്നിരുന്നതായ പ്രതീതി അവ ഉളവാക്കുന്നില്ല. പിന്നെയോ, പിരിമുറുക്ക മൊന്നും കൂടാതെ പ്രായേണ ലാഘവപൂർവം എഴുതിപ്പോയവയത്രെ പലതും (ലക്ഷ്യത്തെക്കുറിച്ചുള്ള ഉത്തരവാദിത്വബോധം ഒഴിവാക്കിയ രച നകൾ എന്ന് ഇത്രയുംകൊണ്ട് അർഥം ധരിക്കരുത്. അക്കാര്യം പിറകെ വിശദീകരിക്കപ്പെടുന്നു).

> "തോഴരേ നെല്ലിൻ മേന്മയികൃതികൾക്കില്ല"

എന്ന ക്ഷമാപണം, തന്റെ നോവലുകളോടോ നാടകങ്ങളോടോ തട്ടിച്ചു നോക്കിക്കൊണ്ട് കഥകളെക്കുറിച്ച് ചെറുകാടിനും ചെയ്യാവുന്നതായിരു ന്നു എന്നു തോന്നുന്നു. എങ്കിലും തുടർന്നുള്ള വരികളിൽ അദ്ദേഹം വൈലോപ്പിള്ളിയുമായി യോജിക്കാൻ വഴിയില്ല.

> "മധുരാംഗിയാം കൈരളിക്കിവ കണിയാകാം
> മകരപ്പൊന്നാര്യന്നു മഞ്ജുകിച്ചടിയാകാം"

എന്നെല്ലാം വൈലോപ്പിള്ളി സ്വന്തം സൃഷ്ടികൾക്കു പ്രയോജനം കണ്ടെ ത്തുന്നു. സാഹിത്യത്തെക്കുറിച്ച് ഇത്തരം സ്വാദിഷ്ഠമായ പൊന്നാരങ്ങൾ താലോലിക്കാൻ മനസുവരാത്ത തരത്തിൽ പ്രതിജ്ഞാബദ്ധനായിരുന്നു വല്ലോ ചെറുകാട്. 'ഒട്ടുനാളിവ കേടില്ലാതിരുന്നേക്കാം' എന്നാണ് വൈലോ

പ്പിള്ളിയുടെ മറ്റൊരു പ്രത്യാശ. തന്റെ കൃതികളുടെ ചിരസ്ഥായിത്വത്തെ ച്ചൊല്ലി ചെറുകാട് ഉൽക്കണ്ഠപ്പെട്ടിരിക്കുമോ എന്നതുപോട്ടെ; അതിന്റെ പേരിൽ സാഹിത്യത്തിലെ ശാശ്വതവാദക്കാരുടെ ഉപദേശങ്ങളെ അദ്ദേഹം പിൻതുടർന്നിരുന്നില്ല എന്നതാണ് പ്രധാനം. അവനവന്റെ വടക്കേമുറ്റത്തെ മുരിങ്ങച്ചോട്ടിൽ ചെന്നുനിന്നാലേ ആർക്കും നന്നായി നക്ഷത്രം നോക്കാ നാവൂ എന്ന അദ്ദേഹത്തിന്റെ സിദ്ധാന്തം വിഖ്യാതമാണല്ലോ. ആ കഥ കളിൽ സ്ഫുരിക്കുന്ന വീക്ഷണവും മറ്റൊന്നല്ല. സ്വന്തം ചുറ്റുവട്ടത്തു നിന്നും പെറുക്കിയെടുത്ത പ്രമേയങ്ങൾ സ്വച്ഛമായ ഭാഷയിൽ ശിൽപ്പ പ്പെടുത്തി വെച്ചിരിക്കുകയാണല്ലോ അവയിൽ.

"–ഇതിലൊക്കെ വെച്ചീയത്നത്തിൽ രസമേ മമ നേട്ടം!" എന്ന ശ്രദ്ധേ യമായ പ്രസ്താവനയോടെയാണ്, വൈലോപ്പിള്ളിയുടെ ഗീതകം സമാ പിക്കുന്നത്.

"മുട്ടകൾതോറും പൊൻപൂവിട്ടു, പച്ചയിൽ സ്വർണ
പ്പൊട്ടുകുത്തിയ കായിൽ കൗതുകം കാണായ് നീളെ!"

എന്ന് തൊട്ടുമുമ്പും ആത്മാവിഷ്കാരത്തിന്റെ ആഹ്ലാദവായ്പ്പ് അദ്ദേഹം അനുസ്മരിക്കാതിരിക്കുന്നില്ല. സാഹിത്യത്തെ ആഴത്തിൽ സ്പർശിക്കുന്ന ഈ നിർണായകപ്രശ്നത്തിൽ ചെറുകാടിന്റെ നിലപാട് എന്തായിരുന്നു? സ്വന്തം കൃതികളുടെ രസനീയത അദ്ദേഹത്തെയും സന്തോഷിപ്പിച്ചിട്ടു ണ്ടാവണ്ടേ? ഇല്ലെങ്കിൽപ്പിന്നെ തുടർന്നുള്ള രചനകളിൽ ലയിക്കാൻ യഥാർഥത്തിൽ ഏതെങ്കിലും എഴുത്തുകാരനു സാധിക്കുമോ? പക്ഷേ, സ്വയം പ്രീണനമെന്നത് സാഹിത്യത്തിന്റെ സർവോപരിയായ ലക്ഷ്യ മായി പ്രഖ്യാപിക്കുക, അതിലെ പൊരുള് തെറ്റിദ്ധരിക്കപ്പെടുകയും ചെയ്യുക എന്നാലത്തെ സ്ഥിതി ഏറ്റവും സഹതാപാർഹമാവുമല്ലോ. അതിനാൽ സാഹിത്യത്തിന്റെ സാമൂഹികലക്ഷ്യം, സന്ദേശാത്മകത മുത ലായ സ്വഭാവങ്ങളിൽ അദ്ദേഹം സർവദാ ശഠിച്ചു. ആ കഥകളും പല പ്പോഴും ഈ ശാഠ്യത്തിന്റെ സന്തതികൾതന്നെ എന്നു പറയാൻ സങ്കോ ചിക്കേണ്ടതില്ല.

വ്യാഖ്യാനത്തിലെ കൗശലം

കാഥികനായ ചെറുകാടിന്റെ പ്രതിജ്ഞാബദ്ധത, പ്രചാരണപ രത–ഈ വസ്തുതയിലാണല്ലോ നാമിപ്പോൾ വന്നുപെട്ടിരിക്കുന്നത്. ഇതി നെപ്പറ്റി ഈയിടെ ഒരു വ്യാഖ്യാനം കാണായി; കലയുടെ ഈ വശം ചെറുകാട് പ്രസംഗവേദിയിൽ പൊക്കിപ്പിടിക്കാറുള്ളത് ഒരു കൗശലമാ യിരിക്കണം എന്ന്.* *ഇന്റർക്ലാസ്* എന്ന കഥയിലെ (*ചെകുത്താന്റെ കൂട്* എന്ന പുസ്തകം) ഒരു സന്ദർഭത്തിലാണ് ഈ നിഗമനം ഊന്നിനിർത്തി യിരിക്കുന്നത്. വായനശാലാവാർഷികത്തിൽ സാഹിത്യത്തിന്റെ പ്രയോ ജനം പ്രചാരവേലയത്രെ എന്നു വാദിച്ച താനും, അല്ല ആനന്ദദാനമത്രേ

---

* *വേദനയിൽ ഒരു വെളിച്ചം*: ജി എൻ പിള്ള–മാതൃഭൂമി ആഴ്ചപ്പതിപ്പ് – നവംബർ 21, 1976

എന്നു വാദിച്ച ഒരു കുട്ടികൃഷ്ണനും കൂടി, മടക്കം വണ്ടിയാപ്പീസിൽവെച്ച് വാദം കൊണ്ടുപിടിക്കുന്നു.. ആ സന്ദർഭം ചെറുകാട് അവതരിപ്പിക്കുന്നത് ഇങ്ങനെയാണ്: "അണ്ടിയോ മൂത്തത് മാവോ മൂത്തത്?" എന്ന ചോദ്യം ചോദിച്ചു കളിക്കുന്ന കുട്ടികളുടെ വാദഗതിയെപ്പോലെ ഞങ്ങളുടെ മത്സരം നീണ്ടുപോയി. വാസ്തവത്തിൽ ഞങ്ങൾക്കു പറയത്തക്ക അഭിപ്രായവ്യത്യാസമൊന്നുമില്ല. കവിതയ്ക്ക് ആകാവുന്നിടത്തോളം രൂപഭംഗി വരുത്തണമെന്ന അഭിപ്രായം എനിക്കും; രൂപഭംഗിയുള്ള കവിതയിൽ ആകാവുന്നിടത്തോളം പ്രചാരവേല ഉൾക്കൊള്ളിക്കണമെന്നു കുട്ടികൃഷ്ണനും, അഭിപ്രായമുണ്ട്" (*ചെകുത്താന്റെ കൂട്-30*). ഇവിടെ ആദ്യവാക്യത്തിന്റെ താൽപ്പര്യമെന്താവും: ഈ വാദം വളരെ അടിസ്ഥാനപരമാണ്, അന്തിമമായ ഒരുത്തരത്തിനതീതമാണ്. അതുകൊണ്ടുതന്നെ അർഥശൂന്യവുമാണ് എന്നെല്ലാമല്ലേ? അവിടന്നങ്ങോട്ടാണെങ്കിലോ, തനിക്ക് എതിരാളിയുമായി പറയത്തക്ക അഭിപ്രായവ്യത്യാസം ഒന്നുമില്ല എന്ന് ശരിക്കും സമ്മതിക്കുന്നുമില്ലേ? അങ്ങനെ നടേ ഉദ്ധരിച്ച വ്യാഖ്യാനം ഉരുത്തിരിയുന്നു.

ഇതിൽ ഒറ്റ അബദ്ധമേ ഉള്ളൂ: ഈയൊരു കഥയിൽ ഒതുങ്ങുന്നില്ലല്ലോ ചെറുകാടിന്റെ സാഹിത്യം, ഇതര സംഭാവനകളുംകൂടി വെച്ചുകൊണ്ട് വേണ്ടേ വിധി ഒരുക്കൂട്ടാൻ? ഇനി ഈ കഥയിൽത്തന്നെയും ഉടനീളം ഒരു നർമച്ഛായ കലർന്ന ഈ സംഭവത്തിന്, കഥയുടെ മൊത്തം സന്ദേശമാരായുമ്പോൾ എത്രത്തോളം സാംഗത്യമുണ്ട് എന്നും ഓർക്കേണ്ടിയിരിക്കുന്നു. അതൊന്നും കൂടാതെ ഉന്നയിക്കുമ്പോൾ ആ വ്യാഖ്യാനമാകുന്നു വാസ്തവത്തിൽ ഒന്നാന്തരം കൗശലം!

വ്യാഖ്യാനിക്കേണ്ടത് ഒരു വേള ഇങ്ങനെയാവാം: പ്രതിജ്ഞാബദ്ധവും പ്രചാരനിഷ്ഠവുമൊക്കെയാവുമ്പോൾപോലും, അതുകൊണ്ടു മടുപ്പുനേരിടാതിരിക്കാൻ മാത്രം കലാപരവുമാണ് ചെറുകാടിന്റെ കഥകൾ. എന്നു വെച്ചാലോ, ഒന്നാമത്തെ വശം ഒഴിവാക്കുന്നത് വ്യർഥം. ഊന്നൽ കൊടുക്കുന്നതു രണ്ടാമത്തെ വശത്താണെങ്കിൽ, ആവാം വിരോധമില്ല എന്നു വിശദമാക്കുന്ന ഉദാഹരണങ്ങളിലൊന്നാണ് 'ഊണിനു നാലണ മാത്രം' (*മുദ്രമോതിരം* എന്ന പുസ്തകം) എന്ന കഥ. നടനായ അമ്പൻകുഞ്ഞമ്പു നടാടെ നഗരത്തിലെത്തിയിരിക്കുകയാണ്. പഴയ റേഷൻകാലത്തെ കോഴിക്കോടാണ് കേട്ടോ പശ്ചാത്തലം. ഊണിനു നാലണ മാത്രം എന്ന പ്രലോഭകരമായ പാരമ്പര്യം കൊണ്ടു ഹോട്ടലിൽ കേറി. ഊണെന്നു വെച്ചാൽ ആവശ്യമായത്ര ചോറും അതിനുവേണ്ട ഉപദംശങ്ങളുമാണല്ലോ എന്ന ധാരണയോടെ, പിന്നെ കൊടുക്കുന്ന കാശിനു നീതി കാണിക്കണമല്ലോ എന്ന പ്രേരണയോടെയും, അയാൾ അമർന്നുണ്ടു. ഒടുക്കം കണക്കുകൂട്ടിയപ്പോൾ ഉറുപ്പിക ഒന്ന്. ഓരോ ഉപദംശത്തിനും വേറെ വേറെയാണ് കണക്ക് എന്ന് അപ്പോഴല്ലേ കുഞ്ഞമ്പു അറിയുന്നത്! അയാളുടെ ആവലാതിക്കും പരിഹാസത്തിനും മാനേജർ മറുപടി കൊടുക്കുന്നു: "എന്നെ പറഞ്ഞിട്ടു കാര്യമില്ല കാര

ണവരേ, അരിക്ക് ദിവസം വിലകൂടുകയാണ്. ഒക്കെ ഗവണ്മെന്റിനെ പറഞ്ഞാൽ മതി" (*മുദ്രമോതിരം*-30). കഥയ്ക്കു പ്രചരിപ്പിക്കാനുള്ള കാര്യം ഈ മറുപടിയിൽ കൊള്ളിച്ചിരിക്കുകയാണ്. ഇതിനോട് അഹിതമുള്ളവർപോലും ഈ അമ്പൻ കുഞ്ഞമ്പു എന്ന വ്യക്തിത്വത്തിന്റെ ചിത്രണത്തെ അനുമോദിക്കാതിരിക്കയില്ല. ആ ചിത്രത്തിലെ നിസ്തുലതയാണ് ഇവിടത്തെ കല. ഈ കലയിൽ ആകൃഷ്ടനാവുന്ന വായനക്കാരന് തന്നെ വലയം ചെയ്യുന്ന അവസ്ഥയുടെ വാസ്തവം അറിയിച്ചു കൊടുക്കുക എന്നതാവട്ടെ, കലയിലൂടെ എഴുത്തുകാരൻ നിർവഹിക്കുന്ന കടമയും.

വേറൊരുദാഹരണം: ഒരു നീതിബോധവുമില്ലാത്ത ഉദ്യോഗസ്ഥൻ നിങ്ങളുടെ നാട്ടിൽ അസുരവാഴ്ച നടത്തുന്നു. എത്രകാലം ഈ നെറികേടു പൊറുക്കാം? ഇതിനു പക്ഷേ, എന്തുനിവൃത്തി? ഇതു സംബന്ധിച്ച് ചെറുകാടിനു നൽകാനുള്ള നിർദേശത്തിന്റെ കഥാരൂപമായി വിചാരിക്കാം "കാളിയമർദനത്തെ" (*ചെകുത്താന്റെ കൂട്* എന്ന പുസ്തകം). നിർദേശം നന്നെ ഋജുവാണ്, ലഘുവുമാണ്. ഈ കഥയിൽ ഒരിടത്തു പറയും പോലെ, ഉടുത്ത പ്രാന്തിന് ഉടുക്കാത്ത പ്രാന്ത് എന്നും ഉറപ്പിച്ചു അങ്ങ് ഒരുമ്പെട്ടിറങ്ങിക്കൊള്ളുകതന്നെ. ഗ്രാമീണമായ ഈ ആർജവവും ലാഘവവും ഇന്നു നമുക്കു പലർക്കും ദഹനക്കേടുണ്ടാക്കി എന്നു വരാം. ധീരതയും കർമശേഷിയും നമ്മുടെ തലമുറയ്ക്ക് ദയനീയമാം വണ്ണം നഷ്ടപ്പെട്ടുകൊണ്ടിരിക്കുകയാണല്ലോ. എന്നാലും ചെറുകാടിന്റെ രാഘവ വാരിയർ ഗോപാലപ്പിഷാരടി രജിസ്ട്രാർ എന്ന കാളിയന്റെ വിഷം പിടിച്ച പിടിയാലെ വമിപ്പിക്കുന്ന ഘടന നമുക്കു രസിക്കാതെ വരില്ല. അങ്ങനെ ശരിക്കും രസിക്കുകയാണെങ്കിലോ, കൈമോശം വന്നുപോയ ധീരതയുടെയും കർമശേഷിയുടെയും വല്ല പൊരികളും ആ പ്രക്രിയയ്ക്കിടെ നമ്മുടെ മനസിൽ പൊഴിഞ്ഞു കിട്ടിക്കൂടെന്നുമില്ല. ആശയ പ്രചാരണത്തെ ആസ്വാദ്യമാക്കുക എന്ന കലയുടെ പൊരുളും ഇതുതന്നെയാണല്ലോ.

പ്രചാരണധർമം എങ്ങനെ?

ഈ കലയെ ഏറ്റക്കുറച്ചിലുകളോടെ കൂട്ടുപിടിച്ചുകൊണ്ടാണ് ചെറുകാടിന്റെ കഥകൾ പ്രചാരണ ധർമം നിറവേറ്റുന്നത്. ആ കഥകളുടെ ആത്മഭാവം നിർണയിക്കാൻ വേണമെങ്കിൽ ഇതൊരു മാനദണ്ഡമാക്കുകയും ചെയ്യാം. ഏറക്കുറെ ഒരേ സന്ദേശം ഉൾക്കൊള്ളുന്ന രണ്ടു കഥകളാണ് *ചെകുത്താന്റെ കൂടും* (അതേ പേരിലുള്ള പുസ്തകം) *നാലിലൊന്നും* (*ചുട്ടൻമൂരി* എന്ന പുസ്തകം). അന്ധവിശ്വാസത്തിന്റെ തലയ്ക്ക് രണ്ടും അടിയേൽപ്പിക്കുന്നു. എന്നാൽ കുട്ടൻപിള്ള എന്ന കഥാപാത്രത്തിന്റെ തന്മയത്വവും ഇതിവൃത്ത വികസനത്തിലെ താളക്രമവും എല്ലാം കൂടി രണ്ടാമത്തേതിനു ലഭിക്കുന്ന തികവ് സവിശേഷമത്രെ. മുമ്പ് ഇന്റർ ക്ലാസിൽ കണ്ട കുട്ടികൃഷ്ണനെപ്പോലുള്ളവർക്കും ഇത്തരം കഥകൾ

ഹൃദ്യമാവാതിരിക്കില്ല. രൂപഭംഗിയുള്ള രചനകളിൽ ആകാവുന്നിടത്തോളം പ്രചാരവേല ഉൾക്കൊള്ളിക്കാമെന്നാണല്ലോ അവിടുത്തെ വചനം. എങ്കിൽ പ്രചാരവേല സമർഥമായി ഏറ്റെടുക്കാൻ സ്വാഭാവികമായും യോഗ്യത തികഞ്ഞവ തന്നെ ചെറുകാടിന്റെ പല കഥകളും. ഈ യോഗ്യത തെളിയിക്കപ്പെട്ടാലും ഇല്ലെങ്കിലും തന്റെ പ്രചാരവേലയിൽനിന്നും അദ്ദേഹം പിൻതിരിയാറില്ല എന്നതാവട്ടെ, ഈ എഴുത്തുകാരനെ പഠിക്കുമ്പോൾ മനസിരുത്തേണ്ട മുഖ്യവസ്തുതയുമാണ്.

മറിച്ച് ശ്രദ്ധ മുഴുവനും സ്വന്തം കലാസൃഷ്ടി സുരക്ഷിതമാക്കുന്നതിൽ സമർപ്പിക്കും. അതു പ്രചരിപ്പിക്കേണ്ട സന്ദേശംപോലും ആ സുരക്ഷിതത്വത്തിൽ ഒതുക്കിവെച്ച്, അതിനെക്കുറിച്ച് പ്രകടമായി ഒരക്ഷരവും ശബ്ദിക്കാതിരിക്കുക-ഉൽക്കൃഷ്ടമായ ഈ രീതിക്കും ചെറുകാടിന്റെ കഥകളിൽനിന്ന് ഒരു മാതൃക ഓർത്തുകൊള്ളട്ടെ. പണ്ടുകാലത്തെ അധ്യാപകജീവിതം ചെറുകാടിന്റെ സാഹിത്യത്തിന് ഹിതകരമായ ഒരു ഖനിയായിരുന്നുവല്ലോ. ആ ജീവിതത്തിലെ പ്രശ്നങ്ങൾ അദ്ദേഹത്തിന്റെ പല കഥകൾക്കുമതെ, പ്രമേയമൊരുക്കുന്നുണ്ട്. തന്നെ നേരിട്ടു ചൂടുപിടിപ്പിച്ച ആ പ്രശ്നങ്ങളെച്ചൊല്ലി ചിലപ്പോൾ കലാപൂർണിമയുടെ നേർത്ത നിയമങ്ങൾ മറന്ന് പ്രത്യക്ഷമായി പ്രചാരണവേല ചെയ്യാനും അദ്ദേഹം മടിക്കുന്നില്ല. അതെന്തായാലും *ആബ്സെന്റ്* എന്നൊരു കഥ (*ചെറുകാടിന്റെ ചെറുകഥകൾ* എന്ന പുസ്തകം) കൂട്ടത്തിൽ ഇനംതിരിഞ്ഞു നിൽക്കുന്നു. കൽപ്പനക്കത്തെയയ്ക്കാതെ തലേന്ന് സ്കൂളിൽ ഹാജരാകാതിരുന്നതിനുള്ള കാരണം പിറ്റേന്ന് 'അഞ്ചേമുപ്പതിനുമുമ്പേ വിശദമായി ബോധിപ്പിക്കണ'മെന്ന് മെമ്മോ കിട്ടിയതനുസരിച്ച് പാച്ചങ്ങാട് ലോവറെലിമെന്ററി സ്കൂൾ മാനേജരും ഹെഡ് മാസ്റ്ററുമായ കെ പി താച്ചു എഴുത്തച്ഛനവർകളുടെ സമക്ഷത്തിലേക്ക് മേപ്പടി സ്കൂളിലെ മൂന്നാം മാസ്റ്ററായ വി പി കോമൻനായർ ബോധിപ്പിക്കുന്ന മറുപടി ഹർജി മാത്രമാണ് ഈ കഥ. ഹാജരാവാതിരുന്നതിന് ഒറ്റക്കാരണമേ ഉള്ളൂ: പെരുമഴ പെയ്യുകയായിരുന്നു; പിടിച്ചുകൊണ്ടു നടക്കാൻ കോമൻനായർ മാസ്റ്റർക്കൊരു കുടയില്ല. തന്റെ കൈവശമുള്ള പുരാവസ്തു തുന്നിക്കൂട്ടിയെടുക്കാൻ മാസ്റ്റർ കുറെ അധ്വാനിച്ചു നോക്കി; അയൽവക്കത്തുനിന്ന് ഒരോലക്കുട തൽക്കാലം കിട്ടാൻ വഴിയുണ്ടോ എന്ന് അന്വേഷിച്ചുനോക്കി. ഒന്നും ശരിപ്പെട്ടില്ല. ഒടുക്കം വരുന്നതു വരട്ടെ എന്നൊരു വാശിക്ക് പെരുമഴയത്തിറങ്ങി ഓടിനോക്കുകപോലും ഉണ്ടായി. ആളുകളുടെ പരിഹാസവും "കാക്കക്കുയിലേ കരിങ്കുയിലേ കാലം മാറിയതറിഞ്ഞില്ലേ" എന്ന് അർഥം വെച്ചുകൊണ്ടുള്ള പാട്ടും ഒക്കെ ഇരിക്കട്ടെ; ദൂരം മുഴുവൻ ഓടിയെത്താൻ വയ്യാതെ (താനൊരു വയസ്സനാവുകയാണല്ലോ എന്ന വാസ്തവമത്രെ 'കാലം മാറി' എന്ന പാട്ട് മാസ്റ്ററെ ബോധ്യപ്പെടുത്തുന്നത്-എത്ര കരുണാമയവും കലാപരവുമായ ഘടന!) താൻ ബോധം കെട്ടു വീണുപോയി എന്നതത്രെ കഷ്ടം. തുടർന്ന് അടുത്തൊരു ചായക്കടയിൽ കിടന്നുകൊണ്ടാണ് ഉണരുന്നത്. അപ്പോഴേക്കും സ്കൂൾവിട്ട് കുട്ടി

കൾ എത്തിത്തുടങ്ങിയിരിക്കുന്നു. പിന്നെന്തുചെയ്യാനാ; ആ കുട്ടികൾ കൊടുത്ത കുട ചൂടി വീട്ടിലേക്കു തിരിച്ചുപോയി. വെറും സത്യാവസ്ഥ വിസ്തരിച്ചുകൊണ്ടുള്ള ഈ മറുപടി ഹർജിയിൽ അധ്യാപകന്റെ അവശതയെപ്പറ്റി ഒന്നും എടുത്തുപറഞ്ഞിട്ടില്ല. എങ്കിലും ഈ വിഷയത്തെക്കുറിച്ചു രചിക്കപ്പെട്ട ഏറ്റവും ശക്തമായ ഒരു രേഖയായി ഈ കഥ ശേഷിക്കുന്നു. വാധ്യാർക്കഥകളുടെ ഖ്യാതി കാരൂരിനു ചേർന്നതാണ് എന്നാണല്ലോ പൊതുവെ ധാരണ. അതിന്റെ പൊരുളെന്തായാലും, കാരൂരിന്റെ *പൊതിച്ചോറു*പോലുള്ള കഥകളോടു താരതമ്യം അർഹിക്കുന്നുണ്ട്. ഈ *ആബ്സെന്റ്* എന്നു മാത്രം ഇവിടെ പറഞ്ഞുവെക്കട്ടെ. ഇതിന്റെ കലാശത്തിൽ ചെറുകാടു ചെയ്തുവെച്ചിട്ടുള്ള ഒരു പൊടിക്കയ്യുകൂടി കാണാതിരുന്നുകൂടാ; പ്രത്യേകം ശ്രദ്ധിക്കേണ്ടതത്രെ അതിലെ ചമൽക്കാരം; എഴുതി പൂർത്തിയാക്കിയ മറുപടി ഹർജിയുമായി മാസ്റ്റർ മാനേജരെ തേടിച്ചെന്നു. എവിടെ മാനേജർ–എന്തിനോ റോഡിലിറങ്ങിയിരുന്ന അയാൾ അപ്പോഴേക്കും കേറിയെത്തി. നോക്കുമ്പോഴല്ലേ, അയാളുടെ കൈയിലെ ഓലക്കുട താൻ ഇന്നലെ വൈകുന്നേരം തന്നെ പാണനെക്കൊണ്ടു പൊതിയിച്ചുവാങ്ങിയ മുതലായിരുന്നു! ഇവിടെ ചിരിക്കയോ കരയുകയോ വേണ്ടത് എന്ന് ശരിക്കും നാം വിഭ്രമിച്ചുപോവും –ഈ ചെറുചിത്രത്തിലൂടെ തെളിയുന്ന ചൂഷണത്തിന്റെ പെരുമയും തനിമയുമോർത്തിട്ട്.

നാടകപ്രതിഭയുടെ തിളക്കം

പ്രചാരണത്തിന്റെ ആവേശം ചിലപ്പോൾ അസാരം മുഴച്ചുനിന്നാൽപ്പോലും, ചെറുകാടിന്റെ കഥകളെ ശിൽപ്പബന്ധുരമാക്കുന്ന മറ്റൊരു ഘടകത്തെക്കുറിച്ച് പ്രത്യേകം ഓർക്കേണ്ടിയിരിക്കുന്നു. തൊട്ടതിന്നൊക്കെ നാടകീയത തികയ്ക്കുന്ന സിദ്ധിവിശേഷമാണത്. ഈ എഴുത്തുകാരന്റെ പ്രതിഭ ഏറ്റവും തെളിഞ്ഞു പ്രകാശിക്കുന്നത്, ഒരുപക്ഷേ, നാടകത്തിലാണല്ലോ. ഈ നാടകപ്രതിഭയുടെ വീണു തിളങ്ങുന്ന ഘടനകൾ കഥകളിലും ഉടനീളം കാണാം. വലിയ മാറ്റം വരുത്താതെയും നഷ്ടം സഹിക്കാതെയും നേരെ നാടകമാക്കാവുന്നവയത്രെ ചെറുകാടിന്റെ കഥകളിൽ പലതും. ഇതിനു പര്യാപ്തമായ മാതൃക എന്ന നിലയിൽ ഒരു കഥയെങ്കിലും ഇവിടെ എടുത്തുകാട്ടട്ടെ: (*ശിഷ്യസമ്പത്ത്–മുദ്രമോതിരം* എന്ന പുസ്തകം) പല മാനങ്ങളിലും സ്മരണീയമാണ് ഈ രചന– *അടിമ* എന്ന എകാങ്കംപോലെയോ ഒക്കെ, ചെറുകാടിന്റെ അധ്യാപകസാഹിത്യത്തിൽ ചിരഞ്ജീവിയായ ഒന്ന്. പക്ഷേ, ഇതിന്റെ നാടകീയത മാത്രമേ തൽക്കാലം സ്പർശിക്കുന്നുള്ളൂ. തന്റെ വിപുലമായ ശിഷ്യസമ്പത്തിൽ വലിയ വിശ്വാസമാണ് നാണുമാസ്റ്റർക്ക്. അതിനാൽ ഒരു കുറിക്കല്യാണം കഴിച്ചാൽ അനായാസമായി ദാരിദ്ര്യത്തിൽനിന്നും കരകേറാമെന്ന് ആ സാധു സ്വപ്നം കാണുന്നു. എന്നിട്ടോ, അടുക്കളെവാതിൽ പൊളിച്ചുവിറ്റു മൂലധനമാക്കി അയാൾ എല്ലാ

ഏർപ്പാടും ഒരുക്കുന്നു. ശേഷം പരിണാമം ഊഹിക്കാവുന്നതാണല്ലോ. ഈ പ്രമേയം മൂന്നു ഖണ്ഡങ്ങളിലായി അവതരിപ്പിച്ചിരിക്കുന്ന *ശിഷ്യസമ്പത്ത്* ഒട്ടും ഞെരുക്കം കൂടാതെ മൂന്നു രംഗങ്ങളിലുള്ള ഒരു ലഘുനാടകമാക്കാം; രംഗവിഭജനമോ സംഭാഷണവാക്യങ്ങളോ ഒന്നും യോജിക്കാതെവരില്ല. ചോർന്നു പോവുക ആഖ്യാനത്തിലെ ചില നേർത്ത സാരസ്യങ്ങൾ മാത്രമാവും.

സ്വതേ ഇങ്ങനെ സുഗമമായി വിനിമയത്തിനു വഴങ്ങുന്നവയാണോ ഈ ഇരുരൂപങ്ങളും എന്നു സാഹിത്യത്തിലെ സങ്കേതപണ്ഡിതന്മാർക്ക് സംശയം വരുത്തുമാറ്, ഇത്തരം ഉദാഹരണങ്ങൾ ചെറുകാടിന്റെ കഥകളിൽ സുലഭവും സഹജവുമത്രെ. വഴങ്ങുന്നുവെങ്കിൽ, ഏതെങ്കിലും ഒരു രൂപത്തിന്റെ സങ്കേതത്തിനു പാളിച്ച പറ്റിയിട്ടുണ്ടെന്നല്ലേ അതിനർഥം എന്ന് ആ പണ്ഡിതന്മാർ പുരികം വളയ്ക്കുകയാണെന്നിരിക്കട്ടെ, ഒന്നേ പറയാനുള്ളൂ; വല്ല പാളിച്ചയും പറ്റിയിരിക്കാമെങ്കിൽ അതു കഥയുടെ സങ്കേതത്തിനുതന്നെയാവും. പാത്രപ്രധാനങ്ങളത്രെ ചെറുകാടിന്റെ മിക്ക കഥകളും. നേരിട്ടുകണ്ടോ പറഞ്ഞുകേട്ടോ ഒക്കെ പരിചയമുള്ളൂ എന്നാലും-കൃത്യമായി ശ്രദ്ധിച്ചുവെച്ചിരിക്കാൻ ഇടയ്ക്കില്ലാത്ത, ഒട്ടേറെ നാടൻ വ്യക്തിത്വങ്ങൾ വെട്ടിത്തിരിഞ്ഞുനിൽക്കുന്ന ലക്ഷണങ്ങളോടെ ഈ കഥകളിൽ ഉയിർക്കൊള്ളുന്നു. *സർവജ്ഞ*നിലെ നാണുനായർ, *സിംഹിക*യിലെ പാറുക്കുട്ടി, *ചുട്ടൻമൂരി*യിലെ കുഞ്ഞുണ്ണിപ്പൊതുവാൾ, *ചാക്കുസഞ്ചി*യിലെ ചെറോട്ടിയമ്മ- ഇപ്രകാരം, പ്രത്യേകം തൊട്ടുകാണിക്കേണ്ടതില്ലാത്തവിധം ഈ പ്രവണതയ്ക്ക് ദൃഷ്ടാന്തങ്ങൾ എമ്പാടുമുണ്ട്. ആരുടെയായാലും, വാക്കർമങ്ങളുടെ സാരസ്യം ഒന്നുവേറെതന്നെ. ചെറുകാടിന്റെ ജന്മദേശത്തുനിന്ന് ഏറെയൊന്നും ദൂരെയല്ലാത്ത മറ്റൊരു വള്ളുവനാടൻ ഗ്രാമത്തിലാണ് ഞാൻ എന്റെ കുട്ടിക്കാലം ചെലവഴിച്ചിട്ടുള്ളത്. അന്നു മനസിൽ പതിഞ്ഞവയും പിന്നെ സാഹചര്യവശാൽ മാഞ്ഞുതുടങ്ങിയവയുമായ പല പ്രതിച്ഛായകളും ഇപ്പോൾ ഈ കഥകൾ വായിക്കവേ പുനരുജ്ജീവിച്ചുവരുന്നതായി എനിക്കു തോന്നി. ഏതായാലും, ഇരിക്കുന്നതോ മരിച്ചതോ ആയ ഒരു വ്യക്തിയോടും ലഗ്നാലോ ചന്ദ്രാലോ ബന്ധപ്പെട്ടവയല്ല തന്റെ കഥാപാത്രങ്ങൾ എന്ന വിഡ്ഢിത്തമൊന്നും ചെറുകാടിന്റെ വായിൽനിന്നു വീണില്ല എന്നത് അർഥഗർഭമത്രെ. ജീവിതത്തിൽനിന്നു ശേഖരിച്ചു വർണങ്ങൾകൊണ്ട് അദ്ദേഹം സ്വന്തം ചിത്രങ്ങൾക്കൊക്കെ ശരിക്കും സ്വാഭാവികതയും ആധികാരികത്വവും വരുത്തിയിരിക്കുന്നു.

ഇഴ കീറാവുന്ന സമസ്യകൾ

പാത്രാവതരണ മാത്രങ്ങളായും കാണാം ചില കഥകൾ. കഥ എന്ന സാഹിത്യ രൂപത്തിന്റെ വ്യാവർത്തക ധർമമെന്ത് എന്നത് വാദവിഷയമാണ്. വെറുതെ പാത്രത്തെ അവതരിപ്പിച്ചു വിരമിച്ചാൽ പൂർത്തിയാവുന്നതാണോ അതിലെ കല എന്ന പ്രശ്നവുമതെ. വീണ്ടും സാങ്കേ

തികക്കാർക്കു വിട്ടുകൊടുക്കുകയാവും ഉത്തമം; നമുക്കിവിടെ വേണമെങ്കിൽ ഒരു സംഗതി ഓർത്തുവെക്കുകമാത്രം ചെയ്യാം: പഴയ ആചാര്യന്മാരുടെ കാലത്ത് ഈ സാഹിത്യരൂപത്തിന് അങ്ങനെയുമുണ്ടായിരുന്നു ഒരു മുഖം. അതെന്തായാലും ചെറുകാടിന്റെ ചില കഥകൾ ഈ വകുപ്പിൽ ഉൾപ്പെടുന്നു.

സാങ്കേതികക്കാർക്ക് ഇഴ കീറാവുന്ന ഇനിയും ചില സമസ്യകൾ ഈ കഥകൾ ഉന്നയിക്കായ്കയില്ല. കഥയിൽ ഇതിവൃത്തത്തിന്റെ സ്ഥാനമെന്നത് ഇന്ന് കാലഹരണപ്പെട്ട ഒരു വിചാരണയായിട്ടുണ്ടാവാം. എങ്കിലും ആ വിചാരണയ്ക്കു പ്രസക്തി നിഷേധിക്കുമാറുള്ള പുതുമയൊന്നും ചെറുകാടിന്റെ കഥകളിൽ പ്രതീക്ഷിക്കേണ്ട. പോട്ടെ വേറൊന്നാണ് ഇവിടെ പ്രശ്നം. ഇതിവൃത്തം നിർണായകമായ ഇഴയായി എടുത്തു കഴിഞ്ഞാൽ പിന്നെ അതിൽ നമ്മുടെ ന്യായമായ ചില കണക്കുകൂട്ടലുകളുണ്ടല്ലോ, അവയ്ക്കനുസരിച്ച് ഒന്നു ചുറ്റെത്തിക്കേണ്ടേ? *ധർമസങ്കടം*, *സംശയച്ഛായ*, *കുറ്റക്കാരി*, *തീരാത്ത സംശയം* (എല്ലാം *ചെറുകാടിന്റെ ചെറുകഥ*കളിൽ)– ഇങ്ങനെ ഏതാനും കഥകൾ ഈയൊരു ചോദ്യം അനുവാചകരിൽ ഉണർത്തിക്കൂടെന്നില്ല. തൊട്ടുവെച്ച പ്രശ്നം തൃപ്തികരമായ ഒരു ഘട്ടത്തിലെത്തി എന്നു തോന്നിക്കാതെ പെട്ടെന്ന് ഈ കഥകൾ കലാശിക്കുന്നു. സ്ത്രീയുടെ അഭിമാനം, അനന്യാശ്രയത്വം നമ്മുടെ അവസ്ഥ അതിനെതിരെ ചമയ്ക്കുന്ന കുരുക്കുകൾ– എന്നെല്ലാം ചെറുകാടിനെ സ്ഥിരമായി അലട്ടിപ്പോന്ന ചില പ്രമേയങ്ങൾ പലതിലും പാളുന്നുണ്ട്. അത്ര മതിയല്ലോ, അതിൽപ്പരമൊന്നും ലക്ഷണയുക്തമാവണ്ട എന്നായിരിക്കാം ധിക്കാരിയായ ഈ എഴുത്തുകാരന്റെ പക്ഷം. പുരാതനനായ നമ്മുടെ മഹാകവിയില്ലേ ഉണ്ണായിവാരിയർ, അദ്ദേഹത്തിന്റെ പാരമ്പര്യത്തിന് ഈ അടുത്ത കാലത്തുണ്ടായ പുനരവതരണമല്ലോ ഇടശ്ശേരിയോടൊപ്പം ചെറുകാടും.

വിസ്തരിച്ചൊരു ശിൽപ്പചർച്ചയ്ക്ക് ചെറുകാടിന്റെ പല കഥകളെ സംബന്ധിച്ചിടത്തോളവും പഴുതു കുറവാണ്. പിഴുതെടുത്തു ചട്ടിയിൽ പ്രതിഷ്ഠിച്ച ചെടികളിൽ ഈ വള്ളുവനാടൻ കർഷകനു പ്രിയമുണ്ടായിരുന്നില്ല എന്നതത്രെ ഇവിടെ മുഖ്യമായ ഒരു വശം. ചട്ടിയുടെ പുറത്തെ ചിത്രപ്പണികൾ എന്നൊരു സാധ്യതയ്ക്ക് അങ്ങനെ സ്വാഭാവികമായും പ്രസക്തിയുമില്ല. കഥാരംഗത്ത് പല നൂതനത്വങ്ങളും പരീക്ഷിച്ചു തുടങ്ങുകയായിരുന്ന ഒരു ദശാസന്ധിയിൽ അവയുടെയൊന്നും യാതൊരസ്കിതയും കലരാതെ ഈ നാടൻ കാരണവർ ആർജവത്തോടെ, സാരള്യത്തോടെ, നമ്മോട് സംവദിച്ചു. സർവജ്ഞനും സർവവ്യാപിയും ഒക്കെയായ ഒരാഖ്യാതാവിന്റെ അവതരണമാവും ഒരുപക്ഷേ, കഥയുടെ ഏറ്റവും പഴക്കമാർജിച്ച രീതി. ലളിതമായ ഈ രീതിയിൽ ചെറുകാട് ഉറച്ചുനിന്നു. പ്രതീകങ്ങളുടെയും മറ്റും വിതാനങ്ങളിലേക്കു ഒരിക്കലും പറന്നുയർന്നില്ല. *ചുട്ടൻമൂരി* പോലുള്ള ഒരു കഥയിൽ ഇതിനുള്ള സാധ്യത തുലോം പ്രകടമാണ്. എന്നാലും ചെറുകാട് പ്രലോഭിതനായിരുന്നില്ല.

വെറും സൂചനയിൽ മാത്രം ഒതുങ്ങാതെ, കുഞ്ഞുകൃഷ്ണപ്പൊതുവാൾ മറ്റൊരു ചുട്ടൻമൂരിയാണ് എന്ന വിവക്ഷ തുറന്നു വിളിച്ചു പറയിക്കുന്നതിന് മടിക്കുന്നതല്ല ചെറുകാടിന്റെ കല എന്ന കാര്യം സൂക്ഷിക്കേണ്ടിയിരിക്കുന്നു.

മിക്കവാറും അനലംകൃതമായ തന്റെ ആഖ്യാനത്തിൽ ഉപമയാണ് ചെറുകാട് അടിക്കടി അവലംബിക്കുന്ന ഒരു ഉക്തിവൈചിത്ര്യം. പ്രത്യേകം ശ്രദ്ധിക്കേണ്ട ചമൽക്കാരങ്ങൾ പല ഉപമയും ഉൾക്കൊള്ളുകയും ചെയ്യുന്നു. ശുദ്ധമായ കാവ്യഭംഗി എന്നു വിളിക്കാവുന്ന ഇനത്തിന് ദൃഷ്ടാന്തം കുറവാണ്. ഒന്നുമാത്രമേ എനിക്ക് ഓർത്തുവെക്കാൻ കിട്ടിയിട്ടുള്ളൂ. ഭർത്താവിനു നേരിട്ട അത്യാഹിതം കേട്ട് വിങ്ങിപ്പൊട്ടിനിൽക്കുകയാണ് മാധവി (*ധർമസങ്കടം* എന്ന കഥ): അമ്മയുടെ അന്വേഷണങ്ങൾക്ക് ഉത്തരം കൊടുക്കാൻ അവൾക്കു കഴിയുന്നില്ല. ആ അവസ്ഥ ചെറുകാട് ഇപ്രകാരം ആവിഷ്കരിക്കുന്നു-ഒരു തുന്നൽ യന്ത്രത്തിൽപ്പെട്ട പട്ടുതുണിയുടെ വക്കുപോലെ അവളുടെ ചുണ്ടുകൾ അമർക്കപ്പെട്ടു." (ചെറുകാടിന്റെ ചെറുകഥകൾ-34) എന്നാൽ വേറെ ചില മാനങ്ങൾ ഈ ഉപമകളിൽ കൂടെക്കൂടെ അനാവൃതമാവുന്നുണ്ട്. അടുക്കളയിൽ പപ്പടത്തിന്റെ പേരിൽ പരസ്പരം കശപിശ കൂട്ടുന്ന മക്കൾ: അവരിൽ വഴക്കാളിയെത്തേടി നാണുമാസ്റ്റർ അകത്തേക്കു കടക്കുന്നത് "ഒളിവിലിരിക്കുന്ന ഒരു കമ്യൂണിസ്റ്റുകാരനെ പിടിക്കാനൊരുങ്ങുന്ന സബിൻസ്പെക്ടരെപ്പോലെ"യാണത്രെ! (*മുദ്രമോതിരം*-22). സ്വന്തം പീഡാനുഭവത്തിൽനിന്നു സ്വരൂപിച്ച ഈ ഉപമയിൽ ഒരു ലഘു നർമത്തിനേ ഇനി പലരും പ്രസക്തി കാണുന്നുള്ളൂ എന്നു വരാം. പക്ഷേ, ഇനിയുള്ള ഒന്നുരണ്ടെണ്ണം നോക്കുക: 1) വെള്ളം നന്നെ കഷ്ടിയായ കച്ചേരിക്കിണറ്റിനെക്കുറിച്ച് കുഞ്ഞാണ്ടി വാർഡറുടെ 'കമന്റ്:' "ഗവണ്മെന്റിന്റെ ബജറ്റും ആ കിണറും ഒരുപോലെയാണ്"- തടവുകാർ ഇരുപത്തഞ്ചായാലും അമ്പതായാലും ആ സബ്ജയിലിലുള്ളവരാകെ അതുകൊണ്ടുകഴിച്ചുകൂട്ടിക്കോളണം എന്നു സാരം! (*മുദ്രമോതിരം*-9). 2) താൻ നടാടെ തീവണ്ടിയിലെ ഇന്റർക്ലാസിൽ കേറാനിടയായി. അവിടത്തെ പരുവം: "പതിനാറാളുകൾക്ക് ഇരിപ്പിടസൗകര്യമുള്ള ആ ഇന്റർ ക്ലാസിൽ ഇരുപത്തഞ്ചിലധികം പേരുണ്ട്. പതിമൂന്നുപേർ നിൽക്കുകയാണ്. ബാക്കി പന്ത്രണ്ടുപേർ പതിനാറുപേർക്കുള്ള ഇരിപ്പിടം കയ്യേറി കാര്യക്കാരായി ഇരിക്കുകയാണ്." ഇതിനെക്കുറിച്ചു തന്റെ കമന്റ്: "ഇന്ത്യയിലെ ഭൂവുടമാവ്യവസ്ഥപോലെതന്നെയാണ് ഇന്റർക്ലാസിലെ ഇരിപ്പിടവ്യവസ്ഥയും" (*ചെകുത്താന്റെ* കൂട്-33). ഇത്തരം ഉപമകളുടെ സാംഗത്യവും സാരസ്യവും ഈ നാട്ടിൽ ശാശ്വതമാണെന്നുണ്ടോ! ഏതായാലും തങ്ങൾ പിറവിയെടുത്ത മനസിന്റെ പാകം ഇവയിൽനിന്നു ശരിക്കും പിടിച്ചെടുക്കാം.

കുട്ടിക്കാലത്തു ഞാൻ കുറെയൊക്കെ ഉൾക്കൊണ്ടുവെച്ചതും ക്രമത്തിൽ എന്റെ മനസിൽനിന്ന് ഊർന്നുപോവുകയാണോ എന്നു പേടിച്ചുകൊണ്ടിരിക്കുന്നതുമായ ഒരനർഘ വിഭവമത്രെ വള്ളുവനാടൻ ഗ്രാമീ

ണഭാഷ. ഇതിന്റെ കുറിക്കുകൊള്ളുന്ന ചമൽക്കാരം ഈ കഥകളിലെ പല സന്ദർഭങ്ങളിൽക്കൂടിയും ഇപ്പോൾ സാക്ഷാത്ക്കരിക്കാൻ കഴിയുക എന്നത് ഹൃദ്യമായ ഒരനുഭവംതന്നെ. ചുടലഭദ്രകാളിയുടെ മുണ്ടിലെ ഉപ്പു കൊറ്റൻ (രജിസ്ട്രാറുടെ ഔദ്യോഗിക സ്ഥാനത്ത് വാശിയോടെ ആസനസ്ഥനായ രാഘവവാര്യർ രജിസ്ട്രാർ വന്നു ഭീഷണിപ്പെടുത്തിയിട്ടും എണീറ്റുമാറാതെ അമർന്നിരിക്കുന്നിടത്തു വരുന്നതാണ് ഈ ഉപമ- *കാളിയമർദന*മെന്ന കഥ- *ചെകുത്താന്റെ കൂട്*-7): ഇര തെരഞ്ഞുനടക്കുന്ന ചുണ്ടെലി പാമ്പിൻകൊട്ട കടിച്ചുതുരക്കൽ (ഭർത്താവിന്റെ വിവരം വല്ലതും അറിയാനുള്ള അത്യാശയോടെ, അയൽവക്കത്ത് അദ്ദേഹത്തിന്റെ സഹപ്രവർത്തകൻ എത്തിയിരിക്കുന്നു എന്നുകേട്ട് ചെന്ന മാധവി ഭർത്താവ് മരിച്ചുപോയിരിക്കുന്നു എന്നു മനസിലാക്കുന്നിടത്തെ ഉപമ (-*ധർമ്മസങ്കട*മെന്ന കഥ - *ചെറുകാടിന്റെ ചെറുകഥകൾ*- 57) ഈ വക ദൃഷ്ടാന്തങ്ങളൊക്കെ, പഴഞ്ചൊല്ലുകളുടെ വർണശബളമായ ഭാവതലവുമായി ചെറുകാടിന്റെ ഭാഷയ്ക്കുണ്ടായിരുന്ന സർഗാത്മക ബന്ധം സ്പഷ്ടമാക്കിത്തരുന്നു. "കാതിലോല പൊന്നോല, കാണാഞ്ചെന്നപ്പോ തെങ്ങോല" (നാലണമാത്രം എന്നു പരസ്യപ്പെടുത്തിയ ഊണിന്റെ മഹിമയെക്കുറിച്ച് അമ്പൻ കുഞ്ഞമ്പു ഉന്നയിക്കുന്ന മനോഹരമായ സമാന്തരമാണിത് -*മുദ്രമോതിരം* 30) എന്നൊക്കെ ഈ വിഭവം ഫലപ്രദമായി വിനിയോഗിക്കുന്ന പ്രകരണങ്ങൾ വേറെയും ധാരാളം കാണാം.

ചുരുക്കം ഇതാണ്: ഭാഷ ഇഴയടർത്തി പരിശോധിച്ചാലുമതെ, ചെറുകാടിന്റെ കഥകളെപ്പറ്റി തുടക്കത്തിൽ തൊടുത്തുവെച്ച അനുമാനം ആകപ്പാടെ ഉറച്ചുകിട്ടുകയേ ചെയ്യൂ. ഈ വേനൽക്കായ്ക്കറികൾ കൃത്രിമമൊന്നും കോരിയിട്ട് ഉണ്ടാക്കിയെടുത്തവയല്ല: വെറും നാടൻമണ്ണിന്റെ പശിമയിൽ വിളഞ്ഞവയത്രെ. അത്തരം വിഭവങ്ങൾക്ക് ഈടു കൂടും. എന്നാണ് പറഞ്ഞുകേട്ടിട്ടുള്ളത്. നമുക്കു കാത്തിരിക്കാം പക്ഷേ, ഒന്നാണ് പേടി: വേനൽകായ്കറികളോടൊക്കെയുള്ള പ്രിയം വേഗം അപ്രത്യക്ഷമാവുകയാണെന്നുണ്ടോ? പരിഷ്കാരത്തിന്റേതായ പുതിയ വിഭവങ്ങളിൽ കമ്പം ജനിക്കുന്നതിൽ വിരോധമൊന്നുമില്ല. അപ്പോഴും പണ്ടത്തെ നാടൻ ചരക്കുകളുടെ പോഷകമൂല്യമെങ്കിലും പറ്റെ മറക്കാതിരുന്നാൽ നന്ന് എന്നുമാത്രം.

ചെറുകാടിന്റെ നാടകങ്ങൾ

പ്രൊഫ. പി ബാലകൃഷ്ണൻ നായർ

കഥയും കവിതയുമൊക്കെ വാങ്മയചിത്രങ്ങളിലൂടെ അനുവാചകനിൽ ഭാവോന്മീലനം സാധിക്കുമ്പോൾ നാടകം സജീവ പാത്രങ്ങളിലൂടെ പ്രേക്ഷകനെ സ്വാധീനിക്കുന്നു. അത് കാണാം, കേൾക്കാം, വായിക്കാം. അതുകൊണ്ട് അന്യസാഹിത്യരൂപങ്ങളെക്കാൾ അധികം ജനങ്ങളെ ഉദ്ബോധിപ്പിക്കാനും ഉത്തേജിപ്പിക്കാനും കഴിവുണ്ട് നാടകത്തിന്. ദരിദ്രന്മാർക്ക് വിദ്യാഭ്യാസം നിഷേധിക്കാൻ പറയുന്ന കാലത്ത് അവർക്കുകൂടി അഭിഗമ്യമായ 'അഞ്ചാം വേദ' മെന്ന നിലയ്ക്കാണ് ഭാരതത്തിൽ *നാട്യശാസ്ത്രം* രചിക്കപ്പെട്ടത്. നാടകകലയുടെ ജന്മസ്ഥാനമെന്ന് വിശ്വസിക്കപ്പെടുന്ന ഗ്രീസിൽ നാടകം ഒരു ജനകീയോത്സവമായിരുന്നു. അരിസ്റ്റോട്ടിലിന്റെ വിഖ്യാതമായ *വിരേചന സിദ്ധാന്തം* നാടകത്തിന്റെ സോദ്ദേശ്യതയ്ക്ക് തെളിവാണല്ലോ. മധ്യകാലയൂറോപ്പിൽ ക്രൈസ്തവമത പ്രചാരണത്തിന് ക്രൈസ്തവ നാടകവേദി നൽകിയ സംഭാവന പ്രസ്താവ്യമാണ്. ഇംഗ്ലണ്ടിൽ പ്യൂരിട്ടന്മാർ അധികാരത്തിൽ വന്നപ്പോൾ തിയേറ്ററുകൾ നിരോധിക്കപ്പെടുകയുണ്ടായി. നാടകങ്ങൾ അസാന്മാർഗികങ്ങളാണെന്നായിരുന്നു അവരുടെ ആരോപണം. യഥാർഥത്തിൽ നാടകത്തിന്റെ ജനകീയതയ്ക്ക് നൽകപ്പെട്ട പ്രമാണപത്രമല്ലേ ആ നിരോധനോത്തരവ്? കേരളത്തിന്റെ തനതായ കൂത്തും കൂടിയാട്ടവും കഥകളിയും തുള്ളലുമൊക്കെ ദൃശ്യകലകൾക്ക് ജനസാമാന്യത്തെ സ്വാധീനിക്കാനുള്ള കഴിവിനുദാഹരണങ്ങളാണ്. നാടകം വെറുമൊരു വിനോദോപാധിയായിരുന്നില്ലെന്നും പ്രാചീനകാലം മുതൽ അതിന്റെ സാമൂഹ്യപ്രയോജനം അംഗീകരിക്കപ്പെട്ടിട്ടുണ്ടെന്നുമാണ് പറഞ്ഞുവരുന്നത്.

നാടകം സാമൂഹ്യപരിവർത്തനത്തിന് പ്രയോജനപ്പെടാമെന്ന് തെളിയിച്ച നമ്മുടെ നാടകകൃത്തുകളിൽ പ്രഥമസ്ഥാനീയരാണ് വി ടി ഭട്ടതിരിപ്പാടും കെ ദാമോദരനും. 'അധികാരം കൊയ്യണമാദ്യം നാ'മെന്ന രാഷ്ട്രീയാശയം മലയാളസാഹിത്യത്തിലാദ്യമായി മുഴങ്ങിയത് ദാമോദരന്റെ *പാട്ടബാക്കി* യിലൂടെയാണ്. കാലത്തിന്റെ ആഹ്വാനമുൾക്കൊണ്ട് മറ്റു പലരും അത്തരം നാടകങ്ങളെഴുതി. "രാഷ്ട്രീയലക്ഷ്യം നേടുവാനുള്ള ബഹുസഹസ്രം ഉപാധികളിലൊന്നായി നാടകവേദിയെ" കണ്ടവരായിരുന്നു അവർ. "മലയാള നാടകവേദിയുടെ ചരിത്രത്തിലാദ്യമായി മനുഷ്യജീവിതത്തിലെ അതിപ്രധാനമായ ഒരു വശം-ജോലി ചെയ്തു ജീവിക്കുന്ന ബഹുഭൂരിപക്ഷത്തിന്റെ ജീവിതസമരം-കലാകാരൻ കൈകാര്യം ചെയ്യുന്ന വിഷയമായിത്തീർന്നത്" അവരുടെ കാലം മുതൽക്കാണ്. അവരുടെ നാടകങ്ങൾക്ക് മറ്റെന്തൊക്കെ വൈകല്യങ്ങളുണ്ടായിരുന്നുവെങ്കിലും കച്ചവടക്കണ്ണ് ഉണ്ടായിരുന്നില്ല. അവയുടെ പ്രചാരണപരത വളരെയേറെ വിമർശിക്കപ്പെട്ടിട്ടുണ്ട്. യഥാർഥത്തിൽ അവ ഉൾക്കൊണ്ട ആശയത്തോടായിരുന്നു എതിർപ്പ്. കേരളത്തിൽ പുരോഗമനസാഹിത്യപ്രസ്ഥാനത്തിന്റെ പ്രാരംഭം മുതൽ അതിന്റെ കൊടിക്കീഴിൽ നിലയുറപ്പിച്ച ഒരെഴുത്തുകാരനായിരുന്നു ചെറുകാട്. സജീവരാഷ്ട്രീയം സാഹിത്യകാരന് വർജ്യമാണെന്ന് സാഹിത്യത്തിലും രാഷ്ട്രീയത്തിലും പുരോഗമനത്തിന്റെ വക്താക്കളായിരുന്നവർപോലും വാദിച്ചിരുന്ന കാലത്ത് സജീവരാഷ്ട്രീയം സാഹിത്യത്തെ സജീവമാക്കുമെന്ന് സ്വന്തം സാഹിത്യത്തിലൂടെ സമർഥിക്കാൻ അദ്ദേഹത്തിന് കഴിഞ്ഞു. മനുഷ്യസമൂഹത്തിന്റെ സമൂലപരിവർത്തനത്തിന് പ്രയോഗിക്കാനുള്ള ആയുധമാണ് രാഷ്ട്രീയമെന്നിരിക്കെ മനുഷ്യന്റെ ആശയമണ്ഡലത്തെ സർവോപരി സ്വാധീനിക്കുന്ന സാഹിത്യം രാഷ്ട്രീയത്തിൽ നിന്നൊഴിഞ്ഞുനിൽക്കരുത്. അതുകൊണ്ടുതന്നെയാണ് പാർട്ടിപ്രവർത്തനവും സാഹിത്യപ്രവർത്തനവും അവിഭാജ്യമാണെന്ന് ലെനിൻ പറഞ്ഞത്. രാഷ്ട്രീയാതീതരെന്ന് സ്വയം വിശേഷിപ്പിച്ച് ഭരണാധികാരത്തിന്റെ ശ്രീകോവിലുകളിൽ ഭജനക്കാരായി കഴിയുന്ന ചില ബുദ്ധിജീവികളുടെ കാപട്യം ചെറുകാടിനുണ്ടായിരുന്നില്ല. അതുകൊണ്ട് എഴുത്തുകാരന്റെ ജീവിതം തന്നെയാണ് അയാളുടെ കലാസൃഷ്ടിയെന്നും ജീവിതദർശനം തന്നെയാണ് കലാദർശനമെന്നും മലയാളത്തിൽ ഏറ്റവും വിശ്വാസ്യമായി തെളിയിക്കാൻ അദ്ദേഹത്തിന് കഴിഞ്ഞു.

ചെറുകാടിന്റെ ജീവിത ദർശനത്തിനും കലാദർശനത്തിനും നിദർശങ്ങളായ ഏഴ് നാടകങ്ങളുടെ സമാഹാരമാണ് *അടിമകൾ സ്വതന്ത്രർ*, ജന്മി കുടിയാനെ, അമ്മാമൻ മരുമക്കളെ, സ്കൂൾ മാനേജർ മാസ്റ്റർമാരെ, പുരുഷന്മാർ സ്ത്രീകളെ-അങ്ങനെ സ്വയം മേലാളത്തം ചമഞ്ഞവർ കീഴാളരെ തങ്ങളുടെ കൈപ്പിടിയിലൊതുക്കിയിരുന്ന ഒരു കാലഘട്ടത്തിന്റെ വിങ്ങലും വീർപ്പുമുട്ടലും സ്വാതന്ത്ര്യത്തിനുശേഷം പിറന്നവർക്ക് ഊഹി

ക്കാൻപോലും സാധിക്കില്ല. അതുകൊണ്ട് ഈ നാടകങ്ങളിലൂടെ കടന്നുപോകുമ്പോൾ അൽപ്പം അമ്പരപ്പും അവിശ്വാസവും തോന്നാം. ആ കാലഘട്ടത്തിലെ ചരിത്ര രേഖകളാണ്, ഒരു കാണാക്കുരുക്കിൽ കുരുങ്ങി മോചനത്തിനുവേണ്ടി പിടയ്ക്കുന്ന മനുഷ്യരുടെ ചായക്കൂട്ടില്ലാത്ത ചിത്രങ്ങളാണ്, ഒരു കാലത്ത് ഈ നാട് നീളെ അഭിനയിക്കപ്പെടുകയും ആസ്വദിക്കപ്പെടുകയും ചെയ്തവയാണ് ഈ നാടകങ്ങൾ. ഈ ലോകത്തിൽ ജനിച്ചതുകൊണ്ട് ജീവിക്കുകയെന്ന ജന്മാവകാശത്തിനുവേണ്ടി പോരാടുകയാണ് തന്റെ കടമയെന്നറിഞ്ഞ ആജീവനാന്തം ആ കടമനിർവഹിച്ച ഒരെഴുത്തുകാരന്റെ സത്യസന്ധതയും സ്പഷ്ടതയുമാണ് ഈ കൃതികളുടെ മുഖമുദ്രകൾ. ജീവിതമെന്ന ഘോഷയാത്രയിൽ ആവുന്നത്ര ഘോഷത്തോടെ ഭാഗഭാക്കായ ചെറുകാടിന് അനുഭവങ്ങൾക്കുവേണ്ടി മറ്റൊരിടത്തും അന്വേഷിക്കേണ്ടിവന്നിട്ടില്ല. തൂമ്പകൊണ്ട് വള്ളുവനാടിന്റെ മണ്ണിൽനിന്ന് ഉപജീവനം നേടിയ ഈ കൃഷിക്കാരൻ തൂലികകൊണ്ട് ജീവൻ നൽകിയത് ആ മണ്ണിന്റെ മക്കൾക്കാണ്. ജീവിതത്തെക്കുറിച്ച് പുസ്തകങ്ങളിൽനിന്ന് പഠിച്ചിട്ടല്ല, ജീവിച്ചിട്ടാണ് അദ്ദേഹം ജീവിതകഥകളെഴുതിയത്. മാർക്സിസം ഉരുവിട്ടുറപ്പിച്ചിട്ടല്ല അദ്ദേഹം മാർക്സിസ്റ്റ് ആയത്. പഠിപ്പിക്കലല്ല ആഹ്ലാദിപ്പിക്കലാണ് കലാധർമമെന്ന് വാദിക്കുന്നവർ കലയുടെ സൗന്ദര്യാംശത്തിൽ മാത്രം കണ്ണുള്ളവരാണ്. പഠിപ്പിക്കലും കലാധർമമാണെന്ന് കരുതുന്നവരുടെ കൂട്ടത്തിൽപ്പെട്ടതുകൊണ്ട് ചെറുകാടിന്റെ ചില കൃതികൾ പ്രചാരണപരങ്ങളായിട്ടുണ്ട്. അതിന് കാരണം അദ്ദേഹം ജീവിച്ച കാലഘട്ടവും ഭാഗഭാക്കായ പ്രസ്ഥാനവുമാണ്. ഈ സമാഹാരത്തിലൂടെ സഞ്ചരിക്കുമ്പോൾ ചെറുകാടെന്ന കമ്യൂണിസ്റ്റുകാരനെയും സാഹിത്യത്തെ രാഷ്ട്രീയ പ്രവർത്തനമാക്കിയ സാഹിത്യകാരനെയുമാണ് നാം പരിചയപ്പെടുന്നത്.

നമ്മളൊന്ന്

ജന്മിയുടെ അടിയാളന്മാർ നമ്മളൊന്നാണെന്ന സത്യം ഉൾക്കൊണ്ടപ്പോൾ ജന്മിത്തം കഥാവശേഷമായ കഥയ്ക്കിന്ന് പ്രസക്തിയില്ല. ഭൂപരിഷ്കരണനിയമങ്ങളിൽ ഭരിക്കുന്നവരുടെ സൗകര്യത്തിനൊത്ത് വെള്ളം ചേരാറുണ്ടെങ്കിലും ഇവിടുത്തെ ഭൂവുടമ സമ്പ്രദായത്തിൽ വലിയ മാറ്റം വന്നിരിക്കുന്നുവെന്ന് സമ്മതിക്കണം. ഈ മാറ്റത്തെ ത്വരിതപ്പെടുത്തിയ രാഷ്ട്രീയ ഘടകം കമ്യൂണിസ്റ്റ് കക്ഷിയുടെ നേതൃത്വത്തിൽ രൂപംകൊണ്ട കർഷക പ്രസ്ഥാനമാണ്. 'ഇച്ചെങ്കൊടിക്ക് കീഴിലണിചേരുക, വിപ്ലവത്താൽ പാർത്തലത്തെ വെല്ലുമീച്ചെങ്കൊടിക്ക് കീഴിലണിചേരുക'യെന്ന ആഹ്വാനത്തോടെ *നമ്മളൊന്നി*ന്റെ തിരശീല വീഴുമ്പോൾ അതിലെ തനി രാഷ്ട്രീയം ചിലരെ ചൊടിപ്പിക്കുകയും ചെയ്തേക്കാം. 'പക്ഷേ, നമ്മളൊന്നാണ്–എനിക്കിപ്പോൾ പടിഞ്ഞു നമ്മളൊന്നാണ്' എന്ന് പങ്ങൻ നായർ അവറാനോട് പറയുമ്പോൾ പങ്ങന്മാരും അവറാന്മാരും ഉൾക്കൊ

ള്ളുന്ന വർഗം അതിന്റെ മോചനമാർഗം കണ്ടെത്തുകയാണെന്ന സത്യം അനിഷേധ്യമല്ലേ? നമ്പൂതിരിയുടെ മുമ്പിൽ ഓച്ഛാനിച്ച് സ്വന്തം നട്ടെല്ല് നഷ്ടപ്പെടുത്തിയ നായന്മാരുടെയും സ്വന്തം വിയർപ്പൊഴുക്കി ജന്മിയുടെ പത്തായം നിറച്ച് 'കർമണ്യേവാധികാരസ്തേ മാഫലേഷു കദാചന'യെന്ന സാരോപദേശം പ്രതിഫലം പറ്റിയിരുന്ന ഭൂരഹിത കർഷകരുടെയും പ്രതിനിധിയാണ് പങ്ങൻ നായർ. ജന്മി സൂത്രത്തിലൊഴിപ്പിച്ചെടുത്ത ഭൂമി കിസാൻ സംഘത്തിന്റെ നേതൃത്വത്തിൽ വീണ്ടെടുക്കുമ്പോൾ അയാൾ വർഗബോധത്തിന്റെ പ്രഥമഫലം കൈപ്പറ്റുന്നു. പാട്ടംകൊണ്ട് പത്തായം നിറച്ചുപോന്ന ജന്മിമാർ നിയമത്തെ തോൽപ്പിക്കാൻവേണ്ടി കൃഷിക്കാരായി വേഷമിട്ടപ്പോൾ പല കൃഷിക്കാർക്കും കൈവശാവകാശം കൈമോശം വന്നു. 'അട്യോനെ തല്ലാനും കൊല്ലാനും ഇവിടുത്തേക്ക് തന്നെയാണധികാര'മെന്ന ആത്മാർപ്പണം നടത്തുന്ന കുടിയാൻ 'തള്ളയ്ക്ക് ചൂടുമ്പോൾ കുട്ടി ചോട്ടിലാണെ'ന്ന പ്രായോഗിക വേദാന്തത്തിന്റെ തണലിൽ അടിച്ചിരുത്തുന്ന നമ്പൂതിരിത്തത്തിനൊത്ത് കോലം കെട്ടുന്ന തന്ത്രശാലിയാണ്. കോൺഗ്രസുകാരനാണെന്ന് ഭാവിക്കുകയും പുറത്തിറങ്ങുമ്പോൾ പൂണൂൽ ധരിക്കുകയും കമ്യൂണിസ്റ്റുകാർക്ക് സംഭാവന കൊടുക്കുകയും ചെയ്യുന്ന ആ ജന്മിയുടെ വേഷ പ്രച്ഛന്നരായ പ്രതിനിധികൾതന്നെയാണ് ഇന്നും ഇവിടുത്തെ കൈകാര്യകർത്താക്കന്മാർ. 'നമ്മളൊന്നാ'ണെന്ന അറിവേ അത്തരക്കാരിൽനിന്ന് പങ്കൻമാരെയും അവറാന്മാരെയും രക്ഷിക്കൂവെന്ന് പ്രത്യേകം പറയേണ്ടതില്ല.

അടിമ

നാടുവാഴിത്ത വ്യവസ്ഥിതിയിൽ സ്ത്രീ അച്ഛന്റെ, ഭർത്താവിന്റെ, മകന്റെ വരുതിയിൽ കഴിയേണ്ടവളാണ്. തന്നിമിത്തം സ്വാതന്ത്ര്യത്തിന് അവകാശമില്ലാത്തവളും. *അടിമ*യെന്ന ഏകാങ്കത്തിൽ സ്ത്രീയുടെ പരമ്പരാഗതമായ അടിമത്തമാണ് നാടകീകരിക്കപ്പെട്ടിട്ടുള്ളത്. ഇതിലെ ജാനകി മിസ്ട്രസിനെപ്പോലൊരു മിസ്ട്രസിനെ ഇപ്പോളെങ്ങും കണ്ടെത്താനാവില്ല. ഒരു ഭാഗത്തുനിന്ന് വീട്ടുകാരുടെ, മറുഭാഗത്തുനിന്ന് ഭർത്താവിന്റെ പിടിവലിയിൽപ്പെട്ടിട്ടും പൊട്ടിപ്പോകാത്ത സ്വന്തം ജീവിതമെന്ന കമ്പക്കയറിനെപ്പറ്റി പരാതിപ്പെടുന്ന, ഭർത്താവിന്റെ കോപത്തിനിരയായി 'എന്നെ കൊന്നേക്കൂ, എനിക്ക് നിശ്ചയമുണ്ട് ഞാൻ ചെയ്ത കുറ്റം. ഒരു സ്ത്രീയായിപ്പോയി'യെന്ന് മാത്രം പറഞ്ഞ് കണ്ണീരൊഴുക്കുന്ന കഥാപാത്രം പഴയ സർവംസഹയായ ഭാരതസ്ത്രീയെ ഓർമിപ്പിക്കുന്നില്ലേ? ഭാര്യയുടെ അടിമത്തത്തെ ഘനീഭവിപ്പിക്കാനാവണം നാടകകൃത്ത് ഭർത്താവിനെ ആവശ്യത്തിലേറെ ശുണ്ഠിക്കാരനും തന്നിഷ്ടക്കാരനുമാക്കിയത്. മകളുടെ പഠിപ്പിന് ചെലവിട്ട പണത്തിന്റെ പലിശ പിരിക്കുന്ന ആ അച്ഛനും ഒരു വല്ലാത്ത വേഷം തന്നെ. ദാരിദ്ര്യം മനുഷ്യന്റെ എല്ലാ മൃദുല ഭാവങ്ങളെയും മരവിപ്പിക്കുന്നുവെന്നാവാം. നാടകത്തിന്റെ വിവക്ഷിതം.

തറവാടിത്തം

മിഥ്യയുടെ തൂണിൽ കെട്ടിപ്പൊക്കിയ അന്തസ്സും ആഭിജാത്യവും ഒരിക്കൽ തകർന്നുവീഴാതെ വയ്യ. ആ അനിവാര്യമായ തകർച്ചയുടെ അനുകമ്പാർഹമായ കഥയാണ് *തറവാടിത്തം* പറയുന്നത്. തകരേണ്ടവയുടെ തകർച്ച ത്വരിതപ്പെടുത്തുക മാത്രമല്ല, തകർച്ചയുടെ ചാരത്തിൽ നിന്ന് വളരുന്ന ശക്തികളെ കണ്ടെത്തുകയും അവയുടെ വളർച്ചയ്ക്ക് തടംപിടിക്കുകയുംകൂടി സാമൂഹ്യബോധമുള്ള സാഹിത്യകാരന്റെ ധർമമാണ്. അതുകൊണ്ടാണ് ചെറുകാട് ഈ നാടകത്തിൽ തറവാട് തകർത്ത്. ഭാര്യവീട് തടിപ്പിക്കുന്ന മൂപ്പിൽനായരോടൊപ്പം തൂമ്പയെടുത്ത് പുതിയൊരു തറവാടിന് തടംപിടിക്കുന്ന ഇളയനായരെയും "കാമഭ്രാന്തുപിടിച്ച കൂറ്റനായ" രാമചന്ദ്രനോടൊപ്പം തെമ്മാടിയുടെ വേഷം വെടിഞ്ഞ് പട്ടാളക്കാരന്റെ കുപ്പായമണിഞ്ഞ ബാലരാമനുണ്ണിയെയും അവതരിപ്പിച്ചിട്ടുള്ളത്. മരുമകളെ ഗർഭിണിയാക്കിയ അടിച്ചുതളിക്കാരിയുടെ മകനോട് "നേ.... നേ നേരെ പൂമുഖത്തൂടെതന്നെ വന്നോളുണ്ടു സ....സ........സമ്മന്തത്തിന്ട്ട്വോ,"യെന്ന് പറയുമ്പോൾ പുതിയൊരു തറവാടിന്റെ മന്ത്രസൂക്തമാണ് ഇളയനായർ ജപിക്കുന്നത്. "പെറുമ്പോൾ വേദനിക്ക്വോ" യെന്നന്വേഷിക്കുന്ന കുട്ടിനേത്യാർ അന്തഃസാരശൂന്യമായ ആഭിജാത്യമല്ലാതെ മറ്റൊന്നുമില്ലാത്ത അന്ത:പുരത്തിൽ അടിച്ചുതളിക്കാരിയുടെ മകനിൽനിന്ന് പുതിയൊരു സാമൂഹ്യക്രമത്തെയാണ് ഗർഭം ധരിക്കുന്നത്. തറവാടികൾക്ക് ആരിൽനിന്നും ഗർഭം ധരിക്കാം. പിറക്കുന്ന കുഞ്ഞിന്റെ തന്തയ്ക്ക് തറവാടിയെന്ന മേൽവിലാസം വേണമെന്നേയുള്ളൂ. ആരോ ഗർഭിണിയാക്കിയവൾക്ക് വിളികേൾക്കാൻ വേലുനായന്മാരും മഹാലിംഗനെമ്പ്രാതിരിമാരും തയാറിരിക്കെ തറവാടിത്തത്തിനെന്തു തകരാറ്? മനുഷ്യന്റെ ക്ഷുദ്രതയും മഹത്വവുമുൾക്കൊള്ളുന്ന കഥാപാത്രങ്ങൾ ഈ നാടകത്തെ പഠനീയവും ദർശനീയവുമാക്കുന്നു. രാഷ്ട്രീയത്തിന്റെ തീക്ഷ്ണതകൊണ്ടല്ല, സാമൂഹ്യ യാഥാർഥ്യത്തിന്റെ തിക്തതകൊണ്ടാണ്" "തറവാടിത്തം" യാഥാസ്ഥിതികർക്ക് അസ്വാസ്ഥ്യജനകമാവുന്നത്!

സ്നേഹബന്ധങ്ങൾ

ഉറുപ്പിക അണപൈകൊണ്ട് സ്നേഹത്തെപ്പോലും അളക്കുന്ന സാധാരണക്കാരാണ് "സ്നേഹബന്ധങ്ങളി" ലെ കഥാപാത്രങ്ങൾ. അടിമയിലെ ജാനകി മിസ്ട്രസിന് ശാപമോക്ഷം കിട്ടിയപ്പോൾ ഈ നാടകത്തിലെ ലക്ഷ്മിക്കുട്ടി ടീച്ചറായി. ജാനകി ഭർത്താവിന്റെ–സ്ഥിതവ്യവസ്ഥയുടെ–മുമ്പിൽ അടിപണിയുമ്പോൾ ലക്ഷ്മിക്കുട്ടി ഭർത്താവിന്റെ മുഖത്തുനോക്കി കാര്യം പറയാനും ഭർത്താവിനെ ഉപേക്ഷിക്കാൻ നിർബന്ധിച്ച അമ്മാമനെ ഉപേക്ഷിക്കാനുമുള്ള ഉൾക്കരുത്ത് നേടിയിരിക്കുന്നു. തന്നെ സംശയിച്ച ഭർത്താവിനോട് "ഞാനൊരു സീതയല്ല, സാവിത്രി

യല്ല, ഒരു സാധാരണ മനുഷ്യസ്ത്രീയാണെ'ന്ന് പറയാനും "കെട്ടിയിട്ട പയ്യ് കുറ്റി പറിച്ചുപോകും പോലെ" ഭർത്താവിന്റെ കൂടെ ഇറങ്ങിപ്പോകാനുമുള്ള തന്റേടം കാണിച്ച ഈ ടീച്ചർ നമുക്കപരിചിതയല്ല– 'മറ്റുള്ളവരുടെ മുമ്പിൽ പൊതിയഴിച്ച് കാട്ടാൻ പാടില്ലാത്ത പലതുമുണ്ട്. അക്കൂട്ടത്തിലൊന്നാണ് ധനസ്ഥിതിയെന്ന് കരുതുന്ന, സ്വന്തം മക്കൾക്ക് ഒരു മുക്കാലിന്ന് എണ്ണ വാങ്ങി കൊടുക്കാത്ത അമ്മാമൻ; ഏട്ടനെ അനുസരിക്കാൻ ഭർത്താവ് ജീവിച്ചിരിക്കെ വൈധവ്യം വരിക്കുന്ന അമ്മു; ഇറങ്ങിപ്പോകാൻ പറഞ്ഞപ്പോൾ ഇറങ്ങിപ്പോകുകയും 'പട്ടിയെപ്പോലെ വീണ്ടും കടന്നുവരിക'യും ചെയ്യുന്ന അച്ഛൻ; അനുജത്തി മഴ നനഞ്ഞ് സ്കൂളിൽ പോകുമ്പോൾ സ്വന്തം കുട ഒളിപ്പിച്ചുവെക്കുന്ന ഏടത്തി; ഇവരെല്ലാം പഴയ മരുമക്കത്തായത്തറവാടുകളിലെ ദയനീയ ജീവികളാണ്. ജീവിതത്തിന്റെ തട്ടുംമുട്ടുമേറ്റ് തകർന്നുപോകുന്ന സ്നേഹബന്ധങ്ങളുടെ പ്രതിനിധികൾ.

സ്വതന്ത്ര

ശുദ്ധാശുദ്ധം ധാരാളമുള്ള നല്ല തറവാടി നായരായ അധികാരിയുടെ മകൾ ഒരു അന്യസമുദായക്കാരനെ കല്യാണം കഴിക്കുക, അയാൾ ഒരു ക്രിസ്ത്യാനി കൂടിയാവുക, അപ്പോൾ ആ തെമ്മാടിത്തത്തിനെതിരെ ഉയരുന്ന എതിർപ്പിന്റെ ശക്തി നമുക്ക് ഊഹിക്കാം. യാഥാസ്ഥിതികമതത്തിന്റെയും യാഥാസ്ഥിതികരാഷ്ട്രീയത്തിന്റെയും മുഖത്തടിച്ച 'സ്വതന്ത്ര'യെ അവർ വെറുതെ വിട്ടാലേ വിസ്മയിക്കാനുള്ളൂ. ക്രിസ്തുവിനെക്കാൾ ബറാബസിനെ ഇഷ്ടപ്പെട്ടവരുടെ പിന്മുറക്കാരാണല്ലോ ഇവിടത്തെ കമ്യൂണിസ്റ്റ് വിരുദ്ധന്മാർ. അവരുടെ കൺവെട്ടത്തുവച്ച് ആ അരുതായ്മ കാണിച്ച നാടകകൃത്തിനെ അവർ കുരിശിലേറ്റാത്തതു ജനാധിപത്യബഹുമാനം കൊണ്ടുതന്നെയാവണം; അല്ലെങ്കിൽ "കമ്യൂണിസ്റ്റുകാർ ഏതു സാമുദായിക – സാമൂഹ്യരംഗത്തും പറിച്ചുകളയാനാവാത്തവിധം ആണ്ടിറങ്ങിയിരിക്കുന്നു"വെന്ന സമകാലീനയാഥാർഥ്യം അംഗീകരിക്കാൻ നിർബന്ധിതരായതുകൊണ്ട്.

അധികാരി ഇന്നലെയുടെ പ്രതിനിധിയാണ്; മകൾ നാളെയുടെയും. കമ്യൂണിസത്തെ ഒരു ഫാഷനായി കൈക്കൊണ്ടവർ കുറവല്ല. സൗകര്യത്തിനൊത്ത് വിവാഹം കഴിക്കുന്നവരെന്നും പുതുമണവാളന്മാരായി വിലസുന്നു. അത്തരക്കാരിലൊരാളാണ് രജിസ്ട്രാർ പത്മനാഭൻ. റവന്യൂ ഇൻസ്പെക്ടരെ പരിത്യജിച്ച് കമ്യൂണിസ്റ്റുകാരനെ പരിഗ്രഹിക്കുന്ന പത്മാവതി പിറക്കാനിരിക്കുന്ന സ്വതന്ത്രസമൂഹത്തിന്റെ പുലരിത്തുടിപ്പാണ്.

മനുഷ്യഹൃദയങ്ങൾ

പ്രസിദ്ധീകരിക്കപ്പെട്ട കാലത്ത് 'അശ്ലീല'മെന്ന് വിശേഷിപ്പിക്കപ്പെട്ടതാണത്രേ *മനുഷ്യഹൃദയങ്ങൾ*. അതിലെ അശ്ലീലമെന്താണെന്ന് നമു

ക്കിപ്പോൾ അത്ഭുതം തോന്നാം. കള്ളന്മാരെ കള്ളന്മാരെന്ന് വിളിക്കാനുള്ള ചങ്കുറപ്പ് ചെറുകാടിനുണ്ടായിരുന്നു. അതുകൊണ്ടാണ് വിമർശകന്മാർക്ക് മറുപടിയായി അദ്ദേഹം എഴുതിയത്: "ഇതിൽ അശ്ലീലമുണ്ടാവാം. മനുഷ്യഹൃദയങ്ങളിൽ ഇതിലും വലിയ അശ്ലീലം കട്ടപിടിച്ചു കിടക്കുന്നുണ്ട്. അതൊക്കെ പുറത്ത് കളയേണ്ടതുമാണ്. ഒരു വിരേചനൗഷധത്തിന്റെ കടുക്കയ്ക്കും തൃകോൽപ്പകൊന്നയ്ക്കും ചവർപ്പുണ്ടെങ്കിൽ സഹിക്കണം. മധുരവും ചൂടുമുള്ള കാപ്പി കുടിച്ച് മൂടിപ്പുതച്ച് കിടക്കണം."

തറവാടികളുടെ മനസിലെ ചെറ്റത്തരങ്ങളാണ് ചെറുകാട് ഈ നാടകത്തിലൂടെ പ്രകടമാക്കുന്നത്. തറവാട് ഭാഗിക്കാൻ തിടുക്കപ്പെടുന്ന ഏട്ടത്തിയും അനിയത്തിയും അവരുടെ ഭർത്താക്കന്മാരും കാണിക്കുന്ന ചെറ്റത്തരങ്ങൾ 'അശ്ലീലം' തന്നെയാണ്. കാരണവരുടെ ഓർമക്കേടിനെ ചൂഷണംചെയ്യുന്ന മരുമക്കൾ, സന്തത്യുൽപ്പാദനം മാത്രം തൊഴിലാക്കിയ സംബന്ധക്കാർ, സ്വന്തം മക്കളുടെ പിതൃത്വത്തെപ്പറ്റി സംശയിക്കുന്ന പിതാക്കൾ ഇവരൊക്കെ മനുഷ്യമനസിലെ അശ്ലീലത്തിന്റെ പ്രതിനിധികളാണ്. എച്ചിൽകുപ്പ ചെനക്കിയാൽ ദുർഗന്ധം വമിക്കുമെന്നുള്ളതുകൊണ്ട് ചെനക്കാതിരിക്കാതിരിക്കുകയോ ചെനക്കുന്നേടത്ത് കണ്ണും മൂക്കും പൊത്തിക്കിടക്കുകയോ ആണ് പ്രായോഗിക ബുദ്ധി. ചെറുകാട് എച്ചിൽക്കുപ്പകൾ ചെത്തിച്ചിനക്കി കുഴിച്ചുമൂടണമെന്ന പക്ഷക്കാരനായിരുന്നു. അത്രമാത്രമാണ് ഈ നാടകത്തിലെ 'അശ്ലീല'വും.

കുട്ടിത്തമ്പുരാൻ

സ്വകാര്യസ്കൂൾ കച്ചവടക്കാരുടെ കയ്യിൽനിന്ന് വിദ്യാഭ്യാസരംഗം ഇന്നും വിമുക്തമായിട്ടില്ലെങ്കിലും അവർ ഒരളവിലോളം നിയന്ത്രണവിധേയരായിരിക്കുന്നു. അധ്യാപകപ്രസ്ഥാനത്തിന് നന്ദിപറയുക. 'ഈ നാടകമെഴുതിക്കഴിഞ്ഞശേഷം കേരളത്തിലെ വിദ്യാഭ്യാസലോകത്തിൽ പല മാറ്റങ്ങളും വന്നുകഴിഞ്ഞു. മാനേജർമാർ നിന്ന് വിറയ്ക്കുകയാണ്. അടുത്ത ഭാവിയിൽത്തന്നെ അവർ ഭൂമുഖത്തുനിന്ന് അപ്രത്യക്ഷരാവും. പഴയ മാനേജർമാരെ കാണാൻ വല്ലവർക്കും ആഗ്രഹമുണ്ടെങ്കിൽ ഈ നാടകമൊന്ന് കളിക്കാ'മെന്ന നാടകകൃത്തിന്റെ പ്രവചനം ഫലീഭവിച്ചിട്ടില്ലെങ്കിലും സ്കൂൾമാനേജരെന്ന പാണ്ടൻനായുടെ പല്ലിന്റെ ശൗര്യം പണ്ടേപോലെ ഫലിക്കുന്നില്ലെന്നതൊരു വസ്തുതയാണ്. പക്ഷേ, ഇന്നത്തെ സ്കൂൾക്കച്ചവടം പൂർവാധികം ലാഭകരവും അനായാസവുമായിരിക്കുകയല്ലേ? ഇവിടുത്തെ രാഷ്ട്രീയകച്ചവടത്തിൽ വിദ്യാഭ്യാസം വിലപിടിപ്പുള്ള ഒരു ചരക്കായിത്തീർന്നിരിക്കുകയല്ലേ?

പ്രമത്തൻനമ്പൂതിരിപ്പാടെന്ന, ജന്മികൂടിയായ ഒരു സ്കൂൾമാനേജർ തന്റെ കുടിയാന്മാരായ സ്കൂൾ ശിപായിയുടെയും സ്കൂൾ അധ്യാപികയുടെയും അവകാശ ബോധത്തിനു മുമ്പിൽ തോൽക്കുന്നതാണ് *കുട്ടി*

*ത്തമ്പുരാനി*ലെ പ്രതിപാദ്യം. ആ തോൽവിയുടെ തീയിൽ നെയ്യൊഴിക്കുന്ന ജനകീയശക്തിയുടെ ചേരിയിൽ നിൽക്കുന്ന കുട്ടിത്തമ്പുരാൻ യാഥാസ്ഥിതികത്വത്തിനെതിരായി ഉയരുന്ന ഉൽപ്പതിഷ്ണുത്വമാണ്. രാരിച്ചൻ ശിപായിപ്പണി വലിച്ചെറിയുന്നത് സർവീസ് സംഘടനയുടെ പിൻബലത്തിലല്ല. "കുറച്ചു കുറുമ്പില്ലെങ്കിൽ ഈ ലോകത്തിൽ കഴിഞ്ഞുകൂടാനാവില്ലെ"ന്ന അനുഭവപാഠത്തിന്റെ ബലത്തിന്മേലാണ്. പോസ്റ്റ്മാസ്റ്റർകൂടിയായ ഹെഡ്മാസ്റ്ററിൽനിന്ന് നിശ്ചിതദിവസംതന്നെ മകളുടെ ശമ്പളം വാങ്ങാനും മാനേജരുടെ ഭാര്യക്ക് കൊടുക്കാനുള്ള 'വഴിപാട്' കൊടുക്കാതിരിക്കാനും അയാൾക്ക് കഴിയുന്നത് ആ കുറുമ്പുകൊണ്ടാണ്. ഉടുത്ത പ്രാന്ത് ഉടുക്കാത്ത പ്രാന്തിന്റെ മുമ്പിലേ അടങ്ങാറുള്ളൂ.

രാരിച്ചന്റെ മകളായ ദേവകി തന്റേടവും താൻപോരിമയുമുള്ള അധ്യാപികയാണ്. മാനേജരും മാനേജരെപ്പോലെയുള്ളവരും "വലിയവരാവുന്നത് നമ്മുടെ പുറത്ത് ചവിട്ടിക്കേറിനിന്നിട്ടാ. നിലത്ത് നിന്നാൽ അവരും നമ്മളോളം തന്നേള്ളൂ"വെന്ന സത്യം ഉൾക്കൊള്ളുന്ന അവൾ ഉദ്യോഗം പോകുമെന്നറിഞ്ഞിട്ടും കേശവത്തരകന്റെ 'ഞരമ്പുരോഗ'ത്തിന് വഴങ്ങാൻ തയാറാവുന്നില്ല. പണിപോയപ്പോൾ 'മാനംമര്യാദയോടെ ഇരിക്കാ'മെന്ന നിഷ്ക്രിയത്വം കൈക്കൊള്ളാതെ അവൾ അനിയന്റെ സഹായം തേടി. അവകാശം തിരിച്ചെടുക്കാനുള്ള ഔദ്യോഗിക നിർദേശം മാനേജർ അനുസരിച്ചില്ല. അയാൾ സ്കൂൾ പൂട്ടിയിട്ട് പ്രതാപം നിലനിർത്തി. കുട്ടിത്തമ്പുരാൻ നാട്ടുകാരുടെ കൂടെനിന്ന് പുതിയ സ്കൂൾ തുടങ്ങി. കോടതിയുടെ സഹായത്തോടെ രാരിച്ചനും ജന്മിയുടെ മുഷ്കിൽനിന്ന് മുക്തിനേടി. ജന്മിയും സ്കൂൾ മാനേജറും തോറ്റു. കുടിയാനും അധ്യാപകനും ജയിച്ചു. ആ ജയം ഒറ്റപ്പെട്ട വ്യക്തിയുടെയല്ല. സംഘടിതപ്രസ്ഥാനത്തിന്റെയാണ്.

അടിമകൾ സ്വാതന്ത്ര്യം നേടുന്നത് ആരുടെയും സൗജന്യംകൊണ്ടല്ല, നിരന്തരവും നിസ്തന്ദ്രവുമായ സമരത്തിലൂടെയാണ്. ആ സമരാങ്കണങ്ങളായിരുന്നുവല്ലോ ചെറുകാടിന്റെ വിശ്വവിദ്യാലയങ്ങൾ. അവിടെനിന്ന് അദ്ദേഹം നേടിയ അറിവാണ് ഈ നാടകങ്ങളുടെ ചൂടും ചൈതന്യവും. ഇവയിലെ കഥാപാത്രങ്ങൾ ഇന്നലെ ജീവിച്ചവരാണ്. മാറിയ സാഹചര്യങ്ങളിൽ പുതിയ പ്രശ്നങ്ങളുമായി ഇന്നും ജീവിക്കുന്നവരാണ്. അവർ 'താനൊറ്റയിൽ ബ്രഹ്മപദം കൊതിക്കുന്ന' തപോനിധികളല്ല. അസ്തിത്വത്തിന്റെ അർഥം തേടി ലഹരികളിൽ അഭയം നേടുന്നവരുമല്ല. അടിമകളുടെ മോചനസമരത്തിലെ ധീരന്മാരായ പോരാളികളാണ്.

നമ്മുടെ നാടകവേദിയിൽനിന്ന് കിന്നരിത്തൊപ്പികളെയും പട്ടുടയാടകളെയും നാടുകടത്തി അവിടെ തോർത്തുമുണ്ടുകൾക്കും പാളത്തൊപ്പികൾക്കും പ്രവേശം നൽകാൻ മുൻകൈ എടുത്തവരുടെ മുന്നിലായിരുന്നു ചെറുകാട്. മറ്റെന്തൊക്കെ കുറവുകളുണ്ടായാലും പ്രസ്തുത നാടകങ്ങളുടെ ചരിത്രപരമായ സവിശേഷത സ്മരണീയമാണ്. വെളിച്ച

ത്തിന്റെ വിളയാട്ടങ്ങളായ പുതിയ നൃത്ത–സംഗീത–സാമൂഹ്യ–രാഷ്ട്രീയ –പൊറാട്ട്–നാടകങ്ങളുടെ തിരക്കുത്തിൽ ഈ പഴയ നാടകങ്ങൾക്ക് നില നിൽപ്പുണ്ടാവില്ല. എന്നാലും അടിമകളുടെ മോചനം ഇന്നും വിദൂരത്തി ലായിരിക്കെ അവയിലെ പ്രമേയങ്ങൾ ഇന്നും പ്രസക്തമല്ലേ? അതു കൊണ്ട് ചില ചില്ലറ ഭേദഗതികളോടെ ഇന്നും അവതരണയോഗ്യങ്ങൾ തന്നെ ഈ നാടകങ്ങൾ. നമ്മുടെ കലാ–സാംസ്കാരിക പ്രവർത്തക ന്മാരും ഗൾഫ് പണക്കാരെ നോട്ടമിട്ടിരിക്കുന്നതുകൊണ്ട് നാടകം 'നാട്ടു കാരി'ൽ നിന്നകന്നിരിക്കുന്നു. അതുകൊണ്ട് ജനകീയ രാഷ്ട്രീയകക്ഷി കളെങ്കിലും ജനങ്ങൾക്ക് അത്യാവശ്യമായ രാഷ്ട്രീയവിദ്യാഭ്യാസം നൽകാൻ ഇത്തരം നാടകങ്ങൾ പ്രയോജനപ്പെടുത്താൻ മുൻകൈ എടു ക്കേണ്ടതാണ്.

അടിമകൾ സ്വതന്ത്രർ എന്ന സമാഹാരത്തിൽ (1978) (ഇപ്പോൾ വിൽപ്പനയ്ക്കില്ല). *കുട്ടിത്തമ്പുരാട്ടി, രക്തേശ്വരി, അണക്കെട്ട്, ഒടുക്കത്തെ ഓണം, ജന്മഭൂമി, വാൽനക്ഷത്രം, ഡോ. കചൻ* എന്നീ നാടകങ്ങൾ ഉൾപ്പെടുത്തിയിട്ടില്ല. *വിശുദ്ധനുണ, മുളങ്കൂട്ടം, കൊടുങ്കാറ്റ്* എന്നീ സമാ ഹാരങ്ങളിലുള്ള ലഘുനാടകങ്ങൾ പിന്നീട് *ചെറുകാടിന്റെ ഏകാങ്കങ്ങൾ* (ശക്തിബുക്സ് പെരിന്തൽമണ്ണ 2003) എന്ന് സമാഹരിച്ച ഏകാങ്കങ്ങളും അതിലില്ല. മലയാളത്തിലെ ലക്ഷണമൊത്ത ഏകാങ്കങ്ങളെന്ന് ഖ്യാതി നേടിയവയാണ് അവ.

നോവലിസ്റ്റായ ചെറുകാട്

കടത്തനാട്ട് നാരായണൻ

നമ്മുടെ നോവൽ സാഹിത്യശാഖയിൽ ഏറ്റവുമധികം വിലമതിക്കപ്പെടുന്ന സംഭാവനകൾ ലഭിച്ചത് 1950 മുതൽ 80 വരെയുള്ള കാലഘട്ടത്തിലാണല്ലോ. *അയൽക്കാർ, ഏണിപ്പടികൾ, ഒരു ദേശത്തിന്റെ കഥ, അമ്മിണി, മഞ്ഞ്, തോറ്റങ്ങൾ, നെല്ല്, സുന്ദരികളും സുന്ദരന്മാരും, അഗ്നിസാക്ഷി, യന്ത്രം, പിതാമഹൻ, സ്മാരകശിലകൾ, ഉഷ്ണമേഖല, ദ്വന്ദ്വയുദ്ധം* എന്നീ കൃതികൾ പുറത്തുവന്ന ഈ കാലയളവ് തീർച്ചയായും നോവലിനെ സംബന്ധിച്ചിടത്തോളം സുവർണകാലം തന്നെയായിരുന്നു. സാമ്പ്രദായിക രീതിയിലും ബോധധാരാ രീതിയിലുമെഴുതപ്പെട്ട കൃതികൾ ഇക്കൂട്ടത്തിലുണ്ടായിരുന്നു. സാമൂഹിക പ്രശ്നങ്ങളും മനഃശാസ്ത്രപ്രശ്നങ്ങളും അടങ്ങിയ കൃതികളുമുണ്ട്. നമ്മുടെ സാമൂഹിക രാഷ്ട്രീയ ചലനങ്ങൾ പ്രതിഫലിപ്പിക്കപ്പെട്ട ചില നോവലുകൾ ശിൽപ്പപൂർണതയുള്ളതാണെന്നതും നേരുതന്നെ. സാമൂഹിക സാംസ്കാരിക ജീവിതത്തിലെ ജീർണത, ഉദ്യോഗസ്ഥമേധാവിത്വം, ധാർമികച്യുതി, പണത്തിന് വേണ്ടിയുള്ള അമിതമായ ആഗ്രഹം, പാവപ്പെട്ടവന്റെയും ഇടത്തരക്കാരന്റെയും ദുരിതങ്ങൾ എന്നിവയെല്ലാം എഴുത്തുകാരന്റെ ശ്രദ്ധയ്ക്ക് വിഷയമായി. എന്നാൽ ഇക്കാലത്തെ നോവലുകളിലൂടെ വെളിച്ചംകണ്ടത് സാമൂഹിക സത്യങ്ങളുടെ അപൂർണാംശങ്ങളായിരുന്നുവെന്ന് സൂക്ഷ്മദൃക്കുകൾക്ക് കാണാൻ കഴിയും. സംവിധാനങ്ങളുടെ വളർച്ചയും അപചയവും ശാസ്ത്രീയമായി അപഗ്രഥിക്കുന്ന കൃതികൾ ഇക്കൂട്ടത്തിലുണ്ടായിരുന്നില്ലെന്നുവേണം പറയാൻ. ചാട്ടവാറടിയേൽക്കുന്ന അടിമയോട് സഹാനുഭൂതിയുണ്ടാവുക എന്ന കേവല ഹ്യൂമനിസത്തിൽനിന്നും, ചാട്ടവാറേന്തിനിൽക്കുന്ന മർദകന്റെ കയ്യിൽനിന്ന് അത് പിടിച്ചുവാങ്ങി വലിച്ചെറിയുക എന്ന മാർക്സിസ്റ്റ് ഹ്യൂമനിസത്തിന്റെ മാർഗത്തിലേക്ക്

സാഹിത്യം വഴി മാറിയിരുന്നുവല്ലോ. ഈ മാറ്റം മനസിലാക്കുകയും ഉൾക്കൊള്ളുകയും ചെയ്ത ഒരേയൊരു നോവലിസ്റ്റാണ് ചെറുകാട്. യുക്തിസഹമായ ചരിത്രാവബോധത്തിലൂടെ സാമൂഹികമാറ്റങ്ങളെ കണ്ടെത്തുകയും വിലയിരുത്തുകയും ചെയ്യുന്ന നോവലുകൾ എഴുതാനുള്ള കഴിവ് ചെറുകാടിന് ലഭിച്ചത് ഈ കാഴ്ചപ്പാടിൽനിന്നുമാണ്.

1950 മുതലുള്ള കാൽനൂറ്റാണ്ടോളം വരുന്ന കാലയളവിന്റെ സവിശേഷതകളെന്തെല്ലാമായിരുന്നു? കമ്യൂണിസ്റ്റ് കർഷക പ്രസ്ഥാനങ്ങളുടെ വളർച്ച, തൊഴിൽ സമരങ്ങൾ, മുതലാളിത്തത്തിന്റെ വളർച്ചയോടെ ഇളക്കം തട്ടുകയും ഇടിഞ്ഞുവീഴുകയും ചെയ്തുകൊണ്ടിരുന്ന നാടുവാഴിത്തം, അധ്യാപകപ്രസ്ഥാനത്തിന്റെ വളർച്ച, ജന്മിത്തത്തിനെതിരായി ഒറ്റപ്പെട്ടതും ചിലപ്പോൾ ഒത്തുചേർന്നതുമായ ശബ്ദം, ജനസംഖ്യാവർധന, നിരക്ഷരതാനിർമാർജനത്തിലെ പരാജയം, പഞ്ചവത്സരപദ്ധതികളുടെ അപചയം, വർധിച്ചുവന്ന കൈക്കൂലിയും കരിഞ്ചന്തയും തുടങ്ങി നിരവധി പ്രശ്നങ്ങൾകൊണ്ട് കലുഷിതമായ അന്തരീക്ഷമാണുണ്ടായിരുന്നത്. ഇവയെ സത്യസന്ധമായി പ്രതിഫലിപ്പിക്കുക മാത്രമല്ല, വരാൻ പോകുന്ന സമൂഹത്തെക്കുറിച്ച് പ്രതീക്ഷയുണർത്തുകകൂടി ചെയ്തുവെന്നതാണ് ചെറുകാട് നോവലുകളുടെ ഏറ്റവും വലിയ സവിശേഷത. തനതായ ഒരു ജീവിത വീക്ഷണമുണ്ടായിരുന്നതുകൊണ്ടാണ് ചെറുകാടിനിത് സാധിച്ചത്. പ്രകൃതിശക്തികളെ കീഴടക്കിക്കൊണ്ടും കീഴ്മേൽമറിച്ചുകൊണ്ടും സ്വന്തം ഭാഗധേയം ഉറപ്പിച്ചുകൊണ്ടിരുന്ന മനുഷ്യനാണ് ഈ വീക്ഷണത്തിലെ കേന്ദ്രബിന്ദു. പക്ഷേ, ഈ മനുഷ്യൻ ഷോപ്പനോവറും കീർക്കെഗോഡും നീച്ഷേയും സ്പെംഗ്ളറും വിഭാവനം ചെയ്ത മനുഷ്യനിൽനിന്നും വ്യത്യസ്തനായിരുന്നു. നശിപ്പിക്കാൻ സാധിക്കുമെങ്കിലും മനുഷ്യനെ ഒരിക്കലും തോൽപ്പിക്കാനാവില്ലെന്ന ഹെമിങ്വെയുടെ വിശ്വാസം തന്നെയായിരുന്നു ചെറുകാടിനുണ്ടായിരുന്നത്. വ്യക്തിയുടെ സ്വകാര്യജീവിതത്തിലെ സങ്കീർണപ്രശ്നങ്ങൾ ചെറുകാടിനെ ആകർഷിച്ചതേയില്ല. സമൂഹത്തെ പരിവർത്തനം ചെയ്യിക്കാനായി സംഘം ചേർന്നവരുടെ കഥയാണ് അദ്ദേഹത്തിന് പറയാനുള്ളത്. വാടിക്കൊഴിയാൻ പോകുന്നതിനെയും വിടരാനിരിക്കുന്നതിനെയും വേർതിരിച്ചറിയാൻ ചെറുകാടിന് കഴിഞ്ഞിരുന്നു. നാശോന്മുഖമായ നാടുവാഴിത്തത്തെയും നാമ്പെടുത്തുവരുന്ന വിപ്ലവാഭിമുഖ്യത്തെയും പശ്ചാത്തലമാക്കി എഴുതപ്പെട്ട *മണ്ണിന്റെ മാറിൽ*, കോൺഗ്രസ് സോഷ്യലിസ്റ്റു പാർട്ടിയുടെ വളർച്ചയുടെ ചിത്രീകരണത്തിലൂടെ സാമൂഹികചലനങ്ങളുടെ കുരുക്ക് അഴിക്കുന്ന *മുത്തശ്ശി*, നാടുവാഴികുടുംബത്തിൽപ്പെട്ടവനെങ്കിലും സ്വയം കണ്ടെത്തുകയും വർഗബോധമുള്ളവനായിത്തീരുകയും ചെയ്യുന്ന കുഞ്ഞുക്കുട്ടക്കുറുപ്പിനെ അവതരിപ്പിക്കുന്ന *ശനിദശ*, തൊഴിലാളിവർഗബോധത്തിന്റെ ഉറയൂരി ബൂർഷ്വാസിയുടെ പാളയത്തിലേക്ക് ചെന്നെത്തുന്ന രാമചന്ദ്രനെക്കുറിച്ചുള്ള *ദേവലോകം* എന്നീ കൃതികളെല്ലാം കാലഘട്ടത്തിന്റെ യാഥാർഥ്യങ്ങളെ കലാത്മകമായി ആവിഷ്ക

രിക്കുന്ന നോവലുകളാണ്. തന്റെ നോവലുകൾക്ക് ശില്പസംവിധാന ഭംഗിയുണ്ടാക്കാനുള്ള പരീക്ഷണങ്ങളിൽ ചെറുകാട് ഒരിക്കലും താൽപ്പര്യം കാണിച്ചിരുന്നില്ല. നാം അവയിൽ കാണുക സത്യത്തിന്റെ സൗന്ദര്യത്തിന്റെ സൗന്ദര്യമാണ്. യാഥാർഥ്യത്തിന്റെ പരുക്കൻ ക്യാൻവാസിൽ പ്രത്യക്ഷപ്പെടുന്ന കഥാപാത്രങ്ങളാണല്ലോ നാണിമിസ്ട്രസ്സും കൊച്ചുകൊണ്ടേരനും കുഞ്ഞുക്കുട്ടക്കുറുപ്പും തങ്കമ്മയും ചന്തുക്കുട്ടിയും രാമചന്ദ്രനും. ഈ കഥാപാത്രങ്ങളെല്ലാം റിയലിസ്റ്റിക് ഹ്യൂമനിസത്തിന്റെ നിത്യസ്മാരകങ്ങളായി മാറിയിരിക്കുന്നു.

തികച്ചും പ്രതിജ്ഞാബദ്ധനെന്ന് വിശേഷിപ്പിക്കാവുന്ന ഒരെഴുത്തുകാരനാണ് ചെറുകാട്. താൻ ജീവിക്കുന്ന കാലഘട്ടത്തിലെ യാഥാർഥ്യത്തിന്റെ ഏതെങ്കിലും ഒരു സവിശേഷതയിലേക്ക് ശ്രദ്ധക്ഷണിക്കുകയും സ്വന്തം വിധിന്യായം വെളിപ്പെടുത്തുകയുമാണ് പ്രതിജ്ഞാബദ്ധനായ ഒരെഴുത്തുകാരൻ ചെയ്യേണ്ടത്. ഈ ആശയം യുദ്ധാനന്തര ഫ്രാൻസിൽ നാമ്പെടുത്തത്, സാഹിത്യപ്രശ്നങ്ങൾക്കുള്ള ഉത്തരമെന്ന നിലയിലും സാമൂഹികാവശ്യങ്ങൾക്കുള്ള വിലയേറിയ സംഭാവനയെന്ന നിലയിലുമായിരുന്നു. ദ്രുതഗതിയിൽ മാറിക്കൊണ്ടിരിക്കുന്ന വർഗസമൂഹത്തിലെ യാഥാർഥ്യങ്ങളെ മനസിലാക്കാൻ, അതിൽ മുഴുകുന്ന ഒരാൾക്കേ സാധിക്കുകയുള്ളൂ. സമൂഹത്തെ മാറ്റാൻ വേണ്ടിയുള്ള പ്രസ്ഥാനങ്ങളിൽ സജീവപങ്കാളിത്തം വഹിച്ചിരുന്ന ആളാണല്ലോ ചെറുകാട്. ഈ പ്രവർത്തനത്തിൽ പഴമയിൽനിന്ന് സ്വീകരിക്കേണ്ടത് എന്തൊക്കെയാണെന്ന് അദ്ദേഹത്തിനറിയാമായിരുന്നു. ചെറുകാടിന്റെ പ്രത്യയശാസ്ത്രസ്ഥിരത പ്രസിദ്ധമാണല്ലോ. എന്നാൽ പ്രതിജ്ഞാബദ്ധതയെയും പ്രത്യയശാസ്ത്രസ്ഥിരതയെയും പരിഹസിക്കുന്നവരുണ്ടെന്ന് നമുക്കറിയാം. ഇത് രാഷ്ട്രീയത്തിന് വലിയ സ്ഥാനം നൽകുന്നുവെന്നതാണ് ആക്ഷേപങ്ങളിലൊന്ന്. ചെറുകാടിന്റെ നോവലുകളെക്കുറിച്ച് മുഖ്യമായ ആരോപണം ഇതാണല്ലോ. സൂക്ഷ്മമായാലോചിച്ചാൽ ഓരോ കാലത്തെയും യഥാർഥ പ്രതിസന്ധി ആ കാലത്തെ രാഷ്ട്രീയപ്രതിസന്ധിയായിരിക്കുമെന്ന് കാണാൻ പ്രയാസമില്ല. ആധുനിക നാഗരികതയെ അലട്ടുന്ന ഏറ്റവും വലിയ പ്രശ്നം അണുവായുധത്തിന്റേതാണ്. ഇതിൽനിന്നും ഒഴിഞ്ഞുമാറാൻ ഒരെഴുത്തുകാരനും സാധിക്കില്ല. യഥാർഥത്തിൽ ആണവയുദ്ധത്തിന്റെ ഭീഷണി രാഷ്ട്രീയവുമായി ബന്ധപ്പെട്ടതല്ലേ? നമ്മുടെ ദേശീയ പ്രസ്ഥാനത്തിന്റെയും സ്വാതന്ത്ര്യസമ്പാദനത്തിന്റെയും കാലം പരിശോധിക്കുക. ഈ കാലത്തെ പ്രശ്നങ്ങളെല്ലാം രാഷ്ട്രീയവുമായി ബന്ധപ്പെട്ടതല്ലേ? നമ്മുടെ ധാർമികവും ആശയപരവുമായ എല്ലാ സംഘർഷങ്ങൾക്കും ഒരു രാഷ്ട്രീയ പശ്ചാത്തലമുണ്ടെന്ന് കാണാൻ പ്രയാസമില്ല. വൈയക്തികപ്രശ്നങ്ങൾകൂടി ഒരളവോളം രാഷ്ട്രീയവുമായി ബന്ധപ്പെട്ടിരിക്കുന്നു. എന്നാൽ ഇപ്പറഞ്ഞതിനർഥം രാഷ്ട്രീയമാണ് പ്രതിജ്ഞാബദ്ധനായ എഴുത്തുകാരന്റെ ഒരേയൊരു പ്രമേയമെന്നല്ല. താൻ സജീവപങ്കാളിയായിരുന്ന പ്രസ്ഥാനങ്ങളിലെ പ്രവർത്തന പരിചയം ഇത്രയും ആത്മാർഥ

തയോടെ അനുഭവാവിഷ്കാരം നടത്താൻ അദ്ദേഹത്തെ സഹായിച്ചു. ആവിഷ്കാരരീതിയിലെ സവിശേഷതകളല്ല, ആവിഷ്കൃത ഭാവത്തിന്റെ അർഥസംപുഷ്ടതയാണ് ചെറുകാട് നോവലുകളെ ശ്രദ്ധേയമാക്കുന്നത്. മണ്ണിനുവേണ്ടിയുള്ള മനുഷ്യന്റെ ദാഹം *മണ്ണിന്റെ മാറിൽ* എന്ന നോവലിനെക്കാളും ആഴത്തിൽ ചിത്രീകരിക്കുന്ന നോവൽ മലയാളത്തിൽ വേറെയില്ല. ജന്മി–കുടിയാൻ പ്രശ്നങ്ങൾ കൈകാര്യം ചെയ്യുന്ന നോവലുകൾ കണ്ടേക്കാം. എന്നാൽ ജന്മിത്തമെന്ന വടവൃക്ഷത്തിന്റെ വേരിളക്കാൻ ശ്രമിക്കുന്ന കൊച്ചുകൊണ്ടേരനെപോലെയുള്ള ഒരു ധീരനെ ചെറുകാട് മാത്രമേ ചിത്രീകരിച്ചിട്ടുള്ളൂ. ജന്മിത്തത്തിനെതിരായുള്ള അസംഘടിത രൂപേണയുള്ള എതിർപ്പ് കൊച്ചുകൊണ്ടേരന്റെ കാലമാകുമ്പോഴേക്കും സംഘടിത രൂപവും മൂർച്ചയും കൈവരിക്കുന്നുണ്ടല്ലോ. എല്ലാ പ്രതിഭാസങ്ങൾക്കുമിടയിൽ വളരുന്ന ഈ ശക്തിയെ കാണാനും, ശുഭപ്രതീക്ഷ കൈവിടാതിരിക്കാനും കഴിഞ്ഞുവെന്നത് ചെറുകാടിന്റെ മറ്റൊരു സവിശേഷതയാണ്. മനുഷ്യൻ ചെന്നുപെട്ടിരിക്കുന്ന അധ:സ്ഥിതാവസ്ഥയുടെ ആഴം എത്രയുണ്ടെന്ന് കാണാൻ കഴിഞ്ഞുവെങ്കിലും, ഇതെല്ലാം മനുഷ്യവിധിയാണെന്ന് സമാധാനിക്കാനേ എഴുപതുകളിൽ വന്ന ചില നോവലെഴുത്തുകാർക്കുപോലും കഴിഞ്ഞുള്ളൂ. എന്നാൽ അമ്പതുകളിൽത്തന്നെ പ്രബുദ്ധതയുടെ തത്വശാസ്ത്രത്തിന്റെ വെളിച്ചം, വളരുന്ന ശക്തികളേതെന്ന് കാണാനുള്ള ക്രാന്തദർശിത്വവും കരുത്തും ചെറുകാടിന് നൽകിയിരുന്നു.

ഉപരിപ്ലവ യാഥാർഥ്യങ്ങൾക്കപ്പുറത്തുള്ള വസ്തുനിഷ്ഠയാഥാർഥ്യങ്ങളെ മനസിലാക്കാൻ ഒരെഴുത്തുകാരന് കഴിയണം. ഫ്രഞ്ചു സാഹിത്യകാരനായ ഫ്ളോബേർ ചെറുപ്പകാരനും തന്റെ ശിഷ്യനുമായ മൊപ്പസാങ്ങിനെ ഉപദേശിച്ചതിങ്ങനെയാണ്: "ഒരു മരത്തെ മറ്റൊരു മരത്തിൽനിന്നും വേർതിരിക്കുന്ന സവിശേഷതകൾ എന്തൊക്കെയാണെന്ന് മനസിലാക്കുന്നതുവരെ അതിനെ സൂക്ഷ്മനിരീക്ഷണം ചെയ്യണം. പിന്നീട് ഈ മരത്തിന്റേതുമാത്രമായ ഗുണങ്ങൾ ശരിക്കും വ്യക്തമാക്കാനുതകുന്ന വാക്കുകൾ കണ്ടുപിടിക്കാൻ ശ്രമിക്കണം." ഫ്ളോബേറും മൊപ്പസാങ്ങും കലാപൂർണതയോടെ ഇക്കാര്യം തങ്ങളുടെ കൃതികളിൽ സാക്ഷാത്ക്കരിക്കുകയും ചെയ്തു. എന്നാൽ ലൂക്കാച്ച് ഇതിനെ അൽപ്പമൊന്ന് മാറ്റിയെഴുതി. ഫ്ളോബേറിന്റെ ഉദാഹരണം, പ്രസ്തുത മരത്തെ പ്രകൃതിയിൽനിന്നും മനുഷ്യനിൽനിന്നും വേർതിരിക്കുന്നുവെന്നും, ഒറ്റപ്പെട്ടൊരു മരത്തിന്റെ സ്വഭാവാന്വേഷണം നിശ്ചലമായൊരു ജീവിതത്തിന്റെ അപൂർവാവിഷ്കാരത്തിൽ കവിഞ്ഞൊന്നില്ലെന്നും അദ്ദേഹം അഭിപ്രായപ്പെട്ടു. ഈ വാദത്തിന്റെ സാധൂകരണത്തിനായി *യുദ്ധവും സമാധാനവും* എന്ന കൃതിയിൽ ടോൾസ്റ്റോയ് വിവരിക്കുന്ന ഒരു ഓക്ക് മരത്തെ ചൂണ്ടിക്കാണിക്കുകയും ചെയ്യുന്നു. റിയലിസത്തിന്റെ കാര്യത്തിലും യാഥാർഥ്യത്തിന്റെ തനിമ മനസിലാക്കുന്നതിലും ലൂക്കാച്ചിന്റെ കാഴ്ചപ്പാടിനോടാണ് ചെറുകാടിന് അടുപ്പം. തന്നിലേക്കുതന്നെ ഉൾവലിയുന്ന

അന്തർമുഖത്വം ചെറുകാടിന് എന്നും അന്യമായിരുന്നു. സമൂഹത്തിന്റെ ഭാഗമായി വരുന്ന വ്യക്തികളെ മാത്രമേ അദ്ദേഹത്തിന് കാണാൻ കഴിഞ്ഞിരുന്നുള്ളൂ. തന്നെ സ്വാധീനിച്ച ആശയവും അതിൽ അടിയുറച്ച് നിൽക്കാനുള്ള മനഃസാന്നിധ്യവുമാണ് ചെറുകാടിന് ഈ കഴിവ് നൽകിയത്. ടോൾസ്റ്റോയ് കൃതികളിലെ സമഗ്രവസ്തുനിഷ്ഠതയെക്കുറിച്ച് ലൂക്കാച്ച് തന്റെ ഒരു പ്രബന്ധത്തിൽ എടുത്തുപറയുന്നുണ്ട്. ഗറില്ലകളുടെയും യുദ്ധത്തടവുകാരുടെയും ചിത്രങ്ങളടക്കമുള്ള യുദ്ധത്തിന്റെ സമഗ്രദൃശ്യവും സമാധാനജീവിതത്തിന്റെ ആദ്യാവസാനവും മാത്രമല്ലല്ലോ *യുദ്ധവും സമാധാനവും* നൽകുന്നത്. അന്നാകരീനിനയിലെ നൃത്തങ്ങൾ, ക്ലബ്ബുകൾ, സൽക്കാരങ്ങൾ, സമ്മേളനങ്ങൾ, കുതിരസവാരി, ചീട്ടുകളി എന്നിവയും റിസറക്ഷനിലെ *കൊട്ടാരജയിൽചിത്രങ്ങളും യുദ്ധവും സമാധാനവും* എന്ന കൃതി വായിക്കുമ്പോൾ നമ്മുടെ മനസിലോടിയെത്തുന്നു. പൂർണതയുള്ള വെവ്വേറെ സംഭവങ്ങളാണെങ്കിലും ടോൾസ്റ്റോയ് കൃതികൾക്കാകമാനമൊരു സമഗ്രാസ്വാദ്യതയുണ്ട്. ചെറുകാടിന്റെ നോവലുകൾക്കെല്ലാംകൂടി ഇത്തരമൊരു സമഗ്രഭദ്രത കാണാൻ കഴിയും. *മണ്ണിന്റെ മാറിൽ* എന്ന നോവലിന്റെ തുടർച്ചയാണ് *ഭൂപ്രഭുവും ശനിദശയും*. ഇവയുടെ ഒക്കെ പിൻഗാമിയാണ് *ദേവലോകം*. ചെറുകാടിനെ സംബന്ധിച്ചിടത്തോളം അദ്ദേഹത്തിന്റെ ഓരോ നോവലും പ്രതിപാദിക്കുന്ന സംഭവങ്ങളൊന്നിച്ചെടുക്കുമ്പോഴുണ്ടാകുന്ന ആസ്വാദ്യതയാണ് ഏറെ ശ്രദ്ധേയമായിട്ടുള്ളത്. തന്റെ സാഹിത്യജീവിതത്തിലെ മുഴുവൻ കൃതികളുമെടുത്ത് വെച്ച് ഒരു സമഗ്രഭദ്രതയുണ്ടാക്കാൻ എത്ര നോവലിസ്റ്റുകൾക്ക് കഴിയുമെന്നാലോചിക്കുമ്പോഴാണ് ചെറുകാടിന്റെ മഹത്വം ശരിക്കും നാം മനസിലാക്കുക.

കേരളീയരുടെ ജീവിതപ്പാത

ഡോ. പി കെ പോക്കർ

ജീവിതപ്പാത ഒരു സമുദായത്തിന്റെയും വ്യക്തിയുടെയും കഥയാണ്. ചെറുകാടിന്റെ കർത്തൃത്വം രൂപപ്പെട്ട കാലവും സമുദായക്രമവും സവിസ്തരം ഉൾക്കൊള്ളുന്നതാണ് *ജീവിതപ്പാത*. എല്ലാവർക്കും അവരവരുടെ ആത്മകഥയുണ്ടാവും. സാധാരണക്കാരനും *ശാസ്ത്രജ്ഞനും സാഹിത്യകാരനും രാഷ്ട്രീയപ്രവർത്തകനും* സ്വന്തം ജീവിതാനുഭവങ്ങൾ ജീവിതസായാഹ്നങ്ങളിൽ വിശദീകരിക്കാൻ കഴിയും. ആത്മകഥയുടെ ഭാഷ നിർണയിക്കുന്ന വ്യക്തി, പിന്നിട്ട വ്യവഹാരക്രമമാണ്. ആവിഷ്കാരത്തിന് ലഭിക്കുന്ന സന്ദർഭവും സ്വാതന്ത്ര്യവുമനുസരിച്ച് ആദിവാസി മൂപ്പനായ കാളൻ മുതൽ തത്വചിന്തകനായ അൽത്തൂസർ വരെ ജീവിതാനുഭവങ്ങൾ അനാവരണം ചെയ്യുന്നു. ഒരു സാഹിത്യ രചയിതാവിന്റെ ആത്മകഥ പലപ്പോഴും വേറിട്ടുനിൽക്കുന്നു. സാഹിത്യരചന മറ്റ് രചനകളിൽനിന്ന് ഭിന്നമായ സ്വാതന്ത്ര്യമുൾക്കൊള്ളുന്ന ആവിഷ്കാരമണ്ഡലമാണെന്ന അംഗീകാരം (ശരി/തെറ്റുകൾക്കപ്പുറം) സമൂഹത്തിൽ നിലനിൽക്കുന്നു. സാഹിത്യരചയിതാവിന്റെ അപരിമിതമായ സ്വാതന്ത്ര്യത്തെ സംബന്ധിച്ച് നിലനിൽക്കുന്ന രൂഢമൂലമായ ധാരണ രചയിതാവിന്റെ ആവിഷ്കാരത്തെ മറ്റ് വ്യവഹാരക്രമങ്ങളിൽനിന്ന് വിഭിന്നമാക്കുന്നു. അതുകൊണ്ട് പറയാൻ പറ്റാത്തതായി മാറ്റിവെക്കുന്ന–അമർച്ചചെയ്യുന്ന–വസ്തുതകൾ ആവിഷ്കരിക്കാൻ കലാസാഹിത്യ രചയിതാക്കൾക്ക് കഴിയുന്നു. പ്രത്യയശാസ്ത്ര നിർമിതമായ ഈ പരിസരമാണ് കലാസാഹിത്യരചയിതാക്കൾക്ക് പ്രത്യേകമായ പദവിയും അവകാശങ്ങളും നേടിക്കൊടുത്തത്.

സാധാരണ 'സംസ്കാരസമ്പന്നമായ' ഒരു ജീവിത വ്യവസ്ഥയിൽ മറക്കാൻ ശ്രമിക്കുന്ന കാര്യങ്ങൾ സാഹിത്യരചയിതാക്കൾ ഓർക്കാനും

ആവിഷ്കരിക്കാനും ശ്രമിക്കുന്നു. മറ്റുള്ളവർ ഒളിപ്പിക്കാൻ ശ്രമിക്കുന്നത് അവർ അനാവരണം ചെയ്യുന്നു. സാധാരണ വ്യവഹാരക്രമത്തിൽ വിട്ടുകളയുന്നത് അവർ കൂട്ടിച്ചേർക്കുന്നു. ചരിത്രത്തിന്റെ ഓരങ്ങളിൽ തള്ളിമാറ്റപ്പെടുന്ന വസ്തുതകൾ സാഹിത്യരചയിതാവിന്റെ രചനകളിൽ വെളിച്ചം കാണുന്നു. എന്നാൽ പ്രത്യയശാസ്ത്ര നിർമിതമായ തടസങ്ങളെ ഉല്ലംഘിക്കാൻ സാഹിത്യരചയിതാക്കൾക്കും പൂർണമായി സാധിക്കുന്നില്ലെന്നതാണ് യാഥാർഥ്യം. അതുകൊണ്ടാണ് ഫ്രോയിഡിനെ തുടർന്ന് മന:ശാസ്ത്ര വിമർശകരും മാർക്സിസ്റ്റ് പ്രത്യയശാസ്ത്ര വിശകലന രീതിശാസ്ത്രവും വിമർശനരംഗത്ത് ഒരു പുതിയ സ്വാതന്ത്ര്യപ്രഖ്യാപനം നടത്തിയത്. തുടർന്ന് കലാസാഹിത്യ രചയിതാക്കളെപ്പോലെ നിരൂപകരും രചനയിൽ ചിഹ്നങ്ങളുപയോഗിക്കുമ്പോൾ വിലക്കുകൾ മറികടക്കാൻ തുടങ്ങി. അതായത് കലാസാഹിത്യ രചയിതാക്കളും നിരൂപകരും ഭാഷാചിഹ്നങ്ങളും മറ്റ് തൊഴിൽമേഖലയിൽ വ്യാപരിക്കുന്നവരിൽനിന്ന് ഭിന്നമായ രീതിയിൽ ആവിഷ്കരിക്കുന്നു. തങ്ങളുടെ കുട്ടിക്കാലവും ജീവിതപരിസരവും വിലക്കുകൾ മാനിക്കാതെ പ്രതിനിധാനം ചെയ്യുന്നു എന്ന് ചുരുക്കം (സാഹിത്യത്തിലെ അശ്ലീലപ്രശ്നവും ഇതുമായി ബന്ധപ്പെട്ടിരിക്കുന്നു).

* * * *

ചെറുകാട് പ്രാഥമികമായും ഒരു സാഹിത്യകാരനായി ഗണിക്കപ്പെട്ടതിനാൽ ആത്മകഥ രചിക്കുമ്പോൾ സാഹിത്യ പരികൽപ്പനയെ സംബന്ധിക്കുന്ന സ്വാതന്ത്ര്യം പ്രകടിപ്പിക്കുന്നതിന്റെ സാഹചര്യമാണ് സൂചിപ്പിക്കുന്നത്. വിശ്വപ്രസിദ്ധ സാഹിത്യകാരനായ കസാൻദ്സാക്കീസിന്റെ ആത്മകഥാപരമായ *റിപ്പോർട്ട് ടു ഗ്രീക്കോ* പോലെ *ജീവിതപ്പാത* വ്യത്യസ്തമായ ഒരു രചനയായി നിലനിൽക്കുന്നതിന്റെ കാരണവും മുഖ്യമായി ഇതുതന്നെ. സ്വന്തം ജീവിതകഥ സാക്ഷാൽ സംഭാഷണമായി (direct speech) അവതരിപ്പിക്കുന്ന സന്ദർഭങ്ങളാണ് *ജീവിതപ്പാത*യിലുടനീളം കാണുന്നത്. അന്വാഖ്യാനരീതിയിലേക്ക് (indirect speech) മാറ്റി എഴുതേണ്ട ആവശ്യമില്ലെന്നും ഇതെല്ലാം സ്വയം ജീവിച്ചുതീർത്ത-നടന്നുനീങ്ങിയ-ജീവിതപ്പാതയാണെന്നും രചയിതാവിന്റെ ആഖ്യാനരീതി വ്യക്തമാക്കുന്നു.

കുടുംബം, കുട്ടിക്കാലം, ജീവിതം എന്നീ മൂന്ന് ഭാഗങ്ങളായി *ജീവിതപ്പാത* രചയിതാവ് വിഭജിക്കുന്നുണ്ട്. കുടുംബവും കുട്ടിക്കാലവും സ്വന്തം ജീവിതത്തിൽനിന്ന് അന്യമായി അനുഭവപ്പെടുന്ന ഒരവസ്ഥ ഈ വിഭജനം സൂചിപ്പിക്കുന്നു. ഏഴ് വയസുവരെ അമ്മയുടെ മുല കുടിച്ചാണ് ചെറുകാട് വളർന്നത്. ഇന്ന് നമുക്ക് മുലകുടിബന്ധം നാമമാത്രമാണ്. ഏതെങ്കിലും പാൽപ്പൊടിക്കമ്പനിയോടാണ് നമ്മുടെ കുട്ടിക്കാലം ബന്ധപ്പെടുന്നത്. ഈ ലോകം തനിക്കുവേണ്ടിയാണോ അല്ലയോ എന്ന ചോദ്യം കുട്ടിക്കാലാനുഭവങ്ങളിൽനിന്നാണ് ഉയർന്നുവരുന്നത്. ഷെനെയെ കള്ളനാക്കിയതും (Saint Genet)ചാപ്ലിനെ കോമാളിയാക്കിയതും കസാൻദ്സാ

ക്കീസിനെ *ക്രിസ്തുവിന്റെ അന്ത്യപ്രലോഭനം* എഴുതുന്ന കർതൃത്വ മാക്കിയതും കൈശോരാനുഭവങ്ങളാണെന്ന് മന:ശാസ്ത്രപഠനങ്ങൾ വ്യക്തമാക്കിയിട്ടുണ്ട്. മതാത്മക പരിസരത്ത് ജീവിക്കേണ്ടിവന്നപ്പോഴു ണ്ടായ പീഡാനുഭവങ്ങളോടുള്ള കലാപമായിരുന്നു ഖലീൽജിബ്രാന്റെ *അവിശ്വാസിയായ ഖലീൽ*. പ്രതീക വ്യവസ്ഥയിലേക്ക് (Symbolic order) കുട്ടി പ്രവേശിക്കുന്ന കാലയളവിലാണ് ഭാവിജീവിതം നിർണയി ക്കപ്പെടുന്നത്. മറ്റ് ഘട്ടങ്ങൾ അപ്രധാനമാണെന്നോ യാദൃച്ഛികതകൾ ജീവിതത്തെ അട്ടിമറിക്കില്ലെന്നോ ഇതിനർഥമില്ല.

കേരളീയ ഗതകാല ചരിത്രത്തിൽ ഒരു വ്യക്തിത്വം രൂപപ്പെടുന്ന തിന്റെ യഥാർഥവും ക്രമാനുഗതവുമായ വളർച്ചയാണ് *ജീവിതപ്പാത*യുടെ ക്രമീകരണങ്ങളിൽ പ്രകടമാവുന്നത്. ആദ്യഭാഗം തുടങ്ങുന്നത് അമ്പല വാസിയിലാണ്. ഒരാൾ ജനിക്കുന്നതിനുമുമ്പ് ജാതി–മത ചിഹ്നങ്ങളാൽ മുദ്രണം ചെയ്യപ്പെടുന്ന അവസ്ഥയാണ് ഇവിടെ സൂചിതമാവുന്നത്. രണ്ടാംഭാഗമായ 'കുട്ടിക്കാലം' അവസാനിക്കുന്നത് 'അവകാശി' ആരാണ് എന്ന ചോദ്യവുമായാണ്. മൂന്നാംഭാഗമായ 'ജീവിതം' തുടങ്ങുന്നത് 'പ്രതിനിധിയായിട്ടാണ്.' അമ്മാമനെ ചോദ്യംചെയ്താണ് അവകാശം പ്രഖ്യാപിക്കുന്നത്. നമ്മുടെ ഭൂതകാലത്തെ സുവർണകാലമായി ചിത്രീ കരിക്കുന്ന മതാത്മകവാദങ്ങൾക്കുള്ള വ്യക്തമായ ഉത്തരങ്ങൾ വി ടി ഭട്ടതിരിപ്പാടിന്റെ ആത്മകഥാപരമായ ലേഖനങ്ങളിലും (കർമവിപാകം) ചെറുകാടിന്റെ *ജീവിതപ്പാത*യിലും കാണാവുന്നതാണ്. കേരളീയ ഭൂത കാലം ഫ്യൂഡൽ ജീർണതകൾക്ക് എത്രമാത്രം സാക്ഷ്യംവഹിച്ചിരു ന്നെന്നും, കുടുംബവ്യവസ്ഥയും വർണവ്യവസ്ഥയും സാമൂഹികമായ അസമത്വവും പുരുഷമേധാവിത്തവും പാരമ്യാവസ്ഥയിൽ പ്രകടിപ്പിച്ചി രുന്നെന്നും *ജീവിതപ്പാത* വ്യക്തമാക്കുന്നു.

*ജീവിതപ്പാത*യിൽ ഒരു വ്യക്തിയും കുടുംബവും മാത്രമല്ല ഒരു സമു ദായംകൂടി പ്രതിനിധാനം ചെയ്യപ്പെടുന്നുണ്ട്. ഇത് ഒരു സമുദായത്തി ന്റെയും കാലയളവിന്റെയും കഥയാണ്. ബ്രാഹ്മണനും, അവർണനുമിട യിൽ അമ്പലവാസികളായി ഒരു സമുദായം കേരളീയചരിത്രത്തിന്റെ ഭാഗ മായിരുന്നെന്നും അവരുടെ സാമൂഹികവും സാംസ്കാരികവുമായ ജീർണ തകൾക്കെതിരായി ഒരു കലാപം അനിവാര്യമായിരുന്നെന്നും *ജീവിത പ്പാത* വ്യക്തമാക്കുന്നുണ്ട്. നവോത്ഥാനത്തിന്റെ വേരുകൾ വ്യക്തി കേന്ദ്രി തമല്ലെന്നും ഉൽപ്പാദനവ്യവസ്ഥയുമായി ബന്ധപ്പെട്ടാണ് നിലനിൽക്കു ന്നതെന്നും ഇവിടെ സൂചിതമാവുന്നു. ഉൽപ്പാദനവ്യവസ്ഥയിൽ ബ്രാഹ്മ ണാധിപത്യം നിലനിർത്താൻ സംസ്കൃതഭാഷയെ ഒരതിഭാഷയായി നില നിർത്തിയിരുന്ന കാലയളവിലാണ് കേരളീയരിൽ നവോത്ഥാന ചിന്ത കൾ സജീവമാകുന്നത്. ഒരു ഭാഷകൊണ്ട് അധീശാധികാരം നില നിർത്താൻ ശ്രമിച്ച ബ്രാഹ്മണ്യം സ്വന്തം സമുദായത്തിനകത്തും പുറത്തും അസ്വാതന്ത്ര്യവും അലസതയും ജീർണതയും പ്രദാനം ചെയ്തുകൊണ്ട് നാശത്തെ അഭിമുഖീകരിക്കുന്ന സന്ദർഭത്തിൽ പാര

മ്പര്യത്തെയും (tradition) വ്യവസ്ഥയെയും ചോദ്യം ചെയ്യേണ്ടത് നിലനിൽപ്പിനുപോലും അനിവാര്യമായിരുന്നു. അമ്പലവാസികളുടെ പന്തിയിലിരുന്ന് ഭക്ഷണംകഴിച്ച നായരെ മർദിക്കുന്നതും, പിഞ്ചുകുട്ടികളുടെ കെട്ടുകല്യാണവും അതിനെക്കാൾ ഹീനമായ 'സേകം' പോലുള്ള കർമവും, മുതിർന്നവരുടെ സംബന്ധവും, നമ്പൂതിരി യുവാക്കളുടെ താന്തോന്നിത്തവും കണ്ട് വളർന്ന ചെറുകാട് സ്വന്തം ഭൂതകാലത്തെ ആഘോഷപൂർവം ഉല്ലംഘിക്കുന്നുണ്ട്.

ചെറുകാട് ഒരു 'പ്രതിനിധിയായി' ജീവിതത്തിലേക്ക് പ്രവേശിക്കുന്നതിനുമുമ്പ് നിലനിൽക്കുന്ന അധീശ പ്രത്യയശാസ്ത്രത്തെ ചോദ്യം ചെയ്യുന്ന ചുറ്റുപാട് വികസിച്ചുവരുന്നതായി കാണാം. "അയിത്തമൊക്കെ ഇപ്പോൾ ഇല്ലാതാവും തമ്പുരാനേ" (പു.75), ബാലനായ രചയിതാവ് ഒരവർണനിൽനിന്ന് കേൾക്കുന്ന വാക്കുകളാണിത്. മാത്രമല്ല, "കുമാരനാശാനെപ്പറ്റി കേട്ടിട്ടില്ലെങ്കിൽ പിന്നെ തമ്പുരാനെന്ത് തമ്പുരാനാ." "ശ്രീനാരായണഗുരു ശങ്കരാചാര്യനെക്കാളും കേമനാ...തിയ്യനാ" മുതലായ സമുദായത്തെ ആകെ സ്പർശിക്കുന്ന ആഹ്വാനപരമായ വാക്കുകളും രചയിതാവ് കേൾക്കുന്നത് ഒരവർണനിൽനിന്നാണ്. കുടുംബത്തിൽ അമ്മാവന്റെ ഭരണംപോലെ സമുദായക്രമത്തിലും തലകീഴായ ആധിപത്യമാണ് നിലനിൽക്കുന്നതെന്നും പുതിയൊരു ജീവിതക്രമത്തിന്റെ പ്രതിനിധിയായി ജീവിതത്തിലേക്ക് കടക്കണമെന്നും തോന്നുന്ന സാഹചര്യമിതാണ്.

*　　*　　*　　*

അധികാരവ്യവസ്ഥയെ സാധൂകരിക്കുന്നത് അധീശ പ്രത്യയശാസ്ത്രമാണ്. പ്രതിപ്രത്യയശാസ്ത്രങ്ങളെ നിർവീര്യമാക്കാൻ സ്ഥാപനങ്ങളുടെയും ആയുധങ്ങളുടെയും ഇടപെടലുകൾ ഉണ്ടാവുന്നു. നിലനിൽക്കുന്ന വ്യവസ്ഥയെ മൗനമായി സ്വീകരിക്കുന്നവരും പാരമ്പര്യവാദികളും അധികാരവ്യവസ്ഥയുടെ ഭാഗമാണ്. "കാന്തിയായാലും, കേളപ്പനായാലും കോൺഗ്രസായാലും പാലോള്ളി മനയ്ക്കലെ തമ്പ്രാനായാലും അടിയങ്ങൾ അമ്പലത്തിൽ കടന്നുവരില്ല" (പു. 175). കീഴാള ജനതയുടെ അടിമബോധവും സമൂഹത്തിന്റെ പൊതുബോധത്തിന്റെ ഭാഗമായിരുന്നു. ചെറുകാട് മൂകാംബികയിലേക്ക് പോകുന്നതും കുടുമ മുറിക്കാൻ പുലാമന്തോൾ മൂസിനെ ഭയപ്പെടുന്നതും അധീശ പ്രത്യശാസ്ത്രനിർമിതമായ പൊതുബോധത്തിന്റെ ഭാഗമാണ്. എന്നാൽ ഭാഷയെയും ഭക്തിയെയും സംബന്ധിക്കുന്ന പ്രത്യയശാസ്ത്രപരിസരം നിലനിർത്താൻ പ്രമാണിവർഗത്തിനുപോലും സാഹസികമായ ജീവിതാവസ്ഥനയിക്കേണ്ടിവന്നിരുന്നു. 'അമ്മേ ചോറ്' എന്നോ 'പലക ഇങ്ങോട്ടെടുക്ക്' എന്നോ മാതൃഭാഷയിൽ പറയാൻ അനുവദിക്കാതെ കൃത്രിമമായി സംസ്കൃതം അടുക്കളയിലുപയോഗിക്കുമ്പോളനുഭവപ്പെടുന്ന പീഡാവസ്ഥ വി ടി ഭട്ടതിരിപ്പാട് വിശദീകരിക്കുന്നുണ്ട്. ബൂർഷ്വാ മാന്യത നിലനിർത്താൻ ഇന്ന് കുട്ടികളുടെമേൽ ഇംഗ്ലീഷ് അടിച്ചേൽപ്പിക്കുന്നതു

പോലെ കുട്ടികൾക്കും സ്ത്രീകൾക്കുമാണ് അന്ന് ഫ്യൂഡൽമാന്യതയുടെ ഇരയാവേണ്ടി വന്നത്. ചൂഷണവ്യവസ്ഥ നിലനിർത്താൻ നിലവിലുള്ള പ്രത്യയശാസ്ത്രോപകരണങ്ങളായ കുടുംബം, ദേവാലയം, വിദ്യാഭ്യാസം, മുതലായ സ്ഥാപനങ്ങൾ എക്കാലത്തും ഉപയോഗിക്കുന്നത് തിരിച്ചറിയുകയും അതിനെതിരായി കലാപം ചെയ്യുന്നതുമാണ് പ്രതി-പ്രത്യയ ശാസ്ത്ര രൂപവൽക്കരണത്തിന്റെ വഴി.

കേരളീയ ജീവിതത്തിന്റെ കീഴാള വിഭാഗത്തിന്റെ ചെറുത്തുനിൽപ്പും സമ്പന്നവിഭാഗത്തിലെ കുടുംബവ്യവസ്ഥയുടെ തകർച്ചയും അധീശ പ്രത്യയശാസ്തത്തിനെതിരായ സമരമായി പരിണമിക്കുകയാണ് ചെയ്യുന്നത്. "കാന്തിയായാലും.... കേളപ്പനായാലും.... അടിയങ്ങൾ അമ്പലത്തിൽ കടന്നുവരില്ലെന്ന്" പറയുന്ന അടിയാളവിഭാഗം സ്വന്തം വിശ്വാസപ്രമാണങ്ങളെ ചോദ്യം ചെയ്തുകൊണ്ടാണ് സാമൂഹിക പരിഷ്കരണപ്രക്രിയയുടെ ഭാഗമായിത്തീരുന്നത്. കുടുംബഭരണവും സമ്പത്തും അമ്മാമൻ നിയന്ത്രിക്കുന്ന മാതൃദായക്രമത്തിൽ അമ്മാമനെ ചോദ്യം ചെയ്യുന്നത് ഒരു സാമൂഹികവിപ്ലവത്തിന്റെ തുടക്കമായിത്തീരുന്നു. ചെറുകാട് എഴുതുന്നു: "മരുമക്കത്തായത്തിലെ കാരണവരുടെ ഭരണത്തിന്റെ എല്ലാ നരകങ്ങളും ഞങ്ങളനുഭവിക്കാൻ തുടങ്ങി" (പു. 107). ഈ നരകത്തെ തകർക്കുമ്പോൾ അമ്പലവാസികൾക്ക് മാത്രമല്ല, കേരളീയർക്കാകെ ഒരു പുതിയ സ്വർഗലോകം പിറന്നുവീഴുകയാണ്. മരുമക്കത്തായമായാലും മക്കത്തായമായാലും ഫ്യൂഡൽ ജീവിതക്രമത്തിൽ സ്വത്തവകാശിയായ പുരുഷന്റെ ഇച്ഛയ്ക്കനുസരിച്ചാണ് മറ്റുള്ളവർ ജീവിക്കേണ്ടിവന്നത്. അമ്പലവാസിക്കും ബ്രാഹ്മണനും മറ്റ് കീഴാളജനതയ്ക്കും ജീവിതം നയിക്കേണ്ടിവന്നത് ഒരേ ഒരു പ്രത്യയശാസ്ത്രപ്രയോഗത്തിനകത്താണെന്ന് ഇത് വ്യക്തമാക്കുന്നു. സാമൂഹികമായി പ്രയോഗിക്കപ്പെടുന്ന പ്രബലമായ പ്രത്യയശാസ്ത്രം ചൂഷകരായ പ്രയോക്താക്കൾക്കും ചൂഷിതരായ ജനങ്ങൾക്കും ഒരുപോലെ ബാധകമായിത്തീർന്നു. ചൂഷകന് സുഖമനുഭവിക്കാനുണ്ടായിത്തീരുന്ന നിയമങ്ങൾ പിന്നീട് അനിവാര്യമായ ജീവിതനിയമമായി എല്ലാവരും പാലിക്കുകയാണ് ചെയ്യുന്നത്. അതുകൊണ്ടാണ് 'സേകം' മുതൽ ബഹുഭാര്യാത്വം വരെ പുരുഷമേധാവിത്വം ഉറപ്പിക്കാനുള്ള പ്രത്യയശാസ്ത്ര പ്രയോഗമായിത്തീരുന്നത്. സ്വന്തം സമുദായത്തിലും കുടുംബത്തിലും നിലനിൽക്കുന്ന ആചാരങ്ങളെയാണ് ചെറുകാട് ചോദ്യം ചെയ്യുന്നത്. അമ്മാവനോടുള്ള ചോദ്യം വ്യവസ്ഥയോടുള്ള ചോദ്യമായിത്തീരുകയും ചെറുകാടിന്റെ പ്രവർത്തനങ്ങൾ സാമുദായികപരിഷ്കരണങ്ങളുടെയും സാമൂഹികമായ വിപ്ലവങ്ങളുടെയും പൊതുമണ്ഡലവുമായി ഇണങ്ങിച്ചേരുകയും ചെയ്യുന്നു.

കേരളീയ സമൂഹം സമുദായപരിഷ്കരണങ്ങൾ, ദേശീയ പ്രസ്ഥാനം, ഭൂപ്രഭുത്വവിരുദ്ധ കമ്യൂണിസ്റ്റ് സമരങ്ങൾ എന്നീ പ്രതി-പ്രത്യയശാസ്ത്ര രൂപവൽക്കരണങ്ങളിലൂടെയാണ് മുന്നേറിയിട്ടുള്ളത്. ഈ മുന്നേറ്റങ്ങളി

ലന്തർഭവിച്ച വൈരുധ്യങ്ങൾ ചെറുകാടിന്റെ പ്രവർത്തനങ്ങളിലും നിഴലിക്കുന്നതായിക്കാണാം. ചെറുകാട് വ്യക്തിജീവിതത്തിലഭിമുഖീകരിച്ച ഓരോ വൈരുധ്യവും പ്രസ്ഥാനത്തിന്റെയോ സാമൂഹ്യഘടനയുടെയോ വൈരുധ്യംകൂടിയാണ്. കേരളീയരുടെ ജീവിതപ്പാതയിൽ തെളിയുന്ന വൈരുധ്യങ്ങളും സംഘർഷങ്ങളും സമരങ്ങളും ചെറുകാടിന്റെ ജീവിതപ്പാതയിലും തെളിയുന്നതായി കാണാം. ഇ എം എസ് അവതാരികയിൽ നിരീക്ഷിക്കുന്നതുപോലെ, "ഏതാണ്ടൊരു നോവൽപോലെ തന്നെ രസകരമായി വായിച്ചുപോകാവുന്ന" ഈ രചന കേരളത്തിലിന്നുണ്ടായിക്കൊണ്ടിരിക്കുന്ന പാരമ്പര്യവാദികൾക്ക് കേരളീയഭൂതകാലത്തിന്റെ ജീർണതകളും സന്ദിഗ്ധതകളും കാണിച്ചുകൊടുക്കുന്നു. "പഴയതെല്ലാം സ്വർണമാണ്" എന്ന ചൊല്ല് സ്വർണം കയ്യടക്കിയവർക്ക് മാത്രം ശരിയാവുകയും മറ്റുള്ളവർക്ക് പൊള്ളയായ വാക്കുകൾ മാത്രമാവുകയും ചെയ്യുന്നു. ഇന്ന് കേരളത്തിൽ നിലനിൽക്കുന്ന 'മതനിരപേക്ഷ പൊതുമണ്ഡലം' പാരമ്പര്യത്തോടും പ്രമാണിവർഗത്തോടും സമരം ചെയ്ത് നേടിയതാണെന്ന ചരിത്രസത്യത്തെ അട്ടിമറിക്കുന്ന രീതിയിലാണ് പാരമ്പര്യത്തിന്റെയും പഴമയുടെയും കഥകൾ പ്രചരിപ്പിക്കപ്പെടുന്നത്. ഇത്തരത്തിൽ മതപുനരുത്ഥാനവാദം ശക്തി പ്രാപിക്കുന്ന വർത്തമാന സാഹചര്യത്തിൽ കേരളീയരുടെ ജീവിതപ്പാതയായി ചെറുകാടിന്റെ *ജീവിതപ്പാത* തിരിച്ചറിയേണ്ടതുണ്ട്.

മുരിങ്ങച്ചുവട്ടിൽ നിന്നുള്ള നക്ഷത്രക്കാഴ്ചകൾ

എം എം നാരായണൻ

തന്റെ മുറ്റത്തെ മുരിങ്ങച്ചോട്ടിലിരുന്നാണ്, താൻ നക്ഷത്രം നോക്കാറുള്ളതെന്ന് ചെറുകാട് പലപ്പോഴും പറഞ്ഞിരുന്നു. പാതി നേരെങ്കിൽ, പാതി നുണയാണീ പ്രസ്താവന. ഇവിടെ നക്ഷത്രം കാണാൻ, ജീവിതം നിരീക്ഷിക്കാൻ, ആർക്കെങ്കിലും സ്വന്തമായൊരു മുറ്റമോ മുരിങ്ങച്ചോടോ ഇല്ല. സ്വന്തമെന്ന് കരുതുന്നത് പലതും നമ്മുടെ സ്വന്തമല്ല. ചിലത് നമ്മുടേതാണെങ്കിലും, നമ്മുടേത് മാത്രമല്ല.

കാഴ്ചപ്പാടിനെ നിർണയിക്കുന്നത്, നോട്ടത്തറയാണെന്നത് ശരിതന്നെ. ആ നോട്ടത്തറ ഒരു വർഗസമുദായത്തിൽ ഏതെങ്കിലും വർഗനിലപാട് ആകാതെ തരമില്ല. അപ്പോൾ താൻ സ്വീകരിക്കുന്ന വർഗനിലപാടിനെത്തന്നെയാണ് തന്റെ നക്ഷത്രക്കാഴ്ചകളുടെ മുരിങ്ങച്ചുവടെന്ന് ചെറുകാട് വിശേഷിപ്പിച്ചത്.

ഈ വർഗനിലപാട് ഏവർക്കും എപ്പോഴും ബോധപൂർവം തെരഞ്ഞെടുക്കാൻ ആവുകയില്ല. മേധാവിവർഗത്തിന്റെ പ്രത്യയശാസ്ത്ര മേൽക്കോയ്മയ്ക്ക് കീഴ്പ്പെട്ടുകൊണ്ടാണ് പലപ്പോഴും നമ്മുടെ വീക്ഷണങ്ങളും നിലപാടുകളും രൂപപ്പെടുന്നത്. നമ്മുടെ യാഥാർഥ്യബോധം നിർമിക്കുന്നത്; ഈ നിലപാടുകളും വീക്ഷണങ്ങളും ആകുന്നു. ആധിപത്യ പ്രത്യയശാസ്ത്രത്തിനകത്തൊതുങ്ങുന്ന ഈ കപട യാഥാർഥ്യമാണ് (illusion) എഴുത്തുകാരന്റെ അസംസ്കൃത വിഭവം. അതിന്റെ സംസ്കൃതരൂപമാണ് അയാളുടെ ശിൽപ്പം (Fiction). 'ഇല്യൂഷന്' പ്രത്യയശാസ്ത്രത്തിന്റെ സകല പരിമിതികളും ബാധകമാണ്. എന്നാൽ 'ഫിക്ഷൻ ഒരേ സമയത്ത് പ്രത്യയശാസ്ത്രത്തെ അനുസരിക്കുകയും നിഷേധിക്കുകയും ചെയ്യുന്നു. അതിനോട് അടുപ്പം കാട്ടുമ്പോൾത്തന്നെ, അതിൽനിന്ന് അകന്ന്

പാർക്കുന്നു. കൃതിയും പ്രത്യയശാസ്ത്രവും തമ്മിലുള്ള അടുപ്പവും അകലവും അപഗ്രഥിക്കുകയാണ് സാഹിത്യവിമർശനത്തിന്റെ ചുമതല.

ജീവിതത്തിൽ നാം പ്രത്യയശാസ്ത്രത്തിന്റെ സാന്നിധ്യമോ അത് അടിച്ചേൽപ്പിക്കുന്ന പരിമിതികളോ അറിയുന്നില്ല. ജീവിതം ജീവിക്കുന്നത് അതിനകത്തുവച്ചാണ്. എന്നാൽ കലാകാരന്റെ പ്രത്യയശാസ്ത്രപരിമിതി, അയാളുടെ കല വെളിപ്പെടുത്തുന്നു. എഴുത്തുകാരന്റെ വാക്കുകൾ മാത്രമല്ല, അയാളുടെ മൗനവും വിശകലനം അർഹിക്കുന്നു. ഉള്ളടക്കത്തിന്റെയും രൂപത്തിന്റെയും വൈരുധ്യം, ഭാഷാപ്രയോഗത്തിന്റെ ശീലങ്ങളിലും രുചികളിലും പ്രകടമാവുന്ന പൊരുത്തക്കേടുകൾ-ഇതിലൊക്കെ പ്രത്യയശാസ്ത്രത്തിന്റെ സാന്നിധ്യമുണ്ട്. പ്രത്യയശാസ്ത്രപരിമിതിയെ വെന്നുയരാൻ ശ്രമിക്കുന്ന കലാവ്യക്തിത്വത്തിന്റെ പ്രകാശനവും ഉണ്ട്.

*ഇന്ദുലേഖ*യെ വർണിക്കുന്ന ചന്തുമേനോന്റെ വിവരണകലയിൽ, ഇമ്മാതിരി പൊരുത്തക്കേടുകൾ ധാരാളമുണ്ട്. “ഇന്ദുലേഖയുടെ ദേഹത്തിന്റെ വർണത്തെക്കുറിച്ച് ഞാൻ ഒന്നുമാത്രം പറയാം. അരയിൽ ഉടുക്കുന്ന കസവുതുണിയുടെ പൊൻകസവുകര കസവാണെന്ന് തിരിച്ചറിയണമെങ്കിൽ കൈകൊണ്ട് തൊട്ടുനോക്കണം. ശരീരത്തിന്റെ വർണം പൊൻകസവിന്റെ സവർണമാകയാൽ കസവ് എവിടെ അവസാനിച്ചു, ശരീരം എവിടെ തുടങ്ങി എന്ന് കാഴ്ചയിൽ പറയാൻ ഒരുവനും കേവലം സാധിക്കുകയില്ല ഇന്ദുലേഖയുടെ സുവർണ സദൃശ്യമായ വർണവും, കുരുവിന്ദസമങ്ങളായ രദനങ്ങളും വിദ്രുമംപോലെ ചുവന്ന അധരങ്ങളും കരിങ്കുവലയങ്ങൾക്ക് ദാസ്യംകൊടുത്ത നേത്രങ്ങളും ചെന്താമരപ്പൂവുപോലെ ശോഭയുള്ള ആ മുഖവും നീല കുന്തളങ്ങളും സ്തനഭാരവും അതികൃശമായ മധ്യവും” ഇങ്ങനെ മലയാളത്തിലെ പ്രഥമ റിയലിസ്റ്റിക് നോവലിലെ നായികയുടെ രൂപരചനയിൽ, നിയോക്ലാസിക് ശൈലി ഉപയോഗിച്ചിരുന്നു. നാടുവാഴിത്തത്തിന്റെ സാമാന്യബോധത്തിൽനിന്ന് വിമുക്തമാകാത്ത ചന്തുമേനോന്റെ 'ബൂർഷ്വാ-ലിബറലിസ' മാണ് *ഇന്ദുലേഖ*യെ സൃഷ്ടിച്ചത്. ഭരണവർഗ പ്രത്യയശാസ്ത്രത്തിന്റെ ജനകീയവേഷമാണ് സാമാന്യബോധം. കല, പ്രത്യയശാസ്ത്രത്തെ അനുസരിക്കുകയും നിഷേധിക്കുകയും ചെയ്യുമെന്ന് പറഞ്ഞല്ലോ. സാമാന്യബോധം അനുസരണവും, വിശേഷബോധം നിഷേധവും പ്രകടിപ്പിക്കുന്നു. ചന്തുമേനോന്റെ സാമാന്യബോധവും വിശേഷബോധവും തമ്മിലുള്ള പ്രണയത്തിന്റെയും കലഹത്തിന്റെയും പാടുകൾ *ഇന്ദുലേഖ*യുടെ ഉടലിൽ പതിഞ്ഞുകിടപ്പുണ്ട്. നോവലിന്റെ ഉള്ളടക്കം പ്രത്യയശാസ്ത്രനിരാസവും രൂപം അതിനോടുള്ള വിധേയത്വവും കാണിക്കുന്നു. എന്നാൽ ചെറുകാടിന്റെ കൃതികളിൽ ഉള്ളടക്കവും രൂപവും തമ്മിൽ ഇങ്ങനെ പിണങ്ങുന്നില്ല. അദ്ദേഹത്തിന്റെ ഇച്ഛയും കർമവും തമ്മിലും ബോധപൂർവം ചേർന്നുനിൽക്കുന്ന വർഗത്തിന്റെ ബോധവും അറിയാതെ എടുത്തുപോകുന്ന വർഗനിലപാടും തമ്മിലും ഈ വൈരുധ്യമില്ല. താൻ സുന്ദരിയല്ലെന്നും തനിക്ക് ഒരു കോന്ത്രമ്പല്ലുണ്ടെന്നും ഏറ്റുപറയുന്ന അദ്ദേഹ

ത്തിന്റെ നാണിയിലേക്ക് (*മുത്തശ്ശി*യിലെ നായിക) ഇന്ദുലേഖയിൽനിന്ന് ദൂരമേറെയുണ്ട്. അത് 'ബൂർഷ്വാ–ലിബറലിസത്തിൽനിന്ന് തൊഴിലാളി വർഗ രാഷ്ട്രീയത്തിലേക്കുള്ള ദൂരമാകുന്നു.

ബൂർഷ്വാ–ലിബറൽ ആശയങ്ങളാണ്, ദേശീയ സ്വാതന്ത്ര്യസമരത്തെ, ഊതി ഉണർത്തിയത്. 'സ്വാതന്ത്ര്യം' തന്നെ ഒരു ബൂർഷ്വാ ആശയമാണല്ലോ. ഉള്ളുപൊള്ളയായ ആ സ്വാതന്ത്ര്യ സങ്കൽപ്പം, കാർഷിക വിപ്ലവത്തിന്റെ ഉള്ളടക്കം നൽകി വികസിപ്പിച്ചത് തൊഴിലാളിവർഗമായിരുന്നു. സ്വാതന്ത്ര്യപ്രസ്ഥാനത്തെ പണിയെടുക്കുന്ന ബഹുജനങ്ങളുടെ പ്രസ്ഥാനമാക്കി വളർത്തിയെടുത്തതും ദേശീയതയെ സാർവദേശീയതയോടിണക്കിച്ചേർത്തതും തൊഴിലാളിവർഗത്തിന്റെ രാഷ്ട്രീയ നേതൃത്വം കയ്യാളിയ കമ്യൂണിസ്റ്റുകാരായിരുന്നു. ഇതെല്ലാം ചേർന്ന് ദേശീയ പ്രസ്ഥാനം ചില ഗുണപരിണാമങ്ങൾക്ക് വിധേയമാകാൻ തുടങ്ങിയ ചരിത്രഘട്ടത്തിലാണ് ചെറുകാട് സാഹിത്യം രചിക്കാൻ തുടങ്ങുന്നത്. ഈ ചരിത്ര പശ്ചാത്തലം വിവരിച്ചത്, സാഹിത്യമെന്നാൽ ഏതോ ദിവ്യമായ വരദാനമല്ലെന്നും, പ്രത്യേക ചരിത്രഘട്ടത്തിൽ ലഭ്യമായ ഉപകരണങ്ങളാൽ നിർമിക്കപ്പെടുന്ന ഉൽപ്പന്നമാണെന്നും ഊന്നിപ്പറയാൻ വേണ്ടിയാണ്. ലഭ്യമായ ഉപകരണങ്ങൾകൊണ്ട് ഉൽപ്പാദനം നടത്തി തൃപ്തരാകുന്നവർ, നിലവിലുള്ള ഉൽപ്പാദന ബന്ധങ്ങളെ നിലനിർത്തുക മാത്രം ചെയ്യുന്നു. ഉപകരണം മാറിയാൽ ഉൽപ്പാദനരീതിയിൽ മാറ്റം വരും. രീതിയിലെ മാറ്റം ഉൽപ്പാദനബന്ധങ്ങളുടെ അഴിച്ചുപണി അനിവാര്യമാക്കുന്നു. ഈ മാറ്റമാണ് വിപ്ലവം എന്ന പദംകൊണ്ട് വിവക്ഷിക്കുന്നത്. ചെറുകാട് ജീവിതത്തിലും സാഹിത്യത്തിലും വിപ്ലവകാരിയായിരുന്നു. അതുകൊണ്ട്, അദ്ദേഹം തന്റെ മാധ്യമത്തിൽ വിപ്ലവം കുത്തിച്ചെലുത്തുകയല്ല, മാധ്യമത്തെത്തന്നെ വിപ്ലവവൽക്കരിക്കുകയാണ് ചെയ്തത്. മലയാള നോവലിന്റെ പ്രരൂപഘടനതന്നെ അദ്ദേഹം പൊളിച്ച് പണിഞ്ഞിരിക്കുന്നു.

നായകനും നായികയും പ്രതിനായകനും ചേർന്ന ഒരനശ്വര ത്രികോണമാണല്ലോ നോവലിന്റെ ഘടന. നായകന് നായികയോട് അനുരാഗമുണ്ട്. എന്നാൽ നിലവിലുള്ള നീതിവ്യവസ്ഥയിൽ പ്രതിനായകനാണ് നായികയുടെ അവകാശി. അതുകൊണ്ട് നായികയെ, പ്രതിനായകന് നൽകുന്ന നീതിബോധം ചോദ്യം ചെയ്യപ്പെടുന്നു. അനുരാഗമാണ് അവകാശം നിർണയിക്കാനുള്ള ഏക മാനദണ്ഡമെന്ന് സ്ഥാപിക്കപ്പെടുന്നു. ഏതാണ്ടിങ്ങനെയൊക്കെയാണ് *ഇന്ദുലേഖ*യുടെ ഇതിവൃത്തഘടന. *മണ്ണിന്റെ മാറിൽ* എന്ന ചെറുകാടിന്റെ നോവലിനും ഒരു ത്രികോണഘടനയുണ്ട്. പക്ഷേ, സാദൃശ്യം പുറംകാഴ്ചയിൽ മാത്രം. ആന്തരികമായി, പാടേ അത് മാറിപ്പോയിരിക്കുന്നു. നായകൻ കർഷകനാണ്; കാമുകനല്ല. പെണ്ണല്ല, മണ്ണാണ് നായിക. പ്രതിനായകനാകട്ടെ, ജന്മിയും. പരമ്പരാഗത നിയമമനുസരിച്ച് മണ്ണിന്റെ അവകാശി ജന്മിയാണ്. കർഷകന് മണ്ണിനോട് അനുരാഗമുണ്ട്, ആ അനുരാഗവായ്പ്പ് നോവലിന്റെ അന്തരീക്ഷത്തിൽ മഴവിൽവിതാനമായി വിരിയുന്നു. ഒടുവിൽ, അനുരാഗമാണ്

ഏറ്റവും വലിയ അവകാശമെന്നും മണ്ണ്, കൃഷിഭൂമി കൃഷിക്കാരന്റേതാണെന്നും തെളിയിക്കപ്പെടുന്നു.

പെണ്ണിനുപകരം മണ്ണിന് നായികാപദവി നൽകാൻ *രണ്ടിടങ്ങഴി* എഴുതുമ്പോൾ തകഴി മോഹിച്ചിരുന്നു. എഴുതിത്തീർന്നപ്പോഴാകട്ടെ, കുട്ടനാടിന്റെ പശ്ചാത്തലമുള്ള വെറുമൊരു പ്രേമകഥയായി അത് ചുരുങ്ങിപ്പോയി. തമ്പുരാൻ വരുമ്പോൾ വഴിമാറി നിൽക്കുമായിരുന്ന അടിയാളരെപ്പോലെ, പെണ്ണും പ്രേമവും മുന്നരങ്ങിലേക്ക് കടന്നുവരികയും മണ്ണിന്റെ കഥ പശ്ചാത്തലത്തിലേക്ക് പിൻവാങ്ങുകയും ചെയ്തു. എഴുത്തുകാരന്റെ ആത്മനിഷ്ഠമായ ആഗ്രഹവും (Subjective Intention) കൃതിയുടെ വസ്തുനിഷ്ഠമായ അർഥവും (Objective meaning) തമ്മിലുള്ള ഈ പൊരുത്തക്കേടിന് കാരണം, അയാളുടെ പ്രത്യയശാസ്ത്രപരമായ പരിമിതി ആകുന്നു. താനറിയാതെ തന്റെ ജീവിതവീക്ഷണം രൂപപ്പെടുത്തിയ സാമാന്യബോധത്തോടേറ്റുമുട്ടി, സ്വയം സ്വീകരിക്കാൻ ഇച്ഛിക്കുന്ന വർഗനിലപാടിൽ എത്തിച്ചേരാൻ, തകഴിയുടെ കലാവ്യക്തിത്വത്തിന് കഴിയാതെപോയി. എന്നാൽ ഏതെഴുത്തുകാരനും നേരിടേണ്ടിവരുന്ന ഈ പ്രതിസന്ധിയെ മറികടക്കാൻ ചെറുകാടിന് കഴിഞ്ഞിരിക്കുന്നു, യാഥാർഥ്യത്തെ തലകീഴായി നിർത്തുന്ന, വക്രീകരിക്കുന്ന ചൂഷകന്റെ പ്രത്യയശാസ്ത്ര മേൽക്കോയ്മയെ പൊരുതി തോൽപ്പിച്ച്, തൊഴിലാളിവർഗത്തിന്റെ യാഥാർഥ്യമെന്തെന്ന് അദ്ദേഹം തിരിച്ചറിയുന്നു.

മണ്ണും മനുഷ്യനും തമ്മിൽ പ്രകൃതിയും മനുഷ്യപ്രകൃതിയും തമ്മിൽ, നിരന്തരം നടക്കുന്ന സംഘർഷമാണ് എക്കാലത്തെയും യാഥാർഥ്യം. യാഥാർഥ്യത്തിന്റെ സമകാലികരൂപം കർഷക–ജന്മി സംഘർഷമാണെന്ന് ചെറുകാട് മനസിലാക്കി. കാലത്തിന്റെ ഈ മുഖ്യപ്രശ്നത്തെ തന്റെ കലയുടെ കേന്ദ്രത്തിൽ പ്രതിഷ്ഠിക്കുകയാണ് അദ്ദേഹം ചെയ്തത്. എന്നാൽ മർത്യമാനസത്തെ എന്നും തരളിതമാക്കുന്ന രത്യാദി ചോദനകളെ അദ്ദേഹം വിസ്മരിക്കുകയോ വിട്ടുകളയുകയോ ചെയ്തില്ല. മണ്ണിന്റെ കഥയും പെണ്ണിന്റെ കഥയും ഉചിതമായ ഒരനുപാതത്തിൽ തന്റെ കലയിൽ അദ്ദേഹം സമന്വയിപ്പിച്ചു. താൻ വെട്ടി വെളുപ്പിച്ചെടുത്ത 'അത്തിക്കോട്ടി' ലെ മണ്ണും കെട്ടിക്കൊണ്ടു വന്ന കാളിപ്പെണ്ണും കൊമ്പൻ കൊണ്ടേരന്റെ (*മണ്ണിന്റെ മാറിൽ*) മനോമേഖലയിൽ മാറിമാറി മയൂഖമാലകൾ ചൊരിയുന്നു. തെക്കെ മലബാറിലെ ഒരു പ്രത്യേക സമുദായത്തിൽ മാത്രം നിലനിന്നിരുന്ന സവിശേഷമായൊരു വിവാഹസമ്പ്രദായത്തിന്, ഈ നോവലിന്റെ ഘടനയിൽ ചെറുതല്ലാത്ത സ്ഥാനമുണ്ട്. ജ്യേഷ്ഠൻ വേട്ട പെണ്ണിനെ അനുജന്മാർ ഊഴമിട്ട് അനുഭവിക്കുന്ന ആ പ്രാകൃതാചാരത്തോട് പൊരുത്തപ്പെടാൻ കൊച്ചുകൊണ്ടേരന് കഴിഞ്ഞില്ല. താൻ സ്നേഹിച്ച പെണ്ണിനെത്തന്നെ അയാൾ വിവാഹം കഴിക്കുന്നു. സമുദായ നീതി കനിഞ്ഞരുളുന്ന അവകാശം അനുഭവിക്കാതെ, അനുരാഗം തന്നെയാണ് അവകാശമെന്ന് സ്ഥാപിച്ചുകിട്ടാനാണ് അയാൾ പൊരുതിയത്. മണ്ണിന്റെ വിധിയും ഇപ്രകാരമായിരുന്നുവല്ലോ. പാട്ടം കുട്ടി

നൽകുന്ന മുറയ്ക്ക് കൃഷിക്കാർ മാറിമാറി കൃഷിഭൂമി കൈവശം വച്ചുപോന്നു. എന്നാൽ ഇങ്ങനെ ഊഴമിട്ടനുഭവിക്കാനുള്ളതല്ല കൃഷിഭൂമിയെന്നും കൃഷിക്കാരനതിൽ സ്ഥിരാവകാശം വേണമെന്നുമുള്ള വികസിച്ച ബോധത്തിന്റെ വെളിച്ചത്തിൽ സന്ധി പറയാതെ സമരം ചെയ്യുന്നതും കൊച്ചുകൊണ്ടേരൻ തന്നെ. അങ്ങനെ മണ്ണിന്റെയും പെണ്ണിന്റെയും കഥകൾ, കൂട്ടിപ്പിരിച്ച് ഒരൊറ്റ കലാശിൽപ്പത്തിൽ ചെറുകാട് സമന്വയിപ്പിച്ച് കാട്ടുന്നു. അധികമാരും നടക്കാത്ത ഈ വഴി തെരഞ്ഞെടുക്കാൻ, *ചെമ്മീൻ* എഴുതുമ്പോൾ തകഴി മുതിരുകയുണ്ടായി. മലയാള വിമർശനത്തിന്റെ ഭാഷയിൽ ഒരു ദുരന്തപ്രണയകഥയാണ് *ചെമ്മീൻ*, *രണ്ടിടങ്ങഴി* മണ്ണിന്റെ കഥയില്ലാത്തതുപോലെ, *ചെമ്മീൻ* ഒരു ത്രികോണ പ്രണയകഥയുമല്ല. കറുത്തമ്മയോടുള്ള പ്രണയത്തിനും കടലമ്മ (പ്രകൃതി)യോടുള്ള സമരത്തിനും നോവലിൽ തുല്യപ്രാധാന്യമാണുള്ളത്. ഒടുവിൽ, പളനി കടലമ്മയിൽ മുങ്ങിച്ചാവുന്നു; പരീക്കുട്ടി കറുത്തമ്മയിലും. ഈ രണ്ടിഴകളും ഇങ്ങനെ നെയ്തിണക്കുന്നതിൽ മലയാളനോവലിന്റെ ഈ പെരുന്തച്ചൻ ഗംഭീരവിജയം നേടിയിരിക്കുന്നു. എങ്കിലും, *ചെമ്മീനി*ലെ കഥാപാത്രങ്ങൾക്ക് വളർച്ചയില്ല. അവർക്ക് മാറ്റമേതും വരുന്നില്ല. എന്നാൽ ചെറുകാടിന്റെ കഥാപാത്രങ്ങൾ വളരുകയും മാറുകയും ചെയ്യുന്നു. മുത്തശ്ശിക്കും കൊമ്പൻ കൊണ്ടേരനും എല്ലാം മാറ്റമുണ്ട്. അവരെ ചൂഴുന്ന ലോകവും മാറിക്കൊണ്ടിരിക്കുന്നു. കൊമ്പൻ കൊണ്ടേരന്റെയും കൊച്ചു കൊണ്ടേരന്റെയും ലോകങ്ങൾക്ക് അമ്പരപ്പിക്കുന്ന അന്തരമുണ്ട്. മണ്ണിനോട് കൃഷിക്കാരനുള്ള കേവലമായ അനുരാഗം, കർഷകവർഗത്തിന്റെ അവകാശബോധമായി രൂപാന്തരം പ്രാപിക്കുന്നു. മുത്തശ്ശിക്കും നാണിമിസ്ട്രസിനും നടുക്ക്, അടിമത്തത്തിൽനിന്ന് സ്വാതന്ത്ര്യത്തിലേക്കുള്ള അകലമുണ്ട്. ഇങ്ങനെ ലോകത്തെ മാറ്റുകയും മാറുന്ന ലോകത്തോടൊപ്പം സ്വയം മാറുകയും ചെയ്യുന്ന മനുഷ്യരുടെ ചലനാത്മകമായ ജീവിതമാണ് ചെറുകാടിന്റെ വാങ്മയ രൂപങ്ങളിൽ തുടിച്ചുണരുന്നത്.

അനുബന്ധം

ചെറുകാട് സാഹിത്യ പഠനങ്ങൾ

1. *ചെറുകാട് സ്മരണിക* - എഡി. ഐ വി ദാസ്, ദേശാഭിമാനി ബുക്ക്ഹൗസ്, തിരുവനന്തപുരം (1977)
2. *ചെറുകാടിന്റെ പ്രതിഭ* - എഡി. എസ് കെ വസന്തൻ, ദേശാഭിമാനി സ്റ്റഡി സർക്കിൾ (1977)
3. *കലാപസാഹിത്യം* - ശാന്താലയം കേശവൻ നായർ, കേരള ഗ്രന്ഥ ശാലാ സഹകരണ സംഘം തിരുവനന്തപുരം (1978)
4. *ദേശാഭിമാനി ഓണപ്പതിപ്പ്* (1980)
5. *സ്ത്രീ സങ്കൽപ്പം* - ചെറുകാടിന്റെ നോവലുകളിൽ - ഡോ. എം ലീലാവതി, പ്രഭാത് ബുക്ക്ഹൗസ്, തിരുവനന്തപുരം (1990)
6. *ചെറുകാടിന്റെ ലോകം* - പ്രഭാകരൻ പഴശ്ശി, ചിന്ത പബ്ലിഷേഴ്സ്, തിരുവനന്തപുരം (1998)
7. *ചെറുകാടിന്റെ സാഹിത്യലോകം* - പ്രഭാകരൻ പഴശ്ശി, അഭയാ ബുക്സ്, കണ്ണൂർ (2004)
8. *ചെങ്കനൽ പാതയിലൂടെ* - വി എൻ അശോകൻ, സംസ്ഥാന ബാല സാഹിത്യ ഇൻസ്റ്റിറ്റ്യൂട്ട്, തിരുവനന്തപുരം (1999)
9. *മുരിങ്ങച്ചുവട്ടിലെ നക്ഷത്രക്കാഴ്ചകൾ* - എഡി. ഇ പി രാജഗോപാലൻ, അടയാളം പബ്ലിഷേഴ്സ്, തിരുവനന്തപുരം (2007)
10. *ചെറുകാട് ഓർമയും കാഴ്ചയും* - എഡി. പാലക്കീഴ്, ചിന്ത പബ്ലിഷേഴ്സ്.
11. *മുത്തശ്ശിയുടെ അരനൂറ്റാണ്ട്* - എഡി. പാലക്കീഴ്, ഭാഷാ ഇൻസ്റ്റിറ്റ്യൂട്ട്.
12. *ചെറുകാട് പ്രതിഭയും സമൂഹവും* - എഡി. പാലക്കീഴ്, കേരള സാഹിത്യ അക്കാദമി.
13. ഗ്രന്ഥലോകം ഒക്ടോബർ 2008.

www.ingramcontent.com/pod-product-compliance
Lightning Source LLC
LaVergne TN
LVHW040752051026
849519LV00007BA/2531
* 9 7 8 9 3 8 3 1 5 5 3 5 4 *